காலமாற்றம்

மலையாளத்தில்:
சரோஜினி உண்ணித்தான்

தமிழில்:
குளச்சல் யூசுப்

டிஸ்கவரி பப்ளிகேஷன்ஸ்
எண்: 9, பிளாட் எண்: 1080A, ரோஹிணி பிளாட்ஸ்,
முனுசாமி சாலை, கே.கே.நகர் மேற்கு,
சென்னை-600 078. பேச: 99404 46650

காலமாற்றம் (நாவல்)
ஆசிரியர்: சரோஜினி உண்ணித்தான்©
தமிழில்: குளச்சல் யூசுப்

KAALA MAATRAM
Author: Sarojini Unnithan©
In Tamil: Kulachal yoosuf

First Edition: July - 2021
வெளியீட்டு எண்: 0007
Pages: 280
ISBN: 978-81-953269-6-9

Rs. 320

Publisher • *Sales Rights*

Discovery Publications	**Discovery Book Palace (P) Ltd**
No. 9, Plot,1080A, Rohini Flats, Munusamy Salai, K.K.Nagar West, Chennai - 600 078. Mobile: +91 99404 46650	No. 6, Mahaveer Complex, Munusamy Salai, K.K.Nagar West, Chennai-600 078. Ph: (044) 4855 7525 Mobile: +91 87545 07070

discoverybookpalace@gmail.com
WWW.DISCOVERYBOOKPALACE.COM

இந்த நூலில் பிரசுரமாகியுள்ள எந்த ஒரு பகுதியையும் பதிப்பாளரின் எழுத்துபூர்வமான முன்அனுமதி பெறாமல் எடுத்தாள்வதோ, மறுபிரசுரம் செய்வதோ, மொழியாக்கம் செய்வதோ, அச்சு மற்றும் மின்னணு ஊடகங்களில் மறுபதிப்புச் செய்வதோ, காப்புரிமைச் சட்டப்படி தடை செய்யப்பட்டுள்ளது. இந்த நூலிலிருந்து குறிப்பிட்ட பகுதிகளை மேற்கோள்காட்டி புத்தக விமர்சனம் செய்ய, ஊடகங்களுக்கு மட்டும் அனுமதி உண்டு.

உங்கள் மொபைல் போனிலிருந்து ஸ்கேன் செய்து 'டிஸ்கவரி புக் பேலஸ்' மொபைல் ஆப்பை டவுன்லோடு செய்து, புத்தகங்களை வாங்குங்கள்.

சரோஜினி உண்ணித்தான்

கேரளத்தில் ஆலப்புழை மாவட்டம், வெண்மணி, மேவிளை இல்லம் எம்.கே.பத்மனாபப்பிள்ளை–கௌரியம்மா தம்பதியின் மகளாக 1936, ஜூன் 24ஆம் தேதி பிறந்தார். 1959 முதல் 1962 வரை ஒடிசாவில் ஹிராகுத்திலும் 1962 முதல் 1990 வரை ராவுர்கேலா ஸ்டீல் பிளான்ட் பள்ளியிலும் ஆசிரியையாகப் பணியாற்றினார். ஏ.ஆர். ஸ்மாரக அட்சர லோக ஸமிதி, அத்யாபிகா கலாவேதி, வாயன, ஸமன்யம் சாகித்ய ஸமிதி, மலையாள வேதி ஆகிய இலக்கிய அமைப்புகளில் செயல்பட்டுள்ளார்.

எழுதிய நாவல்கள்: சுழிகள், முரண்கள், முக்தி, அவள் காத்திருப்பாள், பங்குனி, அடியோட்டங்கள், ஒரு பயணத்தின் முடிவு, தபஸ், யக்ஷியம்மை, அலைகடல். சிறுகதைகள்: அர்ச்சனா, புனித யாத்திரை, ஊன்றுகோல், கெட்டிக்கார சுனேனி (ஒடிய நாடோடிக்கதைகள்), ஆலீஸின் வீடு, கௌரீசங்கரம், நிழல்கள், பனிமலை, ஒரு கூடை செண்பகப்பூக்கள். மொழிபெயர்ப்பு: நகர்ப்புறத்தில். கவிதைகள்: பெண்மலை. பருவ இதழ்களில் கதை, கவிதை, கட்டுரைகள் எழுதிவருகிறார். ஒரு நாடகமும் இயற்றியுள்ளார்.

விருதுகள்: காவ்யரஷ்மி விருது, ஸமன்யம் விருது (இருமுறை), கதா சில்பி விருது, ஸம்ஸ்கார ஸமக்ர சாகித்ய விருதுகள் பெற்றுள்ளார்.

குளச்சல் யூசுப்

குமரி மாவட்டத்தின் கடற்கரை நகரான குளச்சலில் பிறந்தவர். நாகர்கோயிலில் வசித்து வருகிறார். தமிழைத் தாய்மொழியாகக் கொண்ட இவர், கதைகள் கட்டுரைகள் எழுதியுள்ளார். மலையாளத்திலிருந்து முப்பது நூல்களைத் தமிழிலும், தமிழிலிருந்து நாலடியார் அறநூலை மலையாளத்திலும் மொழிபெயர்த்திருக்கிறார். மொழிபெயர்ப்புக்காக பத்துக்கும் மேற்பட்ட விருதுகள் பெற்றுள்ளார்.

முன்னுரை

காலத்துக்கேற்ற முன்னோக்கிய பயணத்தில், மனதின் பிடி இடையிடையே கைவிட்டுப் பின்னோக்கிச் செல்கிறது. அப்போது பல்வேறு மொழிகள் பேசுகிற, பல்வேறு நம்பிக்கைகள் கொண்ட அயல்வாசிகளும், சக ஊழியர்களும், வெறும் அறிமுகம் மட்டுமே உள்ள ஏராளமான மனிதர்களும் அடங்கிய நீண்டதொரு வரிசை மனக்கண்ணில் தங்கி நிற்கிறது. எனது ஆன்மாவினுள் என்றோ கலந்துபோயிருந்த அவர்களது மகிழ்ச்சியும் வேதனைகளும் என்னுள் புனர்ஜென்மம் பெறுகின்றன. அவை உருவாக்கும் மனவுணர்வுகள் இலக்கியத் தாகத்துக்கு நீரூற்றாக அமைகின்றன.

ஆகவேதான், எனது பல படைப்புகள் கேரளத்துக்கு வெளியே நிகழும் வாழ்க்கை அனுபவங்களைப் பிரதிபலிப்பதாக அமைகின்றன. தான் வாழ்கின்ற சூழல்களில் இருந்துதான் ஒரு படைப்பாளி தனக்கான கிரியாஊக்கியைப் பெற இயலும். எனில், நீண்ட முப்பத்து மூன்றாண்டுகள் ஒடிசாவில் வாழ்ந்த எனது எழுத்தில் ஒடியாவின் மண்வாசம் வீசுவதுதான் இயல்பு. 'கால மாற்றம்' என்னும் இந்த நாவலின் கற்பனைக் கதாமாந்தர்களும் ஒடிசா கலாசார பின்னணியுடன்தான் வந்துபோகிறார்கள்.

இந்த நாவல், 'காலத்துக்கேற்ப' என்ற பெயரில், நான்கைந்து ஆண்டுகளுக்கு முன்பு மலையாளத்தில் எழுத ஆரம்பித்து பாதியில் நின்றுபோனது. 'ஆர்க்கிட் புக்ஸ்' திரு. வர்க்கலை ஸ்ரீகுமார், ஒரு நாவல் எழுதித் தரும்படி கேட்டுக்கொண்டதால் இதை எழுதி முடிக்க இயன்றது. இப்போது, இந்த நாவலை தமிழில் மொழிபெயர்ப்பு செய்திருக்கும் திரு. குளச்சல் யூசுப் அவர்களுக்கும், நூலை வெளியிடும் 'டிஸ்கவரி பப்ளிகேஷன்ஸ்' உரிமையாளர் திரு. மு.வேடியப்பன் அவர்களுக்கும் நன்றி.

எனது இலக்கிய முயற்சிகளுக்கு உத்வேகம் அளித்துவரும் எனது வாழ்க்கைத்துணையான ஸ்ரீமான் ஆர்.ராகவன் உண்ணித்தான் உதவியுடன்தான் இந்த நாவலை முழுமைப்படுத்த இயன்றது. எனது பிற படைப்புகளை மகிழ்ச்சியுடன் வரவேற்ற நல்ல மனங்களின் முன் 'காலமாற்றம்' என்னும் இந்த நாவலையும் பெருமையுடன் சமர்ப்பித்துக்கொள்கிறேன்.

- சரோஜினி உண்ணித்தான்

1

வராந்தாவுக்குச் செல்லும் இடைவெளியில் சில்பா ஒரு நிமிடம் நின்றாள். இன்றும் குறிப்பிட்ட நேரத்துக்குள் வந்து சேர முடியவில்லை. கடவுள் வாழ்த்து தொடங்கிவிட்டது.

முகத்தில் படிந்த வேர்வைத் துளிகளை முந்தானையால் துடைத்துக்கொண்டாள். பல கண்கள் தன்னை நோக்கி நகர்வதையும் அவள் உணர்ந்தாள். உள்ளே சென்ற சில்பா மாணவிகளின் பின்னால் நின்றுகொண்டாள்.

தலைமையாசிரியர் திரும்பிப் பார்த்ததும் அவள் தலை குனிந்தாள்.

"ஆசிரியர்கள் எப்பவும் மாணவர்களுக்கு முன்மாதிரியாக இருக்கணும்."

தலைமையாசிரியர் நேற்று எல்லாருக்கும் பொதுவாகவே இதைச் சொன்னார். இருந்தாலும் அவரது கண்கள் குறிப்பாக சில்பாவின் முகத்தில்தான் பதிந்தன.

சில்பா மிஸ்ராவும் நேரந்தவறாமையைக் கடைப்பிடித்தவள் தான். ஆனால், அவளது திருமண வாழ்க்கை எல்லாவற்றையும் குலைத்துப்போட்டுவிட்டது. சுய விருப்பமும் விருப்பமின்மையும் அதற்கான முக்கியத்துவத்தை இழந்துபோய்விட்டன. இப்போது அவள் பிறருக்காக வாழ்பவள்.

பிறருக்காக வாழ்வது நல்ல விஷயம்தான். ஆனால்...

மணியடித்தது. மாணவிகளின் அணிவரிசை அசைந்தது.

சில்பா பணியாளர்களின் அறைக்குள் வேகமாகச் சென்றாள். கடவுள் வாழ்த்து முடிந்த மறு நிமிடம் வருகைப் பதிவுப் புத்தகம் தலைமையாசிரியரின் மேஜைக்குச் சென்று விடும். பிறகு, அவரது முன்னிலையில்தான் கையெழுத்திட வேண்டும்

அன்றும் அதுதான் நடந்தது. பியூன் சேடி பதிவுப் புத்தகத்தைக் கொண்டுபோய் தலைமையாசிரியரின் மேஜையில் வைத்துவிட்டான். சில்பா ஒரு நிமிடம் தயக்கத்துடன் நின்றிருந்தாள். பிறகு தைரியத்தை வரவழைத்துக்கொண்டு தலைமையாசிரியரின் அறைக்குள் நுழைந்தாள்.

அங்கே அவருடன் ஆசிரியர்கள் மண்டலும் ஜாவும் அமர்ந்திருந்தார்கள். அவர்கள் சிறு அனுதாபத்துடன் சில்பாவைப் பார்த்தனர்.

"மிஸஸ் சத்பதி என்ன இன்னைக்கும் லேட்தானா?"

தலைமையாசிரியரின் கேள்விக்கு அவள் பதில் சொல்லவில்லை.

தவறு தன்மீதுதான். இந்தப் பள்ளிக்கூடத்துக்கு வந்த பிறகு குறிப்பிட்ட நேரத்தில் வந்த நாட்களை விரல் விட்டு எண்ணி விடலாம்.

"உம்..."

தலைமையாசிரியர் வருகைப்பதிவை சில்பாவின் பக்கத்தில் நகர்த்தி வைத்தார். அவள் கையெழுத்திட்டாள்.

"பாருங்க மிஸஸ் சத்பதி, திறமையான ஆசிரியை என்கிற ஒரே காரணத்துக்காக மட்டும்தான் நான் அதிகமாக எதுவும் சொல்றதில்லை. இதையே நீங்க வழக்கமாக்கி னால்..."

அவர் சொல்ல நினைத்ததை முழுமைப்படுத்தாமல் பதிவுப் புத்தகத்தை தன் பக்கம் இழுத்தார்.

சில்பா எதுவும் பேசாமல் வகுப்பறைக்குச் சென்றாள். பாடமெடுக்கும்போது இடையிடையே அவளது கவனம் சிதறியது. மனத்தைக் கட்டுக்குள் வைக்க முடியவில்லை.

ராதா நாதின் வசந்தகால வருகை. அழகிய கவிதை வரிகள். சில்பாவுக்கு மிகவும் பிடித்தப் பாடம். ஆனால், அதைக் கற்பிக்கும்போதும் சிந்தனைகள் சிதறவே செய்தன. ஏதோ சடங்கை நிர்வகிப்பதுபோல் வகுப்பெடுத்தாள்.

அடுத்த நேர பாடத்துக்கான மணியோசை கேட்டது. வராந்தாவில் வைத்து மிஸஸ் ஸ்ரீதேவி நாயர், சில்பாவின் அருகில் வந்தாள்.

"என்ன சில்பா, என்னவோ போலிருக்கே?"

"ஒண்ணுமில்லை டீச்சர்."

"இல்லை, என்னவோ இருக்கு. லேட்டானதுக்காக ஹெட்மாஸ்டர் திட்டினாரோ?"

சில்பாவின் கண்களில் நீர் துளிர்த்தது. உடனே அதைத் துடைத்துக்கொண்டாள்.

"சரி விடு சில்பா, ஹெட்மாஸ்டருட்ட நான் பேசிக்கிறேன். உன்னோட பிரச்னை என்னான்னு அவருக்குத் தெரியாதில்லையா?"

அவர்கள் பிரிந்து வகுப்புகளுக்குச் சென்றனர்.

இந்தப் பள்ளிக்கூடத்தில் வேலைக்குச் சேருவதற்கு முன்பே சில்பாவுக்கு ஸ்ரீதேவி நாயரைத் தெரியும். மிஸஸ் நாயர் அவளுக்கு அம்மா போல். மிஸஸ் நாயரின் மகளும் சில்பாவும் ஒன்றாகப் படித்தவர்கள்.

மூன்றாவது பீரியடில் சில்பாவுக்கு ஓய்வு. அவள் பணியாளர் அறையின் ஜன்னல் அருகில் நின்றிருந்தாள். பள்ளியின் பின்புறம் பரந்து விரிந்த விளையாட்டு மைதானம். அதன் எல்லையைக் கோடிட்டுக் காட்டும் விருட்சங்கள் செம்மலர்கள் சூடி நின்றன, உச்சி வெயிலில் ஜொலிக்கும் அக்னிக்குண்டங்கள்போல். தகிக்கும் மனதின் குறியீடுகள். சில்பாவுக்கு அப்படித்தான் நினைக்கத் தோன்றியது.

"மிஸஸ் சத்பதிக்கும் ஹெட்மாஸ்டரோட டோஸ் கிடைச்சுது இல்லையா?"

சில்பா திரும்பிப் பார்த்தாள். பரிடா சார். அவள் பதில் சொல்லவில்லை. செல்ஃபிலிருந்து நோட் புத்தகங்களை

எடுத்து மேஜையில் வைத்துவிட்டு, சேரை இழுத்துப்போட்டு உட்கார்ந்தாள்.

பரிடா சார் தொடர்ந்தார்: "அதையெல்லாம் பெருசா எடுக்குறதுக்கில்லை. நானும்தான் லேட்டு. ஆனால், கிளாஸ் தொடங்குறதுக்குள்ள வந்துட்டமா, இல்லையா?"

பதிலை எதிர்பார்க்காமல் அவர் செய்திப் பத்திரிகையைக் கையிலெடுத்து பக்கங் களைத் திருப்பினார். அவர் பத்திரிகை வாசிப்பது; ஓய்வெடுப்பது எல்லாமே பள்ளிக்கூடத்தில்தான். வீட்டிலிருக்கும்போது டியூஷனில் பிஸியாகி விடுவார். காலையில் ஆறு மணிக்குத் தொடங்குகிற டியூஷன் இரவு ஒன்பது மணிக்குத்தான் முடிவடையும். இடையே கிடைக்கிற நேரங்களில் தினசரிகளையும் பள்ளிக்கூட வேலைகளையும் முடித்துக்கொள்வார்.

ஆசிரியருக்கான மாத ஊதியத்தை விடவும் மூன்று மடங்கு பணம் டியூஷனில் கிடைத்து வந்தது. கணக்குப் பாடம் என்பதால் மாணவர்கள் கூட்டமும் அதிகமாகவே இருந்தது. ஆசிரியர்கள் தனியாக டியூஷன் எடுக்கக்கூடாது என்று அவ்வப்போது மேலே இருந்து வரும் காகித அறிவிப்புகளுக்கு அதற்குரிய மதிப்புதான் இருந்தது. பரிடா சார் மட்டுமல்ல, பல ஆசிரியர்கள் டியூஷன் மூலம் சம்பாதிப்பவர்கள்தான்.

மாமி கேட்டது சில்பாவுக்கு நினைவு வந்தது. "நீயும் ஒரு டியூஷன் கிளாஸ் தொடங்கலாமே?"

டியூஷன் தொடங்குவதில் தயக்கமொன்றுமில்லை. பிள்ளைகளுக்குப் பாடமெடுப்பது என்பது ஆர்வமுள்ள பணியும்தான். ஆனால், அதற்கான நேரம்?

அவள் முன்பு டியூஷன் எடுத்தவள்தான். அது படிப்புச் செலவுக்காக! அம்மா தையல் மெஷின் ஓட்டிச் சம்பாதிக்கும் பணத்தில் சிரமத்துடன்தான் செலவுகள் கழிந்தன. போதாக் குறைக்கு வீட்டு வாடகையும். பாவம் அம்மா! இன்றும் தையல் மெஷின் ஓட்டுகிறாள். அம்மாவைப் பார்த்து எவ்வளவு நாட்களாகின்றன. ஒருமணி நேர பஸ் பயணம்தான். அதற்குக்கூட தனக்கு நேரம் கிடைப்பதில்லை.

அதிகாலை நான்கு மணிக்கே அவளது நாள் ஆரம்பித்து விடுகிறது. விழித்ததும் முதல் வேலை அடுப்பைப் பற்ற

வைப்பது. அது எரிய ஆரம்பிப்பதற்கே கொஞ்சநேரமாகி விடும். அதற்குள் மண்ணெண்ணெய் ஸ்டவ்வில் பருப்பை வேக வைத்து விடுவாள். எட்டரை மணிக்கெல்லாம் சோறும் கூட்டுக் கறிகளும் மட்டுமல்ல, கொடுத்து விடுவதற்கான தின்பண்டங்களும் தயாராக வேண்டும். இடையிடையே தேநீர் தயாரிக்க வேண்டும்.

"மன்னீ டீ."

"சித்தீ டீ."

சோற்றுப் பாத்திரத்தை இடையிடையே இறக்கி வைக்க வேண்டியது வரும்.

"ஒரு கேஸ் அடுப்பு வாங்கணும்." பிரவீணிடம் சொன்னது மாமியின் காதுகளிலும் விழுந்தது.

"வேண்டாண்டியம்மா. தேவையில்லாத தொந்தரவுகளை இழுத்துப்போட வேண்டாம்."

எவ்வளவு வருடங்களாக வீட்டில் கேஸ் அடுப்பைப் பயன்படுத்துகிறோம். அதையெல்லாம் இங்கே சொல்லிப் பிரயோஜனமில்லை என்பது அவளுக்குத் தெரியும். மாமியின் வார்த்தைகளுக்கு எதிர்வார்த்தைகளில்லை. அம்மா சொல்வது மகனுக்கு அந்திம சாசனம். மகனைக் கிழித்தக் கோட்டுக்குள் நிறுத்தும் கலை மாமிக்குக் கை வந்திருந்தது.

திருமணம் முடிந்த மறுநாள், அம்மா மகனிடம் சொல்வது சில்பாவின் காதுகளிலும் விழுந்தது. தனக்குக் கேட்க வேண்டுமென்பதுதான் மாமியின் நோக்கமும்.

"நோக்குத் தனியா ஒரு குடும்பம் வந்துடுத்துங்குறதுக்காக மற்றுள்ள பொறுப்புகளை மறந்துடாதே! அண்ணாவுக்கு வேலை எதுவுமில்லைங்குறதை ஞாபகத்தில வச்சுக்கோ. அவனுக்கு மூணு பெண் குழந்தைகள் வளர்ந்துண்டிருக்கு. ஆண் பிள்ளைகள் இன்னும் கரை வந்து அடையலை."

மகன் பதில் சொன்னான்: "நேக்கு எல்லாமே ஞாபகமிருக்கும்மா. அதையெல்லாம் நினைச்சு நீங்க எதுக்காக வருத்தப்படறேள்?."

மருமகள் என்ற நிலையில் தனக்கும் சில பொறுப்புகள் உள்ளன. ஆனால்...

சரோஜினி உண்ணித்தான் | 11

"என்னாச்சு மிஸஸ் சத்பதி?"

சில்பா திடுக்கிட்டாள்.

பத்திரிகையை மடித்துக் கையில் வைத்தபடி தன்னையே பார்த்துக்கொண்டிருக்கிறார் பரிடா சார்.

"இல்லை, நோட் புஸ்தகத்தை எடுத்து முன்னால வச்சிட்டு அப்படியே யோசனையில மூழ்கிட்டீங்களே அதான் கேட்டேன்" என்றார்.

"சே... சே... யோசனை எல்லாம் ஒண்ணுமில்லை சார்" என்றாள்.

"என் மக வயசுதானிருக்கும் உங்களுக்கு. அதான் கேட்கிறேன். வீட்டுல ஏதாவது பிரச்னைகள்...?"

"ஒண்ணுமில்ல சார். காலையில எழும்பும்போதே லேசா ஒரு தலைவேதனை."

"கண் டெஸ்ட் பண்ணீங்களா?"

"பண்ணணும் சார்."

சக ஊழியர்களின் கேள்விகளுக்குப் பதில் சொல்லியே ஓய்ந்துபோனாள். திடீரென்று மணியடித்தது.

அவள் நோட்டுப்புத்தகத்தை எடுத்த இடத்தில் வைத்துவிட்டு வகுப்பறைக்குச் சென்றாள்.

2

படுக்கையறையின் மெல்லிய வெளிச்சத்தில் சுவர்க் கடிகாரத்தைப் பார்த்தாள். மணி, நான்கு பத்து.

'கடவுளே எவ்வளவு வேலைகள் கிடக்கு.'

இன்றைக்காவது குறிப்பிட்ட நேரத்தில் பள்ளிக்கூடத்துக்குப் போய்ச் சேர முடியுமா?

அவள் அவசரமாக வாரிச்சுருட்டிக்கொண்டு எழுந்தாள்.

'என்ன இது? தலை சுற்றுவதுபோல்?' அவள் கட்டிலில் கிடந்த தலையணையில் சாய்ந்து சிறிது நேரம் உட்கார்ந்திருந்தாள்.

தலைச்சுற்றல் இலேசாக விட்டதுபோல் தோன்றியதும் எழுந்து சென்று சத்தம் வராமல் குளியலறைக் கதவைத் திறந்தாள். திடீரென்று குமட்டிக்கொண்டு வந்தது. கட்டுப்படுத்த இயலாமல் வாந்தியெடுக்க ஆரம்பித்தாள்.

“என்ன சில்பா, என்ன சத்தம்?”

பிரவீண் குளியலறை வாசலைத் தட்டி அழைத்தான்.

வாந்தியெடுத்து முடிந்த பிறகு அவள் கதவைத் திறந்து வெளியே வந்தாள்.

“கொமட்டிண்டு வந்தது... வாந்தியெடுத்தேன். இப்ப பரவால்லை.”

“கொஞ்சநேரம்கூட படுத்துக்கயேன்.”

அவள் போய்ப் படுத்தாள்.

“நேற்றைக்கு விசேஷமா ஏதாவது சாப்பிட்டயா?”

“இல்லையே...”

நேற்றைக்குப் போதுமான அளவு சாப்பிடவில்லை என்பதுதான் உண்மை. காலையில் வேலைகள் எல்லாம் முடிந்து, குளித்துவிட்டு வரும்போதே நேரமாகி விட்டிருந்தது. சேலையை வாரிக் கட்டிக்கொண்டு, நின்றபடியே இரண்டு மூன்று கவளம் சோற்றை அள்ளி வாயில் திணித்தாள். பிறகு, பள்ளிக்கூடத்துக்கு ஓட ஆரம்பித்தாள். மதிய உணவையும் எடுத்துக்கொள்ளவில்லை.

நேற்றைக்கு எல்லாருக்கும் கொடுத்தனுப்பியது கோதுமை அல்வாதான். பூபேன்தான் கோதுமை அல்வா போதுமென்று சொன்னான். அவளுக்கும் மகிழ்ச்சியாக இருந்தது. வேலைகள் சீக்கிரம் முடியும் அல்லவா?

அதை நான்கு பாத்திரங்களில் வைத்தபோது இன்னொரு பாத்திரத்தில் வைப்பதற்கு மிச்சமில்லை என்றானது. ஒவ்வொரு பாத்திரத்தில் இருந்தும் ஒரு கரண்டி எடுத்தால் இன்னொரு பாத்திரம் நிரம்பி விடும்தான். ஏனோ அன்று அவளுக்கு இனிப்பில் ஆர்வமில்லாமல் இருந்தது.

ஸ்ரீதேவி நாயருக்கு அன்று விடுப்பு. குந்தலதாதாஸ் லஞ்ச் பாக்ஸைத் திறந்துவிட்டுக் கேட்டாள்:

“சில்பா சாப்பிடலையா?”

“பசிக்கலை.”

“பசிக்கலியா, கொண்டு வரலியா?”

“கொண்டு வரலை. வேண்டாம்னுதான்.”

“ஆலு பரோட்டாவும் புதினா சட்னியும் இருக்கு. ஷேர் பண்ணிக்குவோம்.”

“வேண்டாம் தாஸான்டி.”

குந்தலதாதாஸ் விடுவதாக இல்லை. தொடர்ந்து வற்புறுத்தவே, அவளது பாத்திரத்தில் இருந்து ஒரு துண்டு ஆலு பரோட்டா எடுத்துச் சாப்பிட்டாள். அப்போதே இலேசான மனம் புரட்டல் இருந்தது. ஹேண்ட் பேக்கில் இருந்து ஒரு ஏலக்காய் அரிசியை எடுத்து வாயிலிட்டு அசை போட்டாள்.

இரவில் மீண்டும் மனம் புரட்டிக்கொண்டு வந்தது. கல் கரியடுப்பின் புகையோ வாயுக் கோளாறோ காரணமாக இருக்குமென்று நினைத்தாள். எலுமிச்சம் பழச்சாற்றில் உப்புக் கலந்து குடித்துவிட்டுப் படுத்தாள்.

வெறும் வயிற்றுடன் படுத்தாலும் வாயுக்கோளாறு வரும். அதுதான் காரணமா, அல்லது...?

திடீரென்று மூளைக்குள் ஒரு மின்னல். விரல்களை நிமிர்த்தும் மடித்தும் கணக்குப் பார்த்தாள்.

மூன்று நாட்கள் அதிகம். அப்படியென்றால்...?

உறுதிசெய்ய நாட்களாகவில்லை.

தன்னுடைய யூகம் சரிதான் என்றால் மாமி...?

‘ஜகந்நாதா’ அவள் நெஞ்சில் கை வைத்தாள்.

திருமணம் நடந்த மூன்றாவது நாள் மாமி விடுத்த எச்சரிக்கை நினைவுக்கு வந்தது.

“இங்கப் பாரு, ஒண்ணை மட்டும் ஞாபகம் வச்சுக்கோ. குழந்தைக் குட்டியெல்லாம் கொஞ்ச காலம் கழிச்சுப் பாத்துக்கலாம். முதல்ல எல்லாத்தையும் ஒரு நிலைமைக்குக் கொண்டு வந்தாகணும்.”

எந்த நிலைமைக்கு என்றெல்லாம் அவள் கேட்கவில்லை. அடுத்தடுத்த நாட்களில் மாமியின் நாவிலிருந்தே அவை வெளிவந்தன. பிரவீணின் தம்பியின் படிப்பு, உத்தியோகம், அண்ணா பிள்ளைகளின் படிப்பு, உத்தியோகம், கல்யாணம்.

பிரவீண் குமாருக்கான பொறுப்புகள் அதிகம். எல்லாமே அவளது மனதுக்குள் படிந்துகிடந்தன.

இந்த சந்தேகம் தன்னுடையதாக மட்டும் இருக்கட்டும். தற்போது பிரவீண்கூட இதை அறிய வேண்டாம்.

சில்பா எழுந்தாள்.

"உடம்புக்கு முடியலேன்னா லீவு போட்டுடேன் சில்பா."

"பரீட்சை நெருங்கிடுத்து. இப்ப லீவு போட்டா நன்னாருக்காது."

அவள் சமையல் கட்டை நோக்கி நகர்ந்தாள்.

கைகால்கள் பலமிழந்ததைப்போலிருந்தன. இருந்தாலும் முற்றத்திலிறங்கி கரியடுப்பைப் பற்ற வைத்தாள். மண்ணெண்ணெய் ஸ்டவ்வில் பருப்பை வேக வைத்தாள்.

யாராவது உதவியாக இருந்தால்... அவள் உள்ளுக்குள் ஆசைப்பட்டாள்.

ஒருமுறை மிஸஸ் பானர்ஜி கேட்டது அவளது நினைவுக்கு வந்தது. "சில்பா ஒரு பார்ட் டைம் செர்வென்ட் ஏற்பாடு பண்ணிக்கலாமே?"

உடனடியாக அதற்குப் பதில் சொல்ல இயலவில்லை.

"வேணும்னா என் செர்வென்ட்கிட்ட சொல்றேன். அவளால வர முடியலேன்னா வேற யாரையாவது ஏற்பாடு பண்ணித் தருவா."

"கேட்டுச் சொல்றனே?"

கேட்கவுமில்லை; சொல்லவுமில்லை. பிரவீண் ஒருவேளை ஒப்புக்கொள்ளலாம். ஆனால், மாமி?

சில்பாவின் அம்மாவுக்கு எந்நேரமும் சில்பாவைப் பற்றிய நினைவுதான். அவள் சொல்லாமலேயே அம்மா எல்லாவற்றையும் புரிந்துகொண்டிருந்தாள்.

பாவம் அம்மா! பார்த்தே மூன்று மாதங்களாகின்றன. பள்ளிக்கூடத்தின் பக்கத்திலுள்ள டெலிஃபோன் பூத்திலிருந்து எப்போதாவது ஒருமுறை அம்மாவுக்கு ஃபோன் பண்ணுவாள். வாசந்தியக்காவின் வீட்டுக்கு அழைக்க வேண்டும். அவளுக்கு அது இடைஞ்சலாக இருக்குமோ என்ற தயக்கமும் இருந்தது. ஆகவே, மாதத்திற்கு இரண்டு தடவை மட்டும் அழைப்பாள்.

இங்கே தொலைபேசி இல்லாத வீடுகளே குறைவு. மாமியின் அனுமதி கிடைக்கவில்லை என்பதால் வீட்டில் ஃபோன் வைக்கவில்லைபோலிருக்கிறது. அவருக்கு அலுவலகத்திலிருந்து அழைக்கலாம். தனக்கோ? இல்லையென்றாலும் தன்னுடைய தேவைகளுக்கு இங்கே என்ன மதிப்பிருக்கிறது? அம்மாவைப் பார்க்கப் போகவேண்டும் என்றாலும் மேலிடம் அனுமதிக்க வேண்டும்.

திருமணத்தின்போது சில்பா முன்வைத்த ஒரே நிபந்தனை, அம்மாவைக் கவனித்துக்கொள்வதற்கான சுதந்திரம் மட்டும்தான். மேனோன் அங்கிள் மூலமாக அவள் அந்த கோரிக்கையை முன்வைத்தாள்.

காலிங் பெல் அடித்தது.

சில்பா பால் பாத்திரத்துடன் முன்வாசலுக்கு நடந்தாள். பூபேனும் நரேனும் மூடிப் போர்த்திக்கொண்டு தூங்குகிறார்கள். அவள் சத்தம் வராமல் வாசல் கதவைத் திறந்தாள். அவர்கள் விழிக்கும்போது விழிக்கட்டும். ஜெகனின் அறைக்குள் அசைவுகள் கேட்கின்றன. உடனே அவன் டீ கேட்டு வருவான்.

பால் வாங்கிவிட்டு வாசலை மூடும்போது பால்காரன் அழைத்தான்:

"மாஜி?"

அவன் சொல்லாமலேயே அவள் புரிந்துகொண்டாள். இன்று இரண்டாம் தேதி.

"இன்னும் பேங்குக்குப் போகலை; நாளைக்குத் தரேன்."

அவள் வேகமாக சமையல் கட்டுக்குச் சென்று, ஸ்டவ்வில் இருந்த பருப்புப் பாத்திரத்தைக் கீழே இறக்கி வைத்துவிட்டு பால் பாத்திரத்தை வைத்தாள்.

குளியலறையில் பல் விளக்கும் கோலாகலம். உரத்தக் குரலில் காறித் துப்புவதும் குமட்டல் சத்தமும். சில்பாவுக்கு முதலில் இது அருவருப்பாக இருந்தது. இப்போது பழகிப் போய்விட்டது.

அவள் பாலைக் காய்ச்சினாள். டீ தயாரானது. கெட்டிலில் ஊற்றிய டீயையும் தம்ளர்களையும் சாப்பாட்டு மேஜையில் கொண்டுவந்து வைத்தாள். ஒரு தம்ளரில் டீயும், சாஸரின் ஓரத்தில் இரண்டு பிஸ்கட்டுகளுமாக அவள் படுக்கையறைக்குச் சென்றாள்.

பிரவீண் குமார் சத்பதி பல் விளக்கிவிட்டு கைகளையும் முகத்தையும் துடைத்துக்கொண்டிருந்தான். கணவனிடம் டீயைக் கொடுத்துவிட்டு சில்பா சொன்னாள்:

"பால்காரன் ரூபா கேட்டான்."

"தேதி ரெண்டுதானே ஆறது? நாம என்ன எங்கயாவது ஓடிடவா போறோம்?"

"அவனுக்கும் ஏதாவது தேவைகள் இருக்கும்தானே? பாவம்."

இல்லாதவர்களின் சிரமங்கள் சில்பாவுக்குத் தெரியும்.

"கணக்குப் பாத்துட்டயா?"

"பாத்துட்டன். நானூற்று ஐம்பது ரூபா."

"நாளை முதல் அரை லிட்டர் பால் குறைவா வாங்கிக்கோ. இங்கதான் குழந்தைகள் யாருமில்லையே?"

"நாளைக்கு ஞாயிற்றுக்கிழமை. அம்மாவைப் பாக்கப் போகணும்."

"இந்த மாசமா? பூபேனுக்குப் பரீட்சை ஃபீஸ் கட்டணும். நேக்கும் கிராமம் வரைக்கும் போக வேண்டியதிருக்கு."

"அம்மாவைப் பாத்து ரொம்ப நாளாகுது."

சில்பாவின் குரலில் வேதனை இழையோடியது.

அதை உணர்ந்துகொண்டவன்போல் பிரவீண் சொன்னான்:

"சரி, போயிட்டு வா."

காலி தம்ளருடன் சமையல் கட்டுக்கு நடக்கும்போது அவளால் கண்ணீரைக் கட்டுப்படுத்த முடியவில்லை.

அம்மா எப்படியிருக்கிறாளோ என்னமோ? கேட்கும் போதெல்லாம் 'நன்னாருக்கேம்மா' என்றுதான் சொல்கிறாள்.

"என்ன நன்னா இருக்காளோ, என்னமோ?"

கடைசியாகப் பார்க்கும்போது அம்மா ரொம்பவே தளர்ந்துபோயிருந்தாள். இன்றும் தையல் மெஷின் மிதிக்கிறாள். வேண்டாம் என்று தன்னால் சொல்லவும் இயலாத நிலை.

திருமணம் முடிந்த நான்கைந்து மாதங்களாக அம்மாவைப் பார்க்கப் போய்க்கொண்டிருந்தாள். சம்பளம் வாங்கிய முதல் ஞாயிற்றுக்கிழமைகளில். அம்மாவின் கையில் ஆயிரம் ரூபாயைத் திணித்து வைப்பாள். அம்மா அதை வாங்கிக்கொள்வதற்கு மிகவும் தயங்குவாள். திருமணமான மகளிடமிருந்து பணம் வாங்குவது முறையல்லவே?

அம்மாவைப் பார்க்கச் செல்கிற மாத இடைவெளி படிப்படியாக அதிகரித்து, இரண்டு மூன்று மாதங்களுக்கு ஒரு முறை என்றானது. சென்ற முறை அம்மாவின் கையில் ஐநூறு ரூபாயைக் கொடுக்கும்போது மனம் வெந்து நீறியது.

அம்மா மகளின் மனதைப் புரிந்துகொண்டாள்.

"எதுக்குடீ தங்கம் வருத்தப்படறே? நேக்கு ஒரு கஷ்டமுமில்லை. என் ஒருத்திக்கு இங்க வேற என்ன செலவிருக்கு?"

மகளைத் தேற்றுவதற்கான வீண் முயற்சி மட்டும்தான்.

எத்தனையோ வரன்கள் வந்தபோதும் சில்பா ஒப்புக்கொள்ள வில்லை.

"கொஞ்சகாலம் கழியட்டும்" என்றாள்.

"நான் கண்ணை மூடுறதுக்குள்ள உன்னை யாராவது நல்லவன் கையில பிடிச்சு ஒப்படைச்சிடணும். இல்லேன்னா போற வழியிலே நேக்குப் புண்ணியம் கிடைக்காமப் போயிடும்" என்றாள் அம்மா.

அம்மா திரும்பத் திரும்ப இதையே சொன்னாள். கடைசியில் ஒப்புக்கொள்ள வேண்டியதாயிற்று.

ஆர்.எஸ்.பி.யில்தான் எஞ்சினீயராக இருக்கிறான். நல்ல முக லட்ஷணம். கேட்டறிந்த வரைக்கும் நல்ல குணம் எல்லாம் சரிதான். ஆனால், அந்த வீட்டுச் சூழல்தான் மூச்சடைக்க வைத்தது. மேன்மேலும் இறுகிக்கொண்டிருந்தன, கட்டுத்திட்டங்கள்.

3

பேருந்து, சந்தையின் அருகில் நின்றது.

சந்தை மைதானம் ஆளரவமற்றுக் கிடந்தது. பல வர்ணங்களிலான பாலிதீன் பைகள் காற்றில் பறந்துத் திரிந்தன. காகிதத்துண்டுகள், வாடி வதங்கிய காய்கறிகளின் மிச்ச சொச்சங்களைத் தின்று திரியும் கால்நடைகள்.

சனியும் புதனும் சந்தை கூடும் நாட்கள். சந்தையின் எதிரிலுள்ள டீக்கடை தூங்கி வழிந்தது. சந்தை நாட்களில் கூட்டம் நிரம்பி வழியும். மற்ற நாட்களில் காலை பத்து மணிக்குள் கடைக்கு ஆட்கள் வருவது குறைந்து விடும். மேலும் கொஞ்ச நேரம் பார்த்துவிட்டு டீக்கடைக்காரன் பிரதான் கடையை மூடிவிட்டுப் போய் விடுவான். பிறகு, நான்கு மணிக்கு வந்து மீண்டும் திறப்பான்.

டீக்கடையை ஒட்டியுள்ள வெற்றிலைப் பாக்குக் கடை காலை முதல் இரவு ஒன்பது மணி வரை திறந்திருக்கும். அங்கே வெற்றிலைப் பாக்கு மட்டுமல்ல, எலுமிச்சம்பழ ஜூசும் சோடாவும் கிடைக்கும்.

சில்பாவைக் கண்டதும் பெட்டிக்கடைக்காரன் சைத்யன் தலையுயர்த்தி, வெற்றிலைக் கறைப் படிந்த பற்களைக் காட்டிச் சிரித்தபடியே கேட்டான்:

“கொஞ்ச நாட்களாகுதே இந்தப் பக்கம் வந்து?”

அவள் பதிலெதுவும் சொல்லாமல் சிரித்து வைத்தாள். பெட்டிக்கடையின் எதிர்ப்புறம் நிற்கும் வயதான சால மர நிழலில் இரண்டு சைக்கிள் ரிக்ஷாக்கள் நின்றிருந்தன. ஒன்றில் யாரோ ஒருவன் காவி நிறமுள்ள டவலால் முகத்தை மூடியபடி படுத்துத் தூங்கிக்கொண்டிருந்தான். காலுவோ, ஜக்குவோ?

பாதையோரத்தில் படர்ந்து பந்தலித்து நின்றிருந்த கரிந்தக்கரை மர நிழலில் சிறுவர்கள் விளையாடிக்கொண்டிருந்தனர்.

எட்டு, ஒன்பது வயது தோற்றமுள்ள ஒரு சிறுமி விளையாட்டைப் பார்த்தபடி நின்றிருந்தாள். அவளது முதுகில் தொங்கிய மாராப்பில் இருந்து ஒரு குழந்தை தலை நீட்டி வெளியே பார்த்துக்கொண்டிருந்தது.

எதிரில் ஆடு மேய்த்துக்கொண்டு வந்த குத்துமணி கேட்டாள்: "அடடா, இது யாரு சில்பாவா?"

"என்ன மாஜி, சௌக்கியமா இருக்கியா?"

"என்னம்மா சௌக்கியம்? அதான் பாக்குறல்லே? இந்த ஜென்மம் ஒரு முடிவுக்கு வரும்னு பாத்தா அதுவும் வரமாட்டேங்குது?"

அவள் மேலும் பேச ஆரம்பிப்பதற்குள் சில்பா வேகமாக நடக்கத் தொடங்கினாள்.

பாவம் குத்துமணி. குழந்தைகளில்லை. கணவனும் இறந்து விட்டான். கணவனின் அண்ணன் பிள்ளைகளுடன் வசித்து வருகிறாள்.

ஆடு மேய்ப்பதும், சாணி சேகரித்துக்கொண்டு வந்து வரட்டித் தட்டுவதும், வீட்டையும் முற்றத்தையும் சாணி, மண் கலவையால் மெழுகிச் சுத்தம் செய்வதும்தான் நாள் முழுவதும் அவளுக்கான பணிகள். இரண்டு வேளை சாப்பாடும், வருடத்துக்கு இரண்டு உடுப்புகளும் கிடைக்கும். கூலி கொடுக்கத் தேவையில்லாத வேலைக்காரி.

தன்னுடைய அம்மா இன்னொரு குத்துமணியாக மாறி யிருக்க வேண்டியது. பெரியப்பாவும் பெரியம்மாவும் பல முறை அழைத்தும் அம்மா போகவில்லை. சில்பாவின் திருமணம் முடிந்த பிறகு, பெரியம்மா ஒரு குறைபோல் அதைச் சொல்லவும் செய்தாள்.

"ஏதோ ஒரு ஊர்ல வாடகை வீட்டில கிடக்காம நம்ம கிராமத்துக்கே வந்துடேண்டி சாவித்ரி? இப்படி தனியா வாழணும்னு தலையெழுத்தா நோக்கு?"

அம்மா பதில் சொல்லவில்லை.

முருங்கைப் பூ வாசத்துடனான இளங்காற்று சில்பாவை வரவேற்றது. மரச்சட்டங்களைப் பிணைத்துக் கட்டிய

வெளிப்புறக் கேட்டின் முன் அவள் ஒரு நிமிடம் அப்படியே நின்றுவிட்டாள். முற்றத்தின் ஒரு ஓரத்தில் நிறைய பூவும் காயுமாக ஆடியுலைந்து நிற்கும் முருங்கை மரம். மற்றொரு மூலையில் காய்கள் குலைத்து நிற்கும் பப்பாளி மரம்.

வீட்டின் பின்புறம் கயிறு கட்டிப் படர விடப்பட்ட அவரைக்கொடிகளில் வெள்ளையும் வயலட்டும் கலந்த பூக்களும் காய்களும்.

அவள் கேட்டின் கொண்டியை நீக்கிவிட்டு உள்ளே நுழைந்தாள். வீட்டுக் கதவு தாழ்ப்பாளிட்டு பூட்டப்பட்டிருந்தது.

சில நொடிகள் அப்படியே நின்றாள். அம்மா எங்கே போயிருப்பாள்? கூப்பிட்டுச் சொல்லிவிட்டு வந்திருக்க வேண்டும்.

அவள் பக்கத்து வீட்டுக்குச் சென்றாள்.

"யாரு வந்திருக்கா, சில்பாவா? பாத்து எவ்வளவு நாளாகுது?"

"அம்மா வீட்டில இல்லையா வாசந்தியக்கா?"

"சில்பா உட்காரு. சாவித்ரி மாஜி ஸ்கூலுக்குப் போயிருக்காங்க."

"ஸ்கூலுக்கா?"

அவள் ஆச்சரியத்துடன் கேட்டாள்.

"மாஜி ஸ்கூலுக்குப் போற விஷயம் சில்பாவுக்குத் தெரியாதா?"

"எந்த ஸ்கூலுக்கு?"

"சிசு வித்யா மந்திருக்கு."

சில்பா எதுவும் பேசவில்லை.

"காலையில ஏழு மணிக்குப் போவாங்க. திரும்பி வரும்போது மதியம் ரெண்டு மணியாயிடும்."

"இன்னைக்கு ஞாயிற்றுக்கிழமை இல்லையா?"

"நாளைக்கு சரஸ்வதி பூஜையிருக்கே? கழுவவோ துடைக்கவோ போயிருக்கலாம்."

சரோஜினி உண்ணித்தான் | 21

கடவுளே, எப்படி வாழ்ந்துண்டிருந்த என் அம்மா!

சில்பா மனதுக்குள் சொல்லிக்கொண்டாள்.

வாசந்தியக்கா சொன்னாள்:

"ஆயா வேலையாக இருந்தால்தான் என்ன? மாசம் எழுநூறு ரூபா கிடைக்குதே? இப்ப, தையல் வேலைகள் எல்லாம் முன்ன மாதிரியில்லை. ரெடிமேட் காலமில்லையா? அது சரி, சில்பா தனியாவா வந்தே?" வாசந்தியக்கா வெளியே எட்டிப் பார்த்தாள்.

"ஆமா."

"ஏறி உட்காரு சில்பா, மாஜி வரட்டும்."

"ஏய் ஸொத்யோ..."

பாதையில் சைக்கிளில் செல்லும் ஒரு பையனை அழைத்தாள் வாசந்தி.

அவன் சைக்கிளை நிறுத்தி, காலைத் தரையில் ஊன்றினான்.

"என்னக்கா?"

"வித்யா மந்திர்ல சாவித்ரி மாஜி இருப்பாங்க. அவங்ககிட்ட சில்பா வந்திருக்காங் கன்னு சொல்லிடேன்."

அவன் உள்ளே எட்டிப் பார்த்துச் சிரித்துவிட்டு, சைக்கிளை வேகமாக மிதித்தான்.

"சில்பா உள்ள ஏறி உட்காந்துக்க. எனக்கு சமையல் கட்டுல கொஞ்சம் வேலை இருக்கு."

"வாசந்தியக்கா வேலையைப் பாருங்க. நான் அங்க இருக்கேன்."

வாசந்தி சமையல் கட்டை நோக்கித் திரும்பினாள்.

சில்பா எழுந்து தனது வீட்டுக்குச் சென்றாள்.

திண்ணையிலுள்ள திண்டில் டவலை விரித்துக் கால்களை நீட்டி உட்கார்ந்தாள்.

அம்மா நர்சரி ஸ்கூலில் ஆயா. கழுவுகிற, துடைக்கிற வேலைகள் மட்டுமல்ல! குழந்தைகள் படிக்கிற பள்ளிக்கூடம். வகுப்பறைக்குள் அவர்கள் மலஜலம் கழிக்கவும் கூடும்.

வாந்தியெடுப்பார்கள். எல்லாவற்றையும் சுத்தம் செய்வது ஆயாவின் வேலைதான்.

வீட்டில்கூட அதுபோன்ற வேலைகள் செய்து அம்மாவுக்குப் பழக்கமில்லை. குவாட்டர்சைவிட்டு கிராமத்தில் குடியேறுவதுவரைக்கும் அம்மாவுக்கு உதவியாக வேலைக்காரி இருந்தாள். கடைசியாக இருந்தவள் சம்பா மாஜி. காதில் இலைத் தொங்கட்டான்களும் வெள்ளிக்கம்மல்களும் கையில் கனத்த வெள்ளிக்காப்புகளும் அணிந்திருப்பாள். மூக்கில் முத்துக்கள் பதித்த தங்க மூக்குத்தி. எப்போதும் அடர் நிறமுள்ள சம்பல்புரி சேலைதான் உடுத்துவாள். ஜாக்கெட் அணிய மாட்டாள்.

குழந்தையில்லாத சம்பா மாஜிக்குக் குழந்தைகள் என்றால் மிகவும் பிரியம். வேலைக்கு வரும்போதெல்லாம் அக்காவுக்கும் தனக்கும் கொய்யாவோ பேரிக்காவோ கொண்டுவந்து தருவாள். சம்பா மாஜியின் புருஷனுக்குத் தோட்ட வேலை.

அப்பா இறந்த பிறகு பெரியப்பா தன்னையும் அக்காவையும் கிராமத்துக்கு அழைத்துக்கொண்டு போனார். அன்று அக்கம் பக்கங்களில் உள்ளவர்கள் வேதனையுடன் தங்களை வழியனுப்ப வந்திருந்தார்கள். இதில் மிகவும் மனம் வருந்தியவள் சம்பா மாஜிதான். தன்னையும் அக்காவையும் கட்டிப்பிடித்தபடி வாய் விட்டழுதாள்.

அம்மா அவளுக்குப் பழைய சேலைகளும் பாத்திரங்களும் கொடுத்தாள். அதற்குப் பிறகு சம்பா மாஜியைப் பார்க்க முடியவில்லை. மாஜியின் புருஷன் இறந்துவிட்டதாகவும் மாஜி தன்னுடைய கிராமத்துக்குப் போய்விட்டதாகவும் பிறகுதான் தெரிய வந்தது. கிராமத்தில் மாஜியின் நிலைமை இப்போது எப்படியோ? பாவம், மாஜியும் இன்னொரு குத்துமணியாக மாறியிருக்கக்கூடும்.

அப்பா இறந்த பிறகு அம்மா கிராமத்துக்குத் திரும்பியது சுயவிருப்பத்துடன் அல்ல! அம்மா பிறந்தது, வளர்ந்தது எல்லாமே ராவுர்கேலாவில்தான். தாத்தாவுக்கு ஸ்டீல் பிளான்டில் வேலை. கிராமத்து வாழ்க்கையுடன் இணங்கிப்போவது அம்மாவுக்கு சிரமமாகவே இருந்தது.

கிராமத்துக்குச் செல்வதை அம்மா விரும்பாததற்கு முக்கிய காரணம், பிள்ளைகளின் படிப்பு. இரண்டு மகள்களையும் நல்ல

பள்ளிக்கூடத்தில் சேர்த்துப் படிக்கவைக்க வேண்டுமென்று அம்மா மிகவும் ஆசைப்பட்டாள். அக்கா அப்போது பதினொன்றாம் வகுப்பிலும் சில்பா ஒன்பதாம் வகுப்பிலும் படித்துக்கொண்டிருந்தார்கள். அப்பா இறந்த பிறகு, பெரியப்பா சொல்வதைக் கேட்டாக வேண்டும். கிராமத்து வீட்டுக்கும் பள்ளிக்கூடத்துக்கும் இரண்டு கிலோ மீட்டருக்கும் அதிகம் தூரமிருந்தது. கிராமத்து வாழ்க்கையும் பள்ளிப்படிப்பும் அக்காவுக்கும் சில்பாவுக்கும் வேதனை தரும் அனுபவமாக மாறியது. தரையில் விழுந்த மீனின் நிலைமை.

அக்கா பன்னிரண்டாம் வகுப்பில் தோல்வியடைந்தாள்.

“படிச்ச வரைக்கும் போதும்” என்றார் பெரியப்பா.

அம்மா அழுதாள். அம்மாவால் செய்ய முடிந்தது இது மட்டும்தான்.

“ரெண்டுமே பெண் பிள்ளைகள். மறந்துடாதே! ஒண்ணாவது கரை சேரட்டும்.” பெரியப்பா சொன்னதைப் பெரியம்மாவும் வழிமொழிந்தாள்.

வைதிகக் கர்மங்கள் செய்து வாழ்க்கையை நகர்த்தும் குடும்பத்திலுள்ள ஒரு வரன் உறுதி செய்யப்பட்டது. அக்காவின் ஒப்புதலை யாரும் எதிர்பார்க்கவில்லை.

சிறுவயதிலேயே அக்காவின் சீமந்த ரேகையில் செந்தூரம் படிந்தது.

மூத்த மகளின் கல்யாண வைபவங்களை அம்மா தொலைவில் நின்று பார்த்தாள். ஆச்சாரமான பிராமண குடும்பத்தில் பிறந்து, விதவையான ஒரு பெண்ணால் இதைத்தான் செய்ய முடியும்.

அக்காவின் நிலைமைதான் சில்பாவுக்கும். ஆனால், அவள் பிடிவாதமாக நின்றாள். ஒரு நாள் அம்மாவிடம் அவள் இரகசியமாகச் சொன்னாள்:

“அம்மா நாம அங்கயே போயிடலாம்மா?”

“எங்க?”

“ராவுர்கேலாவுக்குத்தான். அங்க எங்கயாவது ஒரு வீட்டை வாடகைக்குப் பிடிச்சுத் தங்கிக்கலாம்.”

அம்மா ஒப்புக்கொண்டாள்.

பன்னிரண்டாம் வகுப்பு பரீட்சை நடக்கும்போது ஒருநாள் சாயங்காலம், மேனோன் அங்கிளிடம் சில்பா சொன்னாள்.

“வாடகைக்கு ஒரு வீடு பாத்துத் தாங்க அங்கிள்.”

“பாக்குறேன். நீ ஒரு ரெண்டு நாள் கழிச்சு என்னை வந்துப் பார்.”

பார்த்தாள்.

“தீர்வாணியில ஒரு வீடிருக்கு. வாடகைக் கொஞ்சம் அதிகம்தான். மூணு மாச வாடகையை முன்பணமாக் கொடுக்க வேண்டியதிருக்கும். அப்புறம் இன்னொரு வீடிருக்கு. செக்டர் ஒண்ணுல. சீப் டைப் வீடு. வாடகைக் குறைவா இருக்கும்.”

“அதுபோதும் அங்கிள்.”

“சீப் டைப் வீடுகளை நீ பாத்திருக்கிறியா? வசதிகளெல்லாம் ரொம்பக் குறைவாக இருக்கும். சுற்றிலும் வசிக்கிறவங்க கிளாஸ் ஃபோர் ஸ்டாஃப்களும் அவங்க குடும்பங்களும்.”

“பரவால்லை அங்கிள்.”

மேனோன் அங்கிளின் டிபார்ட்மெண்டிலுள்ள ஒரு கலாசியின் குவாட்டர்ஸ். அவர் கிராமத்து வீட்டில் தங்கி யிருக்கிறார். நல்லதுதான். வீட்டைச் சீக்கிரமாகக் காலி செய்ய சொல்லமாட்டார்.

பெரியப்பாவிடம் கேட்டபோது மறுத்துவிட்டார்.

“இந்தாத்துல உள்ள கைந்தலையும் பொண்ணும் பட்டணத்தில, வாடகை வீட்டுல தனியாக இருக்கிறதா? அகங்காரம்.”

சில்பா எதையும் கேட்டதாகவே பாவிக்கவில்லை.

ஒரே ஒரு இலட்சியம்தான் அவள் முன் இருந்தது. படிக்க வேண்டும். வேலை பார்க்க வேண்டும். அம்மாவின் கஷ்டங்களுக்கு ஒரு முடிவு கட்டியாக வேண்டும்.

ஆனால்....

“சில்பா...”

சில்பா தலை உயர்த்தினாள். எதிரில் அம்மா... வேர்வை வடிய சோர்ந்துபோய் நிற்கும் அம்மாவை அவள் இமை கொட்டாமல் பார்த்தாள். அவளது கண்கள் நிரம்பின.

4

பிரஹ்ம முகூர்த்தத்தில் கண் விழித்தாள் சில்பா. முதலில், கல் கரியடுப்பைப் பற்றவைக்க வேண்டும் என்ற நினைப்புதான் வந்தது. அவள் எழுந்து உட்கார்ந்து சுற்றுமுற்றும் பார்த்தாள். பக்கத்து கட்டிலில் அம்மா படுத்திருந்தாள்.

"என்னம்மா சில்பா?"

"பாத்ரூம் போயிண்டு வரேம்மா."

அவள் எழுந்து வாசலைத் திறந்தாள். குளிர்ந்தக் காற்று வீட்டுக்குள் வீசியடித்தது. மகள் வராந்தாவில் இறங்கியதும் அம்மாவும் எழுந்து வந்தாள்.

"அம்மா எதுக்கு இந்தக் குளிர்ல வர்றேள்? போய்ப் படுத்துக்குங்கோ."

"நான் இங்க நின்னுக்குறேன். நீ போயிட்டு வாம்மா."

"நேக்கொண்ணும் பயமில்லை. நான் இங்கிருந்து போனவதானே?"

"அந்தக் காலமெல்லாம் போயிடுத்தும்மா."

அம்மா வாசலில் நின்றுகொண்டாள்.

நீளமான ஒரே ஒரு அறையுள்ள வீடு. பின்புறமிருக்கும் திறந்த வராந்தாவின் மூலையில் குளியலறையும் கக்கூசும். இன்னொரு மூலையில் சமையல் கட்டு. இந்த நகர்ப் பகுதியில் நானூறு ரூபாய்க்கு இதை விடவும் வசதியான வீடு வேறு எங்கே கிடைக்கப்போகிறது? வீட்டுரிமையாளருக்கு ஓய்வு பெறும் வயதாகிவிட்டது. வீட்டைக் காலி செய்துதான் ஆக வேண்டும். பிறகு எங்கே போவது?

எதுவாயினும் இனி கிராமத்துக்குப் போவதாக இல்லை. இனி அங்கே என்ன உரிமையிருக்கிறது?

"தேவையில்லாம எதுக்கும்மா குளிர்ல நின்னுட்டிருக்கேள்?"

குளியலறையில் இருந்து வெளியே வந்த சில்பா கேட்டாள்.

அம்மா பதில் சொல்லவில்லை. மகள் உள்ளே வந்ததும் வாசலை அடைத்துத் தாழிட்டாள்.

"படுத்துக்கோம்மா சில்பா."

சில்பா படுக்கவில்லை. வெறுமனே கட்டிலில் உட்கார்ந்திருந்தாள்.

"அங்க இந்நேரத்துக்கெல்லாம் எழுந்துடுவதானே?"

"உம்."

"ஒத்தாசைக்குக் கூடமாட யாராவது...?"

அவள் பதில் சொல்லவில்லை.

"காலையில வேலை ரொம்ப அதிகமாக இருக்குமோ?"

"உம்."

"பொம்மனாட்டியா பிறந்துட்டாலே இப்படித்தாம்மா! படிச்சவாளா இருந்தாலும் சரி, உத்யோகம் பாக்குறவாளா இருந்தாலும் சரி. அந்தப் பாரத்தையும் சேத்துச் சுமக்கணுங்கிறதைத் தவிர எந்தப் பிரயோஜனமும் கிடையாது."

சில்பா அதற்கும் பதில் சொல்லவில்லை.

"எப்படியெல்லாம் வளத்துருப்பேன்."

அம்மா தனக்குத்தானே சொல்லிக்கொண்டாள்.

சில்பாவுக்குச் சொல்வதற்கு எதுவுமில்லை. அக்காவின் நிலைமை தனக்கும் வந்து விடக்கூடாதென்பதுதான் அம்மாவின் ஆசையாக இருந்தது. அதனால்தான் தாக்கீதுகளையும் எச்சரிக்கைகளையும் கண்டுகொள்ளாமல் அம்மா தனக்கு ஆதரவாக உறுதியுடன் நின்றாள்.

பன்னிரெண்டாம் வகுப்பில் நல்ல மதிப்பெண்களுடன் தேர்வானதை அறிந்த பெரியப்பா சொன்னார்:

"ஒரு பொம்மனாட்டிக்கு இந்தப் படிப்பே அதிகம். காலாகாலத்துலே எவன் கையிலாவது பிடிச்சி ஒப்படைக்கப் பார்."

சொன்னதுடன் நிற்காமல் வரன் தேடவும் ஆரம்பித்து விட்டார் பெரியப்பா.

"அவ படிக்கட்டும். என் உடம்பு ஆரோக்கியமா இருக்குற வரைக்கும் எம் மக படிப்பாள்."

அன்றுவரை அழவும் கீழ்ப்படியவும் மட்டுமே பழகியிருந்த அம்மாவின் தாய்மைக் குணம் தலை தூக்கியது.

இங்கே, இந்த வீட்டிலிருந்த ஒரே ஒரு அறைக்குள் அம்மாவின் தையல் மெஷின் இரவு பகல் பாராமல் ஓடிக்கொண்டிருந்தது.

முதலில் எல்லாம் அந்தச் சத்தம் படிப்புக்கு இடையூறாக இருப்பதாக சில்பாவுக்குத் தோன்றியது. பிறகு, அதுவே இராக ஆலாபனையாக மாறி, மெஷின் சத்தம் இல்லாமல் படிக்க இயலாதுபோல் தோன்றியது. அம்மாவின் கஷ்டங்களைப் புரிந்து கொண்டிருந்தாலும் அவளால் எந்த வகையிலும் அம்மாவுக்கு உதவி செய்ய இயலாமல் போனது.

படித்துப் பட்டம் பெற்றபோது ஆறுதலாக இருந்தது. உடனடியாக ஏதேனும் வேலையில் சேர்ந்தாக வேண்டும்.

என்ன வேலை? அப்படியென்றால் தன்னுடைய கனவுகள்?

சில்பாவின் மனதை அம்மா புரிந்துகொண்டாள்.

"நீ மேலும் படிக்கணும்மா. குறைஞ்சது பிஎட்.டாவது படிக்கணும். எம் மக சின்ன உத்யோகத்துக்கு எல்லாம் போக வேண்டாம்."

ஆனால்... அதற்கான வழி? அப்பா இறந்தபோது கம்பெனி யிலிருந்து கிடைத்த பணத்தில் பெருமளவும் அக்காவின் திருமணத்துக்குச் செலவாகிவிட்டது. மிச்சமிருந்த பணம் தன்னுடைய படிப்புக்கும். அம்மா இரவு பகலாக உழைக்கும் பணத்தை வைத்து வீட்டுச்செலவையும் வாடகையையும் சமாளிப்பதே பெரும்பாடாக இருக்கிறது.

அப்போதுதான் ராவ் அங்கிள் கேட்டார்:

"சில்பா, நந்துவுக்கும் ராகுலுக்கும் கொஞ்சம் டியூஷன் சொல்லிக்கொடேன்?"

ஒரு புதிய வழி திறந்தது. நந்துவையும் ராகுலையும் தொடர்ந்து மேலும் சில மாணவர்கள் வர ஆரம்பித்தனர்.

டியூஷன் உதவியுடன் ஈவினிங் காலேஜில் எம்.ஏ. படித்தாள். பிறகு, பி.எட். கல்லூரிப் பேராசிரியை ஆக வேண்டும் என்பது சில்பாவின் கனவு. தற்போதைக்கு ஏதாவது தனியார் பள்ளியில் வேலைக்குச் சேர்ந்தாக வேண்டும்.

மேனோன் அங்கிளின் முயற்சியில் டிசூஸா பள்ளியில் வேலை கிடைத்தது. அப்போது ஆர்.எஸ்.பி.யில் ஆசிரியர்கள் நியமனம் நடப்பதாக அறிந்து அதற்கும் விண்ணப்பித்தாள். வேலை கிடைத்தது. ஒரு ஊன்றுகோல்.

"அம்மா இனிமேல் தைக்கிறதை நிறுத்திடுங்கோ" என்றாள்.

"நம்மை இந்த இடம் வரைக்கும் கொண்டுவந்து சேர்த்ததே இந்த தையல் மெஷின் தானேம்மா?" என்றாள் அம்மா.

"அம்மாவோட உடல்நிலைக்காகத்தான் சொல்றேன்."

"அம்மாவுக்குச் செய்து தீர்க்க வேண்டிய இன்னொரு கடமை பாக்கியிருக்கும்மா? உன்னை நல்லவனாப் பாத்து ஒருத்தன் கையில ஒப்படைக்க வேண்டிய கடமை."

"அதையெல்லாம் பிறகு பாத்துக்கலாம்மா. முதல்ல நாம வாடகை வீட்டிலிருந்து மாறணும்."

குவாட்டர்சுக்கு விண்ணப்பித்தாள். தனக்கான முறை வருவது வரைக்கும் காத்திருக்க வேண்டும். அப்போதுதான் பிரவீண் குமார் சத்பதியின் திருமண ஆலோசனையுடன் மேனோன் அங்கிள் வந்தார்.

ஆர்.எஸ்.பி.யில் எஞ்சினியராக வேலை பார்க்கிறான். தோற்றத்தில் மட்டுமல்ல, குணத்திலும் நல்லவன்தான் என்று உறுதியாகச் சொன்னார் மேனோன் அங்கிள்.

அம்மாவுக்குப் பிடித்துப்போனதால் சில்பாவால் மறுக்க முடியவில்லை. முதல் பார்வையிலேயே அவளுக்கும் பிடித்துப்போனது என்பதுதான் உண்மை.

"நீ எதுக்கும்மா உட்காந்திண்டிருக்கே? சித்த நாழி கூட படுத்துக்கவேன்" என்றாள் அம்மா.

"பொழுது விடியற நேரமாயிடுத்து. கோயிலுக்குப் போய் பகவானை சேவிக்கணும். காலையிலேயே ஆத்துக்குத் திரும்பவும் வேணும்."

“நாளைக்குப் போகலாம்மா சில்பா. எவ்வளவு நாளைக்குப் பிறகு வந்திருக்கே?”

“இன்னைக்கே திரும்பிடுவேன்னு சொல்லிண்டு வந்திருக்கேன்.”

அம்மாவுடன் சில நாட்கள் தங்கியிருக்கும் ஆர்வம் அவளுக்கும் இருந்தது. ஆனால், வேலை, அங்குள்ள சூழ்நிலைகள்.

பிரவீணின் தம்பியும் அண்ணா பிள்ளைகளும் சில்பாவுடன் இருக்கிறார்கள். தம்பி ஜகன், பொறியியல் கல்லூரியில் நான்காமாண்டு படிக்கிறான். பூபேன், ராவுர்கேலா இன்ஸ்டிட்யூட் ஆஃப் டெக்னாலஜியில் இரண்டாமாண்டு. இளையவன் நரேன், கல்லூரிப் படிப்பு முதலாமாண்டு. அங்கிருந்து ஒரு நாள்கூட அவளால் விலகியிருக்க இயலாது. அம்மாவை அழைத்தால் வரமறுக்கிறாள். என்றாவது ஒருநாள் வந்தால், அன்றே திரும்பி விடவும் செய்வாள். ஒருநேர உணவுகூட அங்கே சாப்பிட மாட்டாள். ஒரு டீ குடித்தால் அதற்கான விலையாக ஒரு தொகையை மேசைமீது வைத்துவிட்டுப் போவாள். என்னென்ன அனாச்சாரங்கள்.

சில்பாவுடன் மாமி மட்டுமே தங்கியிருக்க முடியும். ஆனால், இப்போதைய சூழ்நிலையை மாமி பார்த்தால் பொங்கிவிடுவாள். அப்படியே வந்து தங்கினாலும்... முன்பு, ஒரு மாதம் அனுபவித்த துயரங்களை அவளால் மறந்துவிட முடியவில்லை.

திருமணம் முடிந்த சில்பா முதலில் கிராமத்திலுள்ள வீட்டுக்குத்தான் வந்தாள். ஒரு வாரத்துக்குப் பிறகு இங்கே வரும்போது கூடவே மாமியும் வந்தாள். முதலில் தனக்கும் அது மகிழ்ச்சியாகவே இருந்தது. ஆனால், அந்த மகிழ்ச்சி நீடிக்கவில்லை.

தொட்டதற்கும் பிடித்ததற்கும் குற்றம் சொன்னாள். சில்பாவுக்கு சமையல் கட்டில் அனுபவமும் இல்லை. பள்ளிக்கூட வேலையையும் வீட்டு வேலையையும் சமாளிப்பதற்குள் போதும் போதும் என்றானது. வேலைகள் முடிந்து படுக்கும்போது ஒரு அழைப்பு வரும்.

“சில்பா!”

எதற்கென்று அவளுக்குத் தெரியும். கால் அமுக்கிவிடுவதற்கு. வயதானவள். கை கால்களில் உளைச்சல் இருக்கும். அமுக்கி விடும்போது சற்று இதமாக இருக்கும். செய்ய வேண்டியது தன்னுடைய கடமையும்தான். ஆனால், தூங்குவதுவரை அமுக்கி விட்டாக வேண்டும். தூக்கம் அவ்வளவு எளிதில் வராது.

அந்த நேரங்களில்தான் மாமி பழங்கதைகளின் கட்டை அவிழ்ப்பாள். முதலில் எல்லாம் அவள் அவற்றைக் கவனமாகவே கேட்டாள். அதிலுள்ள பல கதைகளை மீண்டும் மீண்டும் சொல்லக் கேட்டபோது சலிப்பு உருவானது. தூக்கம் சில்பாவின் கண்ணிமைகளை வருடிக்கொண்டிருக்கும்.

சில நேரங்களில் பிரவீணின் அழைப்பும் பாதுகாத்திருக்கிறது.

"சில்பா கொஞ்சம் இங்க வந்துட்டுப்போயேன்."

"நீ போம்மா. அவன் கூப்பிடறான்."

ஒரு மாதத்துக்குப் பிறகு மாமி கிராமத்துக்குப் போய் விட்டாள். பிறகு, அதிகமாக வந்து தங்குவதில்லை. சம்பளம் கிடைத்த அடுத்த ஞாயிற்றுக்கிழமை பிரவீண் கிராமத்துக்குப் போவான். இல்லையென்றால் மாமி இங்கு வருவாள்.

"சில்பா இதைக் குடிம்மா. குமட்டலுக்கு நல்லது."

அம்மா எலுமிச்சைச் சாறு கலந்த, கறுப்புத்தேநீரைக் கையில் கொடுத்தாள்.

சில்பா அப்போது அப்பாவை நினைத்துப் பார்த்தாள். அதிகாலையில் நடக்கப் போய்விட்டுத் திரும்பி வந்ததும் அப்பாவுக்கு ஒரு தம்ளர் கறுப்புத்தேநீர் தேவை. அதிகமாக டிகாக்ஷன் கலக்காத, நல்ல இனிப்புள்ள கறுப்புத்தேநீர். அம்மா எலுமிச்சம் பழத்தின் சிறு துண்டை தட்டில் வைத்திருப்பாள்.

"காலையில சாப்பிடறதுக்கு என்னம்மா வேணும்? உனக்குப் கிச்சடிப் பிடிக்குமே, வைக்கட்டுமா?"

"எதுன்னாலும் போதும்மா."

"சில்பா, பிரவீணைக் கூப்பிட்டு நாளைக்கு வர்றேனு சொல்லிடு. நாளைக்கு நானும் கூட வரேன். இந்த நிலைமையில நீ தனியாப் போக வேண்டாம். தலைச் சுற்றலோ ஏதாவது வந்தால்?"

"அதெல்லாம் ஒண்ணும் வராது. அம்மா வர்றதா இருந்தால் வாங்கோ. வந்தா ஒரு வாரமாவது தங்கியிருக்கணும். அப்படின்னா மட்டும் வாங்கோ."

"சில்பா... அது..."

"இந்தக் காலத்திலயும் எதுக்கும்மா ஆச்சாரங்களைச் சுமந்துட்டுத் திரியறேள்?"

"அதுக்காக இல்லைம்மா, பள்ளிக்கூட வேலைகள்...?"
சில்பாவால் மேற்கொண்டு எதுவும் பேச இயலாமல் போனது.

ஆயா வேலையாக இருந்தாலும் 'அதை விட்டுடுங்க' என்று சொல்வதற்கான திராணி தனக்கில்லை. அவள் வாசலைத் திறந்து சேலைத் தலைப்பை இழுத்துப் போர்த்திக்கொண்டு அரைச் சுவரில் உட்கார்ந்தாள். பொழுது விடிய ஆரம்பித்தது. இளங் குளிருடன் காற்று வீசியது. அதன் சுகத்தில் இன்னும் கொஞ்சம் உடலை ஒடுக்கிக்கொண்டாள்.

5

பஸ் நான்கு ரோட்டில் நின்றது. சில்பா இறங்கினாள்.

நான்கு திசைகளிலும் வாகனங்களின் அணிவகுப்பு. வட்டமான திட்டில், சிக்னல் தூணின் அருகிலிருந்து வளைந்தும் திரும்பியும் கைகளால் சிக்னல் காட்டும் பெண் டிராஃபிக் போலீஸ். ஒடிசாவின் புதிய மாற்றங்கள்.

அதை ரசிக்கும் மனோநிலையில் அவள் இல்லை. எப்படியாவது இந்தச் சிடுக்கில் இருந்து வெளிவர வேண்டும். ஆட்டோ ஸ்டாண்டில் இரண்டு மூன்று ஆட்டோக்கள் நின்றிருந்தன. வாகனங்களின் இடையினூடே நுழைந்து ஆட்டோவின் அருகில் சென்றாள். சில்பாவைக் கண்டதும் கணேஷ் ஆட்டோ முன்னால் நகர்ந்து வந்தது. அவள் ஏறி உட்கார்ந்தாள்.

"எங்க போயிட்டு வர்றீங்க?"

ஆட்டோக்காரனின் கேள்வி அவளுக்குப் பிடிக்கவில்லை. இருந்தாலும் பதில் சொன்னாள்:

"அம்மாவைப் பார்க்க."

கணேஷின் ஆட்டோவில் அவள் பலமுறை ஏறியிருக்கிறாள். கொஞ்சம் அதிகமாகப் பேசுவான் என்றாலும் அப்பாவி.

ஆட்டோவிலிருந்து இறங்கிய சில்பா, கேட்டின் தாழை விலக்கும்போது திடுக்கிட்டாள். வராந்தாவில் மாமி நின்றிருந்தாள். கூடவே, அத்திம்பேரின் மகள் லோபா.

சில்பா அவசர அவசரமாக சேலைத் தலைப்பை இழுத்து தலையை மறைத்துக்கொண்டாள். மாமியாரின் காலைத் தொட்டு வணங்கிவிட்டுக் கேட்டாள்.

"அம்மா எப்ப வந்தீங்கோ?"

"நாங்களா? முந்தா நாள் ராத்திரி வந்தோம்."

மாமியின் சொற்களில் இறுக்கம் தொனித்தது.

சில்பா அதே வேகத்துடன் வீட்டுக்குள் சென்றாள். ஹேண்ட் பேக்கை படுக்கையறை மேஜையில் வைத்து, கைகால்களைக் கழுவிவிட்டு சமையல் கட்டுக்குச் சென்றாள்.

சமையல் கட்டில், பிரவீண் சப்பாத்தித் தட்டிக்கொடுக்க, பூபேன் சுட்டுக் கொண்டிருந்தான்.

"இனி நான் பாத்துக்குறேன். நீங்க ரெண்டு பேரும் சீக்கிரமாத் தயாராகுங்கோ."

அவள் கணவன் கையிலிருந்த பூரிக்கட்டையை வாங்கினாள்.

"ஒரு நாள் லீவுக்கே அம்மாவைப் பாக்கப் போயிட்டாள். இங்க இருக்குறவாளுக்கு வருஷத்துக்கொரு தடவைகூட ஆத்துக்குப் போக முடியலை. அவளைச் சொல்லி எதுக்கு? என் பிள்ளையாண்டானைச் சொல்லணும். இப்படியுமா இருப்பான் ஒரு பொண்டாட்டிதாசன்?" மாமியின் சொற்கள் சூலமாக மாறி காதுகளைத் துளைத்துக்கொண்டிருந்தன. சில்பா பதில் எதுவும் சொல்லாமல் வேலைகளின் மும்முரமாக இருந்தாள்.

கோள்சக்ரம் நிறுத்தத்தில் ஒன்பதரைக்குப் போய்ச் சேர்ந்தால் பஸ் கிடைக்கும். பள்ளிக்கூடத்தின் முன்னால் இறங்கி விடலாம். அதைவிட்டால் பிறகு நடந்துதான் போக முடியும். அல்லது ஆட்டோவில் போக வேண்டும். தினமும் ஆட்டோவில் சென்றால் கட்டுப்படியாகாது.

சரோஜினி உண்ணித்தான் | 33

திடீரென்று அவளுக்குக் குமட்டிக்கொண்டு வந்தது. சமையல் கட்டில் வறுத்தக் கருவாட்டின் நெடி. அவள் முற்றத்தை நோக்கி ஓடினாள்.

"ம்...?" பின்னால் மாமியின் குரல்.

அவள் முற்றத்திலுள்ள குழாயில் முகத்தையும் வாயையும் கழுவிவிட்டு வேகமாக வீட்டுக்குள் வந்தாள். உடல் முழுவதும் ஒரு சோர்வு. அதைப் பொருட்படுத்தாமல் சப்பாத்தியைச் சுட்டு டிஃபன் பாக்சில் நிரப்பினாள். சோறும் பருப்புக்கூட்டும் வறுத்தக் கருவாடும் எடுத்து சாப்பாட்டு மேஜையில் வைத்தாள்.

பிரவீண் சொன்னான்: "சீக்கிரமாக ரெடியானால் ஸ்கூல்ல விட்டுடறேன்."

"நீயும் போறியா? இன்னைக்கு உனக்கு லீவில்லையோ?"

"இல்லை. ஓர்க்கிங் டேதான். கையெழுத்துப் போடணும்" என்றான் பிரவீண்.

சில்பா வேகவேகமாக எச்சில் பாத்திரங்களை எடுத்து குழாயடியில் கொண்டுவந்து வைத்தாள். திரும்பவும் குமட்டியது.

அவள் வாயைப் பொத்திக்கொண்டு வெளியே ஓடினாள்.

"நல்லா வேணும்."

இதைச் சொல்லிவிட்டு மாமி உள்திண்ணைக்குச் சென்றாள்.

கைக் கழுவி, உடைகளை மாற்றிவிட்டு கணவனுடன் செல்வதற்காக இறங்கிய சில்பா மாமியிடம் சொன்னாள்: "நான் சீக்கிரமாக வந்துடறேன்."

அதை அவள் கேட்டதாகவே பாவிக்கவில்லை.

ஸ்கூட்டரின் பின்னால் இருக்கும்போது சில்பா யோசித்தாள். மாமியின் இந்த வருகை எதற்காக? மகன் வரவில்லை என்றால்தான் அம்மா வருவாள். ஆனால், இப்போது மகனுடன் வந்திருக்கிறாள். வாந்தியெடுத்த தகவலை ஒருவேளை அம்மாவிடம் சொல்லியிருப்பாரோ?

"அம்மா வந்திருக்காங்கன்னு ஏன் சொல்லலை? தெரி... சிருந்தா நேற்றைக்கே வந்திருப்பனே?"

அவள் கணவனைக் குறைப்பட்டுக்கொண்டாள்.

"அதனாலதான் சொல்லலை. ஒரு நாளாவது ரெஸ்ட் எடுக்கட்டுமேன்னுதான்." சில்பாவைப் பள்ளிக்கூடத்தின்முன் இறக்கிவிட்டுச் சென்றான்.

மணியடித்தது.

"இன்னைக்கு என்ன மிஸ்டர் சத்பதிக்கு லீவா?" ஸ்ரீதேவி நாயர் கேட்டார்.

"இல்லை. இன்னைக்கு டவுண்ஷிப்ல வேலை. பத்து நிமிஷம் லேட்டா போனாலும் பிரச்சினையில்லை."

"சில்பா முகத்தில களைப்புத் தெரியுதே?"

"ஒண்ணுமில்லையே? ஆன்டிக்கு அப்படி தெரியுதா இருக்கும்."

"ஏன் பொய் சொல்றே? மாமி வந்திருக்காங்களா?"

"ஆமா."

"அப்ப, அதுதான்."

"அய்யோ, இல்லை ஆன்டி. எனக்கு என்னமோ சோர்வா இருக்கு. சாப்பாட்டுல விருப்பமில்லாம."

"குமட்டிட்டு வருதா?"

"ஆமா."

"குட் நியூஸ்தான். சந்தேகமில்லை. எதுக்கும் டாக்டரைப் போய்ப் பாத்துடு."

அவள் பதில் சொல்லவில்லை. கண்கள் நிரம்பின.

"சந்தோஷப்பட வேண்டிய நேரத்துல என்ன இது?"

"அவரோட அம்மாவுக்குத் தெரிஞ்சா..."

"தெரிஞ்சா என்ன? கல்யாணம் முடிஞ்சு ஒரு வருஷத்துக்கு மேல ஆயிடுச்சே?"

"அது வந்து..."

அவளது குரல் இடறியது.

சில்பா, ஸ்ரீதேவி நாயரிடம் மனம் திறந்து பேசினாள்.

"குடும்பப் பொறுப்புகளை எல்லாம் நிறைவேற்றின பிறகு குழந்தைப் பெத்தா போதும்னா, சில்பா கிழவியாயிடுவே. சரி, விடு, உன் ஆத்துக்காரர் என்ன சொல்றார்?"

"அவருக்கு இந்த விஷயமே இன்னும் தெரியாது."

"தெரியாதா? அதை முதல்ல தெரிஞ்சுக்க வேண்டியவர் அவரில்லையா?"

சில்பா பதில் சொல்லவில்லை.

பூஜைக்கான மணியடித்தது. இருவரும் பூஜை அரங்குக்குச் சென்றார்கள்.

அழகாக அலங்காரம் செய்யப்பட்ட மேடையில் மந்தஹாசப் புன்னகையுடன் வீற்றிருக்கும் தேவி விக்ரகம். பூசாரி மந்திர உச்சாடனங்களுடன் பூஜை நடத்துகிறார். பக்கத்தில் எஜமான்போல் சம்மணமிட்டு அமர்ந்திருந்தார் ஆச்சார்யா சார்.

ஆசிரியர்களும் மாணவர்களும் பூஜை முடிவதுவரைக்கும் கைகூப்பி நின்றிருந்தார்கள். பூஜை முடிந்ததும் கையில் கிடைத்த பிரசாதங்களைச் சுவைத்தபடி இளவயது மாணவர்கள் பிரிந்தார்கள். சில பெரிய மாணவர்கள் மட்டும் அங்கேயே நின்றிருந்தார்கள்.

சில்பா பூந்தியும் தேங்காய் துணுக்குகளும் சேர்த்த பிரசாதத்தை ஒரு காகிதத்தில் மடித்து ஹேண்ட் பேக்கில் வைத்தாள்.

ஆசிரியர்களும் மாணவர்களும் சேர்ந்து சரஸ்வதி விக்ரகத்தை மேடையிலிருந்து இறக்கி பள்ளிக்கூடத்தின் முன் அலங்காரம் செய்து நிறுத்தப்பட்ட டிரக்கில் ஏற்றினார்கள்.

"சரஸ்வதி தேவீ கீ ஜய்."

"வாணீ மாதா கீ ஜய்."

"தேவீ மாயீ கீ ஜய்."

ஜெயகோசங்களுடன் விசர்ஜன ஊர்வலம் கோயல் நதியை நோக்கிப் புறப்பட்டது.

ஸ்ரீதேவி நாயர் சொன்னார்:

“இவ்வளவு அழகான விக்ரகத்தைக் கொண்டுபோய் ஆற்றுல வீசுறதை நினைக்கும்போது வருத்தமா இருக்கு.”

சில்பாவும் அதைத்தான் நினைத்துக்கொண்டு நின்றிருந்தாள். ஏதோ ஒரு சிற்பி யின் பல நாள் உழைப்பில் உருவான கலைப்படைப்பு. மரச்சட்டத்தில் வைக்கோலைச் சுற்றிக் கற்பனையும் களிமண்ணும் சேர்த்து மெருகேற்றிய சிற்பம். உடுத்து ஒதுங்கி நின்றிருந்த தேவி விக்ரகம் எவ்வளவு தேஜசுடன் இருந்தது.

“பூஜா கர்மங்கள் நிறைவேற்றின மூர்த்தியை வச்சிருக்கக் கூடாது. அப்படி வச்சிருந்தா நித்ய பூஜை செய்யணும்.”

ஸ்ரீதேவி நாயர் சொன்னாள்: “மனுஷ உடலும் இப்படித்தானே? கர்மம் பூர்த்தியான பிறகு, பூமிக்குள்ளயோ அக்னிக்குள்ளயோ தள்ளப்படுது.”

“என்ன ரெண்டு பேரும் தனியா நின்னுப் பேசிக்கிறீங்க?”

குந்தலதாஸ் டீச்சர் பக்கத்தில் வந்தாள்.

“எதையெதையோ பேசிக்கிறோம்.”

மூன்று பேரும் அலுவலகத்தை நோக்கி நடந்தார்கள். வருகைப் பதிவேட்டில் கையெழுத்திட்டுவிட்டுப் போகும்போது மிஸஸ் தாஸ் சொன்னாள்:

“ஹமீர்பூருக்குப் போறேன். அம்மாவைப் பாக்கணும்.”

அவள் ரிக்ஷா நிறுத்துமிடத்தை நோக்கி நடந்தாள்.

சில்பா பேருந்து நிலையத்துக்குப் புறப்பட தயாரானாள்.

ஸ்ரீதேவி நாயர் நினைவூட்டினாள்:

“டாக்டரைப் பாக்க மறந்துடாதே!”

சில்பா கைக்கடிகாரத்தைப் பார்த்தாள். பன்னிரண்டு ஐம்பது. பஸ் ஒரு மணிக்கு.

அவள் பஸ்ஸை எதிர்பார்த்து நின்றிருந்தாள்.

விஷயத்தை முதலில் பிரவீணிடம் சொல்லியிருக்க வேண்டும் என்று அம்மாவும் நாயர் ஆன்டியும் சொல்லி வைத்ததுபோல் சொன்னார்கள். நேற்றைக்கே சொல்லி விட

முடிவு செய்திருந்தாள். ஆனால், வீட்டில் மாமி இருக்கும்போது சொல்வதற்குப் பயமாக இருந்தது. மாமி நாளைக்கே போய் விடுவாள். பிறகு சொல்லலாம்.

லோபா பதினொன்றாம் வகுப்புப் படிக்கிறாள். இல்லை என்றாலும் பயப்படுவதற்கென்ன இருக்கிறது? தவறு என்னுடையதல்லவே? பிரவீணிடம் இன்றிரவே சொல்லியாக வேண்டும். அப்பாவாகப் போவதில் அவனுக்கும் மகிழ்ச்சி இருக்காதா என்ன?

அவள் எதிரிலுள்ள ஃப்ளாட்டைப் பார்த்தாள். மொட்டை மாடியில் தொங்கிக் கிடக்கும் கர்ட்டன் பிளான்ட் நிறைய செந்நிறப் பூக்கள். மலர்ப் படுதாவைத் தொங்கவிட்டதுபோல். மனம் மெல்லிய மகிழ்ச்சி அலைகளால் நிரம்பியிருந்தது.

6

வெளியே பிரகாசமான நிலவொளி. மாம்பூ வாசமுள்ள காற்றில் நல்ல சுகமும் குளிரும். பங்குனி மாதம். குளிர் காலம் விடைபெறுகிறது. வசந்தகால வருகையின் மெல்லிய ஓசை. சில்பா ஜன்னலை அடைத்துவிட்டு மீண்டும் படுத்துக்கொண்டாள். கம்பளியை இழுத்துப் போர்த்தினாள். பங்குனி மாதப் புலர்காலைப் பொழுதுகளில் கிராமப் பாதைகளில் நடப்பதுதான் எவ்வளவு சுகம். மஞ்சள் போர்வைபோல் பரந்துகிடக்கும் கடுகு வயல்கள். பூவிடத் தொடங்கிய மாமரங்கள்.

கிராமத்துக்குப் போகும் ஒவ்வொரு முறையும் அதிகாலை சவாரியை அவள் வழக்கமாக்கி வைத்திருந்தாள். கம்பளியாடைகளும் தொப்பியும் அணிந்து அக்காவுடனும் அப்பாவுடனும் சேர்ந்து நடப்பது எவ்வளவு ஆனந்தமாக இருக்கும். கம்பளியாடைகளைக் கழற்றி கையில் தொங்கவிட்டபடி திரும்ப நடப்பதுகூட இனிமையான அனுபவம்தான். பாதையில் அப்போது ஆட்களின் நடமாட்டம் தொடங்கியிருக்கும். அப்பா எதிரில் வருகிறவர்களிடம் நலம் விசாரிப்பார். பட்டணத்திலிருந்து வந்திருக்கும் தங்களிடம் அனைவரும் வாஞ்சையுடன் நடந்துகொள்வார்கள்.

பாதையோரத்துப் புல் நுனிகளின் நீர்த்துளிகளில் தெரியும் ஒளிச்சிதறல்களைப் பார்த்தபடியே நடப்பாள் சில்பா. அப்போது

அவளது மனதில் கவிதைகள் மலரும். முணு முணுக்கும் சிறு கவிதை வரிகளை வீட்டுக்கு வந்ததும் காகிதத்தில் குறித்து வைத்துக்கொள்வாள்.

எல்லாமே எவ்வளவு சீக்கிரம் தலைகீழாகிவிட்டது?

பன்னிரண்டு வருடங்கள் கடந்துபோய்விட்டன. ஏதோ நேற்று நடந்ததுபோல் காட்சிகள் மட்டும் நினைவுகளை விட்டு அகலாமல் நிற்கின்றன.

அக்காவும் அவளும் பள்ளிக்கூடத்திலிருந்து வந்து உடுப்புகளை மாற்றிவிட்டு வெளியே வந்தார்கள். சமையல் கட்டில் அம்மா பக்கோடா தயாரிக்கும் வேலையில் மும்முரமாக இருந்தாள். கடலை மாவு, வெங்காயம், இஞ்சி, சீரகம், மல்லிக்கீரைக் கலவை எண்ணெயில் வறுபடும் வாசம். ஆசையாக இருந்தது. அப்பா வரட்டும்.

பக்கோடா மிகவும் பிடிக்கும். ஆனால், பால்தான்... அதுவும் ஒரு தம்ளர் நிறைய! அம்மா அதில் ஃபோர்ன்விடா கலந்து நிறத்தை மாற்றித்தான் தருவாள். பிடிக்கவே பிடிக்காது. இருந்தாலும் குடித்துத் தீர்ப்பாள்.

அவளது கண்கள் சுவர்க் கடிகாரத்திலும் வெளிக்கேட்டிலுமாக அலைபாய்ந்து கொண்டிருந்தன. அப்பா வரும்போது ஓடிப்போய் கதவைத் திறந்துகொடுக்க வேண்டும்.

அப்போது வீட்டின் முன் ஒரு ஜீப் வந்து நின்றது. யாராக இருக்குமென்ற கேள்வியுடன் அவள் வராந்தாவில் இறங்கி நின்றாள். சேனாபதி அங்கிள் கேட்டைத் திறந்தார். பின்னால், மேனோன் அங்கிள்.

இருவருடைய முகங்களைப் பார்த்ததும் எதுவோ சரியில்லைபோல் தோன்றியது.

"அம்மா எங்கே?"

"சமையல் கட்டுல நிக்கிறாங்க. கூப்பிடுறேன். அம்மா..."

அம்மா இறங்கி வந்தாள். மாவு புரண்ட கையை சுருட்டிப் பிடித்திருந்தாள்:

சேனாபதி அங்கிளும் மேனோன் அங்கிளும் பரஸ்பரம் பார்த்துக்கொண்டார்கள். யார் சொல்வது என்று அவர்களுக்குள்

தயக்கமிருந்ததுபோல். முடிவில், மேனோன் அங்கிள்தான் சொன்னார்:

“மிஸ்ரா பாபுவுக்கு சின்ன ஆக்சிடென்ட்.”

“ஆங்...”

அம்மா சுவரில் சாய்ந்தாள்.

“பயப்படுறதுக்கு ஒண்ணுமில்லை. அம்மாவும் பிள்ளைகளும் வர்றதா இருந்தால்...?”

அக்காவும் அவளும் அம்மாவைக் கைத்தாங்கலாகப் பிடித்து உள்ளே அழைத்துச் சென்று கையைக் கழுவி விட்டார்கள். உடுப்புகளை மாற்ற அம்மா விடவில்லை. அம்மா உடுத்தியிருந்தது சுத்தமான சேலைதான். எப்போதும் சுத்தமாக இருக்க வேண்டுமென்பது அப்பாவின் நிர்ப்பந்தம்.

சேனாபதி அங்கிள் சமையல் கட்டுக்குள் நுழைந்து கேஸ் சிலிண்டரை அணைத்தார். ஜன்னலையும் கதவையும் மூடினார். அதற்குள் மற்றுள்ள ஜன்னல்களையும் கதவுகளையும் மேனோன் அங்கிள் மூடியிருந்தார்.

ஜீப்பில் ஏறியதுமே அம்மா அழத் தொடங்கிவிட்டாள். அம்மா அழுவதைக் கண்ட சில்பாவும் அக்காவும் தேம்பினார்கள்.

“அழாதீங்கம்மா ப்ளீஸ், பயப்படுறதுக்கு ஒண்ணுமில்லை.”

மேனோன் அங்கிளின் குரலில் ஏன் இந்தப் பதற்றம்?

ஆஸ்பத்திரி கேட்டைக் கடந்ததும் நடுங்கிப்போய்விட்டாள். கேஷுவாலிட்டியின் முன் ஆட்கள் கூடி நின்றிருந்தனர். எல்லாமே தெரிந்த முகங்கள். அதில் பரிதாபச் சுவடுகள் படிந்திருந்தன.

“அக்கா இதில உட்காருங்க.”

மேனோன் அங்கிளின் மனைவி பத்மினி ஆன்டி அம்மாவைப் பிடித்து ஒரு சாய்வு பெஞ்சில் உட்கார வைத்தாள். சில்பாவும் அக்காவும் அம்மாவின் இருபுறமும் உட்கார்ந்து கொண்டார்கள்.

அதற்குள் அக்கம்பக்கங்களில் உள்ளவர்களும் நண்பர்களுமாக ஏராளமானோர் அவர்களை வந்து சூழ்ந்துகொண்டார்கள். பெண்களின் கண்களில் ஈரம் படர்ந்திருந்தது. அந்த ஈரத்தினுள்

ஒளிந்திருந்த கொடூர உண்மையை அவர்களால் அதிக நேரம் மறைத்து வைக்க இயலவில்லை. சிலர் கண்களையும் மூக்கையும் துடைத்துக்கொண்டார்கள். சிலர் முகத்தைத் திருப்பிக்கொண்டு நின்றிருந்தார்கள்.

நிமிடங்கள் நகர்ந்துகொண்டிருந்தன.

"கொஞ்சம் இங்க வாம்மா."

மேனோன் அங்கிள் அக்காவைக் கூப்பிட்டார்.

அக்காவுடன் அவளும் போனாள்.

"மிஸ்ரா பாபுவோட கிராமத்து வீட்டுல ஃபோன் இருக்கா?"

"இல்லை."

"தகவல் சொல்றதுக்கு வேற என்ன வழி?"

"பெரியப்பாவோட மூத்த மகன் அங்கு, நால்கோவில வேலை பாக்குறார்."

நீலண்ணன் ஃபோன் நம்பரும் கல்கத்தா மாமாவின் நம்பரும் நினைவிருக்கிறது. அவள் சொன்னாள்.

"மார்ச்சுவரியில வச்சுட வேண்டியதுதான். எல்லாரும் வந்து சேரணுமே?" யாரோ சொல்வதைக் கேட்டு அவர்கள் கதறியழுதார்கள்.

அம்மா அழவில்லை. மயக்கம் போட்டு விழுந்தாள். அம்மாவை வீல் சேரில் வைத்து காஷுவாலிட்டிக்குக் கொண்டு சென்றார்கள்.

பத்மினி ஆன்டி அவர்கள் இருவரையும் கட்டியணைத்துத் தேற்றுவதற்கு முயற்சி செய்துகொண்டிருந்தாள்.

எப்போது என்று தெரியவில்லை. வெள்ளைத்துணி போர்த்திய அப்பாவின் உடலுடன் எதிரில் ஒரு ஸ்ட்ரெச்சர் வந்து நின்றது. பத்மினி ஆன்டி அவர்களை அருகில் அழைத்துச் சென்றாள். முகத்திலிருந்த துணியை யாரோ நீக்கிக் காட்டினார்கள்.

ஒரே ஒரு தடவைதான் பார்க்க முடிந்தது. காதுகளிலும் மூக்கிலும் பஞ்சு வைத்த அப்பாவின் முகம். காதின் கீழ்ப்பகுதியில் இரத்த அடையாளம்.

அன்றிரவு அக்காவும் அவளும் பத்மினி ஆன்டியின் வீட்டில் தங்கினார்கள். உணர்வும் மயக்கமுமாக அன்றிரவுக் கடந்துபோனது. காலையில் அம்மாவைப் பார்க்க வேண்டுமென்று அடம் பிடித்தபோது மேனோன் அங்கிள், முதலில் ஆஸ்பத்திரிக்குப் போய்ப் பார்த்துவிட்டு வந்து பிறகு அழைத்துப்போவதாகச் சொன்னார். அக்காவும் அவளும் எதிர்பார்த்திருந்தார்கள். அப்பா இறந்துபோய்விட்டார் என்பது புரிந்தது. அம்மா...

அக்காவிடம் பத்மினி ஆன்டி சொன்னாள்: "அம்மா டிஸ்சார்ஜ் ஆயிட்டாங்க. அம்மாவை வீட்டுல கொண்டுபோய் விட்டுட்டு அங்கிள் இங்க வருவாங்க. பிறகு நாம போகலாம்."

ஆன்டி இட்லியும் சாம்பாரும் சாப்பிட வைக்க முயற்சி செய்தாள். தொடக்கூட முடியவில்லை. முதல் நாள் ஸ்ட்ரெச்சரில் வெள்ளைத்துணி போர்த்திப் படுத்திருந்த அப்பாவின் முகம்தான் மனதுக்குள் நின்றிருந்தது. ஆன்டியின் வற்புறுத்தலைத் தாங்க முடியாமல் கொஞ்சம் பால் மட்டும் குடித்தார்கள்.

பதினொரு மணிக்குப் பிறகு மேனோன் அங்கிள் வந்தார். அவருடன் அக்காவும் அவளும் வீட்டுக்குச் சென்றார்கள். ஆன்டியும் கூடவே வந்தாள். ரோட்டிலும் முற்றத்திலும் ஆட்கள் கூட்டம். மாமா வந்து இருவரையும் அரவணைத்துக்கொண்டார். ஆதரவான அந்த அரவணைப்பு தடைபட்டிருந்த சோகத்தை உடைத்தெறிந்தது.

வீட்டுக்குள் அறையில் அம்மா சுருண்டுக் கிடந்தாள். பக்கத்தில் மாமி மட்டுமிருந்தாள். பிள்ளைகளைக் கண்டதும் அம்மா கதறியழத் தொடங்கினாள். அம்மாவுடன் சேர்ந்து கதறியழாமலிருக்க அவர்களால் இயலவில்லை.

"அக்கா, நீங்களே இப்படி அழுதால் பிள்ளைகளை யார் தேற்றுறது?" பத்மினி ஆன்டி அம்மாவின் பக்கத்தில் உட்கார்ந்து ஆறுதல் சொல்ல முயன்றாள்.

முற்றத்தில் அப்போது ஆம்புலன்ஸ் வந்து நின்றது.

"பாடி வந்தாச்சு."

யாரோ சொன்னார்கள்.

வயதான ஒரு குரல் சத்தமாகச் சொன்னது:

"யாரும் அழ வேண்டாம். இன்னைக்கு இல்லேன்னா நாளைக்கு. எல்லாரும் ஒரு நாள் போய்த்தான் ஆகணும்."

சொற்கள் எதற்குமே அவர்களை ஆற்றுப்படுத்தும் திறன் இல்லை. அப்பாவை கடைசியாக ஒருமுறை பார்ப்பதற்காக மாமா அவர்களைக் கூட்டிச் சென்றார். வரவேற்பறையில், வெள்ளைப்பட்டுப் போர்த்தப்பட்ட அப்பாவின் உடல் கிடந்தது. உடல் மீது சில ரோஜாப்பூக்கள் சிதறிக்கிடந்தன. கூடவே, இரண்டு மூன்று மலர் வளையங்களும்.

கூடி நின்றவர்கள் தங்களைத் தொட்டு விடாமல் விலகிக்கொண்டனர். அப்பாவின் உடல்மீது விழப்போன அம்மாவை பத்மினி ஆன்டி பிடித்துக்கொண்டாள்.

"போதும், போதும். போஸ்ட் மார்ட்டம் பண்ண உடம்பு. இனி லேட்டாக்க வேண்டாம்." யாரோ சொன்னார்கள்.

அக்காவும் அவளும் அம்மாவும் மீண்டும் அறைக்குள் சென்று தளர்ந்துபோய் உட்கார்ந்தார்கள். யாரோ கேட்டார்கள்.

"முகாக்னி தேபோ கியே? (கொள்ளி வைக்கிறது யாரு?)"

"மிஸ்ரா பாபுங்கொரெரொ புத்ரா? (மிஸ்ரா பாபுவின் அண்ணன் மகன்)"

சிறிது நேரத்தில் குரல் எழுந்தது: 'ராம் நாம் சத்யஹெ.'

சில்பா வாய் விட்டழுதாள்.

"என்ன, என்னாச்சு?"

பிரவீண் மனைவியைக் குலுக்கி எழுப்பினான்.

"ஒண்ணுமில்லை."

"ஏதாவது துர்சொப்பனம் கண்டியோ?"

"உம்..."

"பரவாயில்லை. படுத்துக்கோ."

அவள் திரும்பிப் படுத்துக்கொண்டாள்.

ஜன்னல் கண்ணாடியில் பிரதிபலிக்கும் நிலவொளியைப் பார்த்தபடி சில்பா படுத்திருந்தாள். எதையுமே மறக்க முடியவில்லை. வெளியில் வீசுகிற குளிர் காற்றில் உண்மைகள் அலையடிப்பதுபோல்.

'ராம் நாம் சத்யஹெ.'

7

கேட்டைத் திறக்கும்போது தன்னையறியாமல் பக்கத்து வீட்டைப் பார்த்தாள் சில்பா. முற்றத்து புல் மேட்டில் அமர்ந்து எதையோ வாசித்துக்கொண்டிருந்தாள் மிஸஸ் பானர்ஜி.

கேட் திறக்கும் சத்தம் கேட்ட மிஸஸ் பானர்ஜியின் கவனம் வாசிப்பில் இருந்து விடுபட்டது.

"சில்பா இன்னைக்கு சீக்கிரமா வந்துட்ட போலிருக்கு?"

"இல்லையே, மணி நாலரை கழிஞ்சுடுத்தே?"

"ஓ.. வாசிச்சிட்டிருந்தனா, நேரம் போனது தெரியலை."

"என்ன புஸ்தகம் அது?"

"பிமல் மித்ராவோட 'கடி தியே கீன்லாம்'. வாசிச்சதையே திரும்பவும் வாசிக்கிறேன். பொழுது போக வேண்டாமா?"

பேசிக்கொண்டு நிற்பதற்கு சில்பாவுக்கு நேரமில்லை. அவள் ஹேண்ட் பேக்கிலிருந்து அவசர அவசரமாக சாவியை எடுத்து வாசலைத் திறந்தாள்.

ஐந்து மணிக்கெல்லாம் ஒவ்வொருவராக வர ஆரம்பித்து விடுவார்கள். தேநீருக்கு ஏதாவது பலகாரம் தயாரிக்க வேண்டும். நேற்று பொரி வெங்காயமும் எலுமிச்சைச் சாறும் சேர்த்து எடுத்து வைத்திருந்தாள். அதைப் பார்த்ததும் நரேனின் முகபாவம் மாறியது.

மைதா மாவைக் குழைத்துக்கொண்டிருந்த சில்பா பக்கத்து வீட்டுக்காரியைப் பற்றி யோசித்தாள். அவளுக்குப் பொழுதைக் கழிப்பது சிரமமாக இருக்கிறது. மிஸஸ் பானர்ஜிக்கு இரண்டு மகன்கள். ஒருவன் கல்கத்தாவில் எஞ்சினியரிங் படிக்கிறான். இன்னொருவன் புர்லாவில் எம்.பி.பி.எஸ் படிக்கிறான். கணவன்

வேலைக்குப் போன பிறகு மிஸஸ் பானர்ஜிக்குத் துணையாக புத்தகங்கள். அவளது அலமாராவில் நிறைய புத்தகங்கள் உள்ளன. பெங்காளி மட்டுமல்ல, ஹிந்தியும் இங்கிலீசும்கூட!

ஒருநாள் மிஸஸ் பானர்ஜியிடம் வாசித்துக்கொண்டிருக்கும் புத்தகம் எதுவென்று கேட்டாள் சில்பா. மிஸஸ் பானர்ஜி சொன்னாள்:

"சில்பாவுக்குப் புஸ்தகம் வாசிக்கிற பழக்கமிருக்கா? இங்க நிறைய புஸ்தகம் இருக்கு. வேணும்னா எடுத்துக்க" என்றாள்.

சில்பா மனதுக்குள் நன்றி சொன்னாள். மிஸஸ் பானர்ஜி யிடமிருந்து புத்தகம் இரவல் வாங்கி விடலாம். ஆனால், அதற்கான நேரத்தை இரவல் வாங்க முடியாதல்லவா?

இலக்கியம்தான் சில்பாவின் உயிர். மேற்படிப்புக்கு அவள் ஒடிஸா இலக்கியத்தைத் தேர்வு செய்வதற்கான காரணமும் அதுதான்.

பணம் கொடுத்துப் புத்தகம் வாங்க இயலாது. கல்லூரிப் படிப்பகத்தில் கிடைக்கும் புத்தகங்களை எல்லாம் வாசித்தாள். சூஷமா சர்மாவிடமிருந்தும், அனிதா சின்ஹாவிடமிருந்தும் இரவல் வாங்கி ஹிந்தி புத்தகங்கள் படித்தாள். இங்கிலீஷ் புத்தகங்கள் அதிகமும் வாசித்தது மேனோன் அங்கிளின் லைப்ரரியில் இருந்துதான். அங்கிள் நிறைய வாசிப்பார். அங்கிளின் மகள் ராஜிக்கு அப்பாவின் குணம் கிடையாது. அவளுக்கு அம்மாவின் சங்கீதக்குணம் வாய்த்திருக்கிறது. பள்ளிக்கூடத்திலும் பிற போட்டிகளிலும் இசைக்கான நிறைய வெகுமதிகள் அவளுக்குக் கிடைத்திருக்கின்றன.

சில்பாவுக்கும் விருதுகள் கிடைத்திருக்கின்றன. சொற்பொழிவுக்கும் கவிதைக்கும்! எல்லாமே புத்தகங்கள்தான். அவை அனைத்தையும் அவள் பொக்கிஷம்போல் பாதுகாத்து வருகிறாள். திருமணம் முடிந்து வரும்போது சிலவற்றைக் கொண்டுவந்தாள். சாப விமோசனம் தேடி அவை பெட்டிக்குள் கிடக்கின்றன. திருமண அன்பளிப்பாகக் கிடைத்த சிலாபத்மமும் அதில்தான் இருக்கிறது.

அன்று, அணிந்து ஒதுங்கி ஜரிகைக்கரையுள்ள பட்டுச்சேலைக்குள் மூடிப் புதைத்த காட்சிப்பொருளாக இருந்தாள். சுற்றிலும் பெண்களும் குழந்தைகளும்.

ஒவ்வொருவராக வந்து மருதாணியணிந்த தனது கையில் ஏதாவதொரு அன்பளிப்பைத் தந்துவிட்டு முக்காடை நீக்கி முகம் பார்த்தார்கள்.

"ஆஹா... சாட்சாத் மஹாலட்சுமியேதான்."

"என்னா நிறம்..."

"சத்பதி குடும்பத்துக்கேத்த மாட்டுப்பெண்தான்."

அபிப்பிராயங்கள் காதுகளில் விழுந்துகொண்டிருந்தன.

"எங்க பப்புவுக்குத்தான் எதுல குறைச்சல்?" மாமி கேட்டதும் காதுகளில் விழுந்தது.

ஆட்கள் வந்து போனதும் மாமி சில்பாவின் கையிலிருக்கும் அன்பளிப்பை வாங்கிக் கொள்வாள். அதிகமும் கவர்கள்தான். அதில் பணமிருக்கிறது என்ற விஷயம் அவளுக்கும் தெரியும். கிராமத்து வழமைப்படி அதில், பதினொரு ரூபாய் முதல் நூற்றியொரு ரூபாய் வரை இருக்கக்கூடும்.

சடங்குகள் அதிகரிக்க அதிகரிக்க அவளுக்கு மூச்சுத் திணறியது. உடல் முழுவதும் வேர்வையில் நனைந்தது.

கூட்டம் சற்றுக் குறைந்தபோது ஒரு பெண் வந்தாள். அணிந்திருந்த சல்வாரையும் மஞ்சள் பூசாத, மெட்டியணியாத கால்களையும் பார்த்துதான் அவள் திருமணமாகாதவள் என்பதைப் புரிந்துகொண்டாள் சில்பா.

"மன்னீ" என்றபடி சில்பாவின் கையைப் பிடித்து அமுக்கி விட்டு ஒரு பார்சலைக் கையில் தந்தாள். புத்தகம். அதை மட்டும் மாமி வாங்கிக்கொள்ளவில்லை.

சடங்குகள் முடிந்து எழுந்த சில்பா முதல் வேலையாகப் புத்தகப் பார்சலைப் பிரித்தாள். வண்ணக் காகிதத்தைப் பிரித்ததுமே அவளது மனதுக்குள் உற்சாகம் பீறிட்டது. பிரதிபா ராயின் 'சிலாபத்மம்.'

மனம் ஒருகணம் சூர்யமந்திர்முன் தொழுது நின்றது.

புத்தகத்தின் முதல் பக்கத்தில் அழகிய கையெழுத்தில் எழுதப்பட்ட சொற்களைக் கவனமாக வாசித்தாள். "பிரியத்துக்குரிய என் சில்பா மன்னிக்கு சுப்ரியாவின் சிறு அன்பளிப்பு."

சுப்ரியாவின் அன்பான முகத்தை மீண்டுமொருமுறைப் பார்க்கும் ஆவல் உருவானது.

இரண்டு நாட்களுக்குப் பிறகு சுப்ரியா மீண்டும் வந்தாள்.

"என்னோட அன்பளிப்பு மன்னிக்குப் பிடிச்சுதா?"

"சுப்ரியா."

"எப்படிப் புரிஞ்சுண்டேள்?"

"சுப்ரியாவோட கேள்வியே ஒரு அறிமுகம்தானே?"

"மன்னியோட சப்ஜெக்ட் இலக்கியம்னு தெரிஞ்சுதான் அப்படியொரு அன்பளிப்பைத் தேர்வு செய்தேன்."

"சுப்ரியாவோட அன்பளிப்பு சுப்ரியாவைப்போல வித்தியாசமாகவே இருந்தது. நேக்கு ரொம்ப ரொம்ப சந்தோஷம்."

சுப்ரியா சொன்னாள்: "நான் யாத்திரை சொல்லிக்கிறதுக்காக வந்திருக்கேன்."

"எங்க போறே?"

"கட்டாக்குக்கு. மெடிஷின் படிக்கிறேன். மன்னியைப் பாக்கணும்குறதுக்காக எப்படியோ ஒரு மூணு நாள் லீவுல வந்தேன்."

சில்பாவின் கன்னம் அழுந்த முத்தம் கொடுத்துவிட்டு அவள் புறப்பட்டாள்.

"அடங்காப்பிடாரி. அவளோட சேர்க்கை தேவையில்லை."

மாமி தாக்கீது செய்தாள்.

"போறது வர்றது எல்லாம் ராத்திரி ராமாணம்தான். அதுவும் ஒத்தைக்கு. எவ்வளவு தைரியம் பாரேன்."

பெரிய நாத்தனார் அம்மாவை வழி மொழிந்தாள்.

அடங்காப்பிடாரியை சில்பாவுக்குப் பிடித்திருந்தது.

அதை அவள் சொல்லவில்லை. மாட்டுப்பெண்ணுக்கான மூக்கணாங்கயிறு இறுகுவதுபோல் அவளுக்குத் தோன்ற ஆரம்பித்தது.

சரோஜினி உண்ணித்தான் | 47

தனது புகுந்த வீட்டுடனான சுப்ரியாவின் உறவு எதுவென்று அவளுக்குப் பிடிபடவில்லை. தூரத்து உறவாக இருக்கலாம். அல்லது நட்பு.

எதிர்பார்ப்பு அதிகரித்துக்கொண்டிருந்தது. பெரிய நாத்தனாரின் மகள் நிஷாவுடன் பேசுவதற்கான வாய்ப்புக் கிடைத்தபோது சில்பா கேட்டாள்:

“நிஷா, இந்த சுப்ரியா நமக்கென்ன உறவு?”

“அம்மாவோட சித்தப்பா மகள்.”

அதாவது, தனது கணவனின் சித்தப்பா மகள். ஒன்று விட்ட சகோதரி.

ஆனால், சித்தப்பாவோ சித்தியோ அந்த வீட்டுக்கு வந்து அவள் பார்த்ததில்லை. அண்ணன் தம்பி குடும்பத்திற்குள் ஏதேனும் தாழப்பிழைகள் உருவாகியிருக்கலாம். அதை அறிந்துகொள்ள வேண்டுமென்று அவள் விரும்பவுமில்லை. காலப்போக்கில் சில தகவல்களை அறிய நேர்ந்தது.

மாமியின் வாயிலிருந்து பல தடவைகளாக வந்து விழுந்த சில உண்மைகள்.

சில்பாவின் மாமனாரான பீதாம்பர், சத்பதி குடும்பத்தின் மூத்த வாரிசு. மாமி மூத்த மருமகள். இளைய சகோதரன் மிருத்யூஞ்சயனுக்கு ஒரு வயது இருக்கும்போதே அப்பா சத்பதி இறந்துபோனார். குடும்பப் பாரத்தை ஏற்க வேண்டிய சூழ்நிலை இளவயது பீதாம்பர் சத்பதிக்கு உருவானது

அப்பாவின் மரணத்தைத் தொடர்ந்து அம்மாவும் நோய் வாய்ப்பட்டாள். ஏழு பிள்ளைகள். மூத்த இரண்டு மகள்களின் திருமணம் அப்பா உயிருடன் இருக்கும்போதே நடந்துவிட்டது. அவர்களுக்கு இளையவர்களாக மூன்று மகள்களும் ஒரு மகனும். குடும்ப நிர்வாகத்தை மேற்கொள்ள ஒரு மருமகள் தேவை. பீதாம்பர் சத்பதி, பிரபாவதி தேவியைப் பாணிக்கிரகணம் செய்துகொண்டார். பதிமூன்றே வயதான பிரபாவதி குடும்பப் பொறுப்பை ஏற்றெடுத்தாள்.

கணவனின் சகோதர சகோதரிகளைச் சொந்தப் பிள்ளைகளாகக் கருதிப் போற்றினாள் பிரபாவதி. மீத்து என்று செல்லப்பெயரில் அழைக்கப்பட்ட மிருத்யூஞ்சயனுக்கு அப்போது

இரண்டு வயது. மன்னியின் முந்தானையைப் பிடித்துக்கொண்டு நடந்த அவர் வளர்ந்து பெரிய உத்தியோகத்திற்கு வந்தார். புவனேஸ்வரத்திலுள்ள ஒரு வக்கீலின் மகளைத் திருமணம் செய்துகொண்டதுடன் பிறந்த வீட்டை மறந்தார்.

தம்பியைப் படிக்க வைப்பதற்காக அண்ணன் நிறைய பணம் செலவு செய்திருந்தார். இருந்தும் குடும்பச் சொத்தைப் பாகம் பிரிக்கும்போது தம்பி நேர்ப்பகுதியைக் கணக்குப் பார்த்து வாங்கிக்கொண்டார். அதிலிருந்து அண்ணன் தம்பிக்குள் வேறுபாடுகள் வளரத் தொடங்கின.

கேட்டில் ஸ்கூட்டர் சத்தம். சில்பா ஸ்டவ் திரியை சிறிது தாழ்த்திவிட்டு வெளியே வந்தாள்.

8

சனிக்கிழமை மதியம் வரைக்கும்தான் ஸ்கூல். ஸ்கூலை விட்டு ரோட்டுக்கு வரவும் சில்பா போக வேண்டிய பஸ்சும் வந்தது.

அவள் பஸ்சில் உட்கார்ந்து யோசித்துக்கொண்டிருந்தாள். நாளை ஞாயிற்றுக் கிழமை. வீட்டு வேலைகளைச் செய்து தீர்க்க ஒன்றரை நாள் கிடைத்திருக்கிறது.

மெத்தையையும் தலையணைகளையும் வெயிலில் வைக்க வேண்டும். போர்வைகளைத் துவைத்து உலரப்போட வேண்டும்.

வீட்டை அடைந்ததுமே சில்பா உடைகளை மாற்றிவிட்டு முற்றத்தில் இறங்கினாள். நல்ல வெயில். விறகுப் புரையில் இருந்து விறகுகளை அள்ளி வெயிலில் போட்டாள். கரியடுப்பில் வைப்பதற்கான அளவில் வெட்டி துண்டுகளாக்கப்பட்ட விறகுகள்.

அதை வாங்கும்போது மாமியும் இருந்தாள் என்பது அவளது நினைவுக்கு வந்தது.

“இப்படி வாங்குறது நஷ்டம். பெருசா வாங்கி வெட்டியெடுக்குறதுதான் லாபம்.”

வெட்டுவது யாரென்று அவள் கேட்கவில்லை. விறகு வெட்டுவதை விடுத்து, கரியடுப்புப் பற்ற வைத்தும்கூட

அவளுக்குப் பழக்கமில்லை. அதையே இங்கு வந்துதான் கற்றுக்கொண்டாள். குவாட்டர்சில் இருக்கும்போது கேஸ் அடுப்பு இருந்தது. அதைக்கூட அவள் பற்றவைக்கத் தெரியாது.

அம்மா அவளிடமோ அக்காவிடமோ வீட்டு வேலைகளைச் செய்யச் சொல்வதில்லை. அன்று அம்மாவின் உதவிக்கென்று ஆயா இருந்தாள். கரியடுப்பை நிரப்புவதும் பற்ற வைப்பதுமெல்லாம் ஆயாவின் வேலைகள்.

கரியடுப்பை முற்றத்தில் வைத்து பற்ற வைப்பாள். அப்போது ஜன்னல்களையும் வாசல் கதவுகளையும் மூடிவிடுவாள். அடுப்பிலிருந்து உருண்டுத் திரண்டு மேலெழும் புகை காற்றில் அலைந்து, சுற்றிலும் படரும்போது கருமேகம் கீழிறங்குவதுபோல் தோன்றும்.

அப்போதெல்லாம் கம்பெனியில் இருந்து வீடுகள் தோறும் கரிப்பொடி கொண்டுவந்து போடுவார்கள். ஆயாவும் அதை அள்ளிக்கொண்டு போவாள். அவள் அதில் மணலும் சோறு வடித்த நீரும் சேர்த்துக் குழைத்து உருண்டைகளாக்கி உலர வைத்து அடுப்பெரிக்கப் பயன்படுத்துவாள்.

சில்பா வீட்டு அறைகளைப் பெருக்கி சுத்தம் செய்தாள். துணியை தண்ணீரில் நனைத்துப் பிழிந்து தரையைத் துடைத்தாள். அப்போது அவளுக்கு அம்மாவின் நினைவு வந்தது.

பாவம் அம்மா. இப்போது வகுப்பறைகளைப் பெருக்கிக் கொண்டிருப்பாளோ?

அதிகமாகத் திருகினால் வேகமாகத் தெறிக்குமென்று சொல்வது உண்மைதானோ? அம்மாவைப்போல் சொகுசாக வாழ்ந்த பெண்கள் அபூர்வம். எல்லாம் ஒரே நிமிடத்தில் அஸ்தமித்துப் போய்விட்டன.

கிராமத்தில் இருக்கும்போது அம்மா நிறைய துயரங்களை அனுபவித்தாள். அங்கே செல்வதில் அம்மாவுக்குத் துளியளவும் விருப்பமில்லை. அதற்கான காரணமும் பிள்ளைகள்தான். கிராமத்துக்குச் சென்றால் பிள்ளைகளின் படிப்பு நின்றுபோய் விடுமே என்ற பயம் அம்மாவுக்கு.

அத்திம்பேர் சொல்லை மீற முடியாது. விருப்பமின்மையை அம்மா மனதுக்குள் அடக்கிக்கொண்டாள்.

கிராமத்தில் அம்மா ஒரு வேலைக்காரியாக மட்டுமே இருந்தாள். பொழுது விடிந்தால் அடைவதுவரை வேலை.

வயலில் குளக்கரை வெயிலில் நின்று துணிகளை அடித்துத் துவைப்பது, முற்றத்தில் அடுப்புக்கூட்டி மண் சட்டியில் அரி சிப்பொரி வறுப்பது, பித்தளைப் பாத்திரங்களைத் தேய்த்துக் கழுவுவது, தோட்டத்திலும் வயலிலும் நடந்து கீரைப் பறித்துக்கொண்டு வருவது, குளத்திலிருந்து தண்ணீர் மொண்டு காய்கறித் தோட்டத்தை நனைப்பது என்று.

அம்மா எல்லாவற்றையும் சகித்துக்கொண்டாள். தடைகளை மட்டும் அவளால் தாங்கிக்கொள்ள இயலவில்லை. வீட்டில் நடக்கும் மங்கள கர்மங்களில் கலந்துகொள்ள அனுமதியில்லை. மகளின் திருமணத்தைக்கூட அம்மா தொலைவில் நின்றுதான் பார்த்தாள்.

ஒரு விதவை, மாமிச உணவுகளை மட்டுமல்ல, வெங்காயமும் மசாலா சேர்த்த கூட்டுக்கறிகளும்கூட சாப்பிடக்கூடாது. அம்மா தனியாக சமைத்துச் சாப்பிட்டாள். பச்சரிசி சாதமும் பருப்பும். சில நேரங்களில் வேகவைத்த கீரையும் இருக்கும்.

அம்மாவுடன்தான் சாப்பிடுவேன் என்று சில நேரங்களில் சில்பா பிடிவாதம் காட்டியதுண்டு. அம்மா பரிமாறுகிற பச்சரிசிச் சோறும் பருப்பும் தனிச்சுவையுடன் இருந்தன.

அம்மாவின் ஒட்டிய கன்னங்களும் குழி விழுந்த கண்களும் சில்பாவின் மனதில் வேதனையை உருவாக்கின. அப்பா உயிருடனிருக்கும்போது அம்மா எவ்வளவு அழகாக இருந்தாள்? பார்ப்பவர்கள் ஒரு நிமிடம் நின்று விடுவார்கள்.

கழுத்தில் தங்கச் செயின், காதுகளில் கல் பதித்த, மீன் வடிவக் கம்மல், கைகளில் இடைவிட்ட தங்க வளையல்களும் கண்ணாடி வளையல்களும். நெற்றியிலும் சீமந்த ரேகையிலும் செந்தூரம். தாம்பூலம் தரித்துச் சிவந்த உதடுகள். அடர் நிறமுள்ள சம்பல்புரி சேலை சுற்றிய வடிவொத்த உடல் கட்டு.

இன்று? வெள்ளைச் சேலை சுற்றிய ஒரு எலும்புக்கூடு.

காலிங் பெல் அடித்தது. அவள் எழுந்து சென்று வாசல் கதவைத் திறந்தாள். எதிரில் மாமி. நேற்று முன்தினம்தான் சென்றாள். அதற்குள் மீண்டும்...?

சரோஜினி உண்ணித்தான் | 51

ஒரு நிமிடம் அசைவற்று நின்றுவிட்ட சில்பா, அவசரமாக முக்காடைச் சரிப்படுத்திக்கொண்டு மாமியின் கால்களைத் தொட்டு வணங்கினாள்.

"அம்மா மட்டும் தனியாகவா?"

"ஹரி, பஸ்ஸில் ஏற்றிவிட்டான். உன் நிலைமையைப் பாத்துட்டுப் போனபிறகு இருப்புக்கொள்ள மாட்டேங்கறது."

அவள் வேகமாக சமையல் கட்டுக்குள் நுழைந்து தேநீர் தயாரித்தாள். மாமி கை கால்களைக் கழுவிவிட்டு வரும்போது சிற்றுண்டி தயாராக இருந்தது.

பிரவீண் வந்தான். அம்மாவைக் கண்டதும் அவனுக்கும் ஆச்சரியம்.

"அவளுக்கு உடம்புக்கு முடியலேன்னதும் வந்துட்டேன்."

"நல்லதாப் போச்சு."

அம்மாவும் மகனும் வரவேற்பறையில் உட்கார்ந்து பேசிக்கொண்டிருப்பதைப் பார்த்த சில்பா மீண்டும் தேநீர் போடப் போனாள். திரும்பி வரும்போது அம்மாவும் மகனும் இரகசியமாக எதையோ பேசிக்கொண்டிருந்தார்கள். அவள் ஒரு நிமிடம் காது கூர்ந்து கேட்டாள்.

"பயப்படுறதுக்கெல்லாம் எதுவுமில்லப்பா. எதுவும் ஆயிடப் போறதில்லை. மூணே மூணு வேளை மருந்து. அவ்வளவுதான்."

சில்பா நடுங்கிப்போய்விட்டாள்.

வருகைக்கான நோக்கம் இதுவா? அவள் எதுவும் காதில் விழுந்ததாகக் காட்டிக் கொள்ளவில்லை. தேநீரை வைத்து விட்டு முற்றத்தில் இறங்கினாள்.

வெளிச்சம் மங்க ஆரம்பித்திருந்தது. அவள் வானத்தைப் பார்த்தாள். ஆங்காங்கே மழை மேகங்கள் உருண்டு திரண்டுகொண்டிருந்தன. பருவம் தவறி மழை பெய்யப் போகிறதா?

காயப்போட்டிருந்த விறகுகளைக் கூட்டி வைத்தாள். கொடியில் கிடந்த துணிகளை வாரிச்சுருட்டி வீட்டுக்குள் எடுத்துச் சென்றாள்.

அம்மாவுக்கும் மகனுக்குமிடையிலான உரையாடல் தொடர்ந்துகொண்டிருந்தது. அவள் மனதுக்குள் உறுதி செய்துகொண்டாள். மாமியின் எண்ணம் ஒருபோதும் ஈடேறப் போவதில்லை.

முதன்முதலாக அவளுக்குக் கணவன்மீது ஏளனப் பார்வை உருவானது. தனது உதிரத்தில் பிறக்கும் வாரிசை உதிரச் செய்வதற்கு துணைபோகும் கணவன். அப்பா ஆவதை விடவும் அம்மாவின் திருப்தியைப் பெறுவதில் ஆர்வம் காட்டுபவன்.

அன்றிரவு உணவு தயாரிப்பதில் மருமகளுக்கு உதவியாக இருந்தாள் மாமி. இஞ்சியும் பூண்டும் தோல் நீக்கிக் கொடுத்தாள். உருளைக்கிழங்கை அளவுக்கேற்ப பக்குவமாக நறுக்கி வைத்தாள்.

உருளைக்கிழங்குக் குழம்பு கொதிக்கும் மணம் பரவியதும் அவளுக்குக் குமட்டிக்கொண்டு வந்தது. குளியலறைக்கு ஓடினாள். பின்னால் மாமியும் சென்றாள். வாஷ்பேசினில் குனிந்து நின்று வாந்தியெடுக்கும் மருமகளின் முதுகைத் தடவியபடியே மாமி சொன்னாள்:

"இதெல்லாம் சகஜம்தான். வைத்தியரிட்ட சொல்லி மருந்து வாங்கியாந்திருக்கேன். கொதிச்சு ஆறுன ஜலத்தில கலந்து ஈரெண்டு குளிகை வீதம் மூணு வேளை குடிச்சா போதும். குமட்டலும் வாந்தியுமெல்லாம் சரியாயிடும்."

அவள் திடுக்கிடவில்லை.

மாமி ஒரு சிறு சீசாவைக் கொண்டுவந்து மருமகளிடம் கொடுத்தாள்.

"இதை வச்சிக்கோ. மூணு நேரம் தொடர்ந்து குடிச்சுடணும். டிட்டுவைக் கர்ப்பமாக இருக்கச்சே சஞ்சிதாவுக்கு என்ன வாந்திங்கறே? இந்தக் குளிகையில சரியாப் போயிடுத்து."

சில்பா மனதுக்குள் நினைத்துக்கொண்டாள். மாமி எவ்வளவு சாமர்த்தியமாக காய் நகர்த்துகிறாள்?

சீசாவை சமையல் கட்டு அலமாராவில் கொண்டுபோய் வைத்தாள். உளுந்து மணி அளவிலான கறுப்பு நிற மாத்திரைகள்.

"அடுப்பு காலியாறச்சே அரை தம்ளர் ஜலம் கொதிக்க வச்சி எடுத்துக்கோ."

சரோஜினி உண்ணித்தான் | 53

மாமி அறிவுறுத்தினாள்.

மாமி சொன்னதை அட்சரம் பிசகாமல் அனுசரித்தாள் சில்பா. கொதிக்க வைத்து ஆறிய அரை தம்ளர் நீரில் இரண்டு மாத்திரைகளைப் போட்டு வைத்தாள். மாமி சமையல் கட்டை விட்டு நகர்ந்ததும் மாத்திரை நீரைக் குழாயடியில் கவிழ்த்தாள். தம்ளரை நன்றாகக் கழுவி அதில் சிறிது தண்ணீரையும் வெல்லத் துணுக்குகளையும் போட்டு வைத்தாள்.

இரவுச் சாப்பாடு முடிந்ததும் மாத்திரை சாப்பிடச் சொல்லி நினைவூட்டினாள் மாமி.

மாமியின் எதிரில் வைத்தே வெல்ல நீரைக் குடித்தாள் சில்பா. குமட்டல் வந்ததும் ஒரு எலுமிச்சம் பழத்தை எடுத்து முகர்ந்துப் பார்க்க ஆரம்பித்தாள்.

"சரியா மூணு வேளை குடிச்சா போதும். எல்லாம் மாறிடும். கோவிந்தன் வைத்தியர் மருந்துன்னா சாதாரணமில்லை."

மாமி மனத் திருப்தியுடன் படுக்கச் சென்றாள்.

சில்பாவின் மனம் புகைந்துகொண்டிருந்தது.

இந்த வித்தை பலிக்கவில்லை என்றால் அடுத்த வித்தை எதுவாக இருக்கும்?

எதுவாகவும் இருக்கட்டும்.

என் வயிற்றில் இருக்கும் சிசுவை நான் பாதுகாத்தே தீருவேன்.

அவள் தீர்க்கமான முடிவுக்கு வந்தாள்.

9

பனம்பாயைத் தரையில் விரித்து அம்மாவும் மகனும் இரவுச் சாப்பாட்டுக்கு உட்கார்ந்தார்கள். சத்பதி குடும்பத்தில் தரையில் உட்கார்ந்துதான் சாப்பிடுவார்கள். டவுணில் வாழ்பவர்கள் வேண்டுமானால் சாப்பாடு மேஜையைப் பயன்படுத்தட்டும். பிரவீணின் அம்மா ஆச்சாரங்களை மீறுவதில்லை. அம்மாவுடன் சாப்பிடும்போது தரையில் சம்மணமிட்டு உட்கார்ந்துகொள்வதுதான் பிரவீணின் வழக்கமும்.

சில்பா எதிரில் உட்கார்ந்து பரிமாறிக்கொண்டிருந்தாள். ஆவி பறக்கும் இட்லியும், தக்காளி சட்னியும், சுட்ட அப்பளமும். இரவுச் சாப்பாட்டுக்கு கிச்சடி போதுமென்று மாமிதான் சொன்னாள். மகனுக்கு அது பிடிக்குமென்று அம்மாவுக்குத் தெரியும். கைக்குத்து பச்சரிசியும் நெல்லிக்காய் அளவிலான உருளைக்கிழங்கும், மாமி கிராமத்திலிருந்து கொண்டு வந்திருந்தாள்.

சில்பாவுக்கும் மகிழ்ச்சிதான். வேலை குறையும். உருளைக்கிழங்கை நன்றாகக் கழுவி சுத்தம் செய்தாலே போதும். தோல் நீக்கவோ நறுக்கவோ தேவையில்லை. பெரிய கிழங்கை மட்டும் வகுந்துப் போட்டு விட வேண்டும். உருளைக் கிழங்கையும் பருப்பையும் பச்சரிசியையும் சேர்த்து வேக வைத்து விடலாம். பக்குவமாகும்போது உப்பு சேர்க்க வேண்டும். இறக்கி வைக்கும்போது சிறிது நெய்யும்.

"ஜகனும் பிள்ளைகளும் சாப்பிட்டாளா?"

பிரவீண் வழக்கம்போல் கேட்டான்.

"உம்." சில்பா முனகி வைத்தாள்.

பூபேனும் நரேனும் முதலில் சாப்பிட்டுவிட்டுப் படிக்க உட்கார்ந்துவிடுவார்கள். ஜகனுக்கு அப்படியான நேரமென்று எதுவுமில்லை. அவன் நிறைய வாசிப்பான். பசி தெரியாமல் வாசித்துக்கொண்டிருப்பான். பிரவீணும் சில்பாவும் சாப்பிட உட்காரும்போது அவனையும் அழைப்பார்கள். இன்று பிள்ளைகளுடன் சேர்ந்து அவனும் சாப்பிட்டுவிட்டான்.

"சில்பா."

சில்பா, மாமியின் முகத்தைப் பார்த்தாள்.

"நல்ல கை பக்குவம்டீ நோக்கு. கிச்சடியும் சட்னியும் நன்னாருக்கு."

சில்பா பதில் சொல்லவில்லை. மாமி முக்கியமாக எதையோ சொல்ல வருகிறாள் என்பதை அவள் யூகித்துக்கொண்டாள்.

"பப்பு, நான் இங்க உட்கார்ந்து தூங்கியும் சாப்பிட்டும் நாளைக் கடத்துறது நன்னாவா இருக்கு? அங்க உன்னோட மன்னி தனியாக்கிடந்து கஷ்டப்பட்டுண்டிருப்பா."

“அம்மா போகப் போறீங்களா? ஞாயிற்றுக்கிழமையாகட்டுமே, ஜகனோ பூபேனோ கொண்டுபோய் விட்டுடுவாங்க” என்றான் பிரவீண்.

“அதெப்படிடா நேக்குப் போக முடியும்? சில்பாவை இந்த நிலைமையில பாத்த பிறகும்?”

அப்ப என்னதான் சொல்ல வர்றீங்க என்பதுபோல் மகன் அம்மாவைப் பார்த்தான். மாமி என்ன சொல்ல வருகிறாள் என்பதைத் தெரிந்துகொள்ளும் ஆர்வத்துடன் சில்பாவும் பார்த்துக்கொண்டிருந்தாள்.

“சில்பா கொஞ்சம் நாள் லீவு போட்டுண்டு ஊர்ல வந்து இருக்கட்டும்.”

“பரீட்சை நெருங்கிடுத்து. லீவு கிடைக்குறது சிரமம்” என்றாள் சில்பா.

“அப்படின்னா ஒண்ணு செய்வோம். ரெண்டு பேரும் வாங்கோ. வைத்தியரைப் பாத்து ஏதாவது மருந்து வாங்கிண்டு வந்துடலாம். வேணும்னா சம்பாவையும் அனுப்பி வைக்கிறேன். சில்பாவுக்கு உடம்புக்கு நன்னாறதுவரைக்கும் அவ இங்க நிக்கட்டும்.”

பிரவீண் சரியென்பதுபோல் முனகி வைத்தான்.

சில்பா எதுவும் பேசவில்லை. மாமியின் நோக்கத்தை அவள் யூகித்திருந்தாள்.

சில்பா எச்சில் பாத்திரங்களை நீக்கி வைத்தாள். தரையை தண்ணீர் தெளித்து துடைத்தாள். சாப்பிடத் தோன்றவில்லை. ஒரு தம்ளர் எலுமிச்சம் பழ நீர் குடித்தாள். மாமியின் படுக்கையைத் தட்டி விரித்துப்போட்டாள். கால்களைத் தடவிக்கொடுத்தாள்.

“போதும், நீ போய்ப்படுத்துக்கோ.”

சில்பா மனதுக்குள் சிரித்துக்கொண்டாள். மருமகள்மீது எவ்வளவு பாசம் மாமிக்கு.

அவள் எழுந்து மாமிக்கு நன்றாகப் போர்த்திவிட்டாள். கொசு வலையை ஒழுங்குபடுத்திவிட்டுத் தனது அறைக்குச் சென்றாள்.

பிரவீண் ஏதோ ஒரு ஃபைலின் முன்னால் தவமிருந்தான்.

"அம்மா தூங்கிட்டாகளா சில்பா?"

"இல்லை."

"சரி, நீ படுத்துக்கோ. நான் இந்த ஃபைலைப் பாத்துண்டு வந்துடறேன்."

அவள் படுத்தாள். இதை இப்படியே தொடர அனுமதிக்கக் கூடாது. இதற்கொரு தீர்வுகண்டாக வேண்டும். எதிர்த்துப் பேச வேண்டிய காலம் கடந்துபோய்விட்டது. தனக்கு எதுவுமே தெரியாது என்பதுபோல் நடிப்பதை நிறுத்தியாக வேண்டும்.

'பொண்ணாப் பிறந்தவளோட கண்கண்ட தெய்வம் புருஷன்தான். இனி சத்பதியோட அபிலாசைகள்தான் உன் அபிலாசைகளும். சத்பதியோட அம்மாதான் உன் அம்மாவும்.'

அம்மா சொன்ன உபதேசங்கள். எல்லாவற்றையுமே புரிந்துகொண்டுதான் வாழ முயற்சிக்கிறாள். ஆனால்...

மருமகளின் வயிற்றில் வளரும் கருவைக் கலைக்க முயற்சி செய்யும் மாமி. அம்மாவுக்குக் கீழ்ப்படிய மட்டுமே கற்றுக்கொண்ட மகன்.

ஒரு வாரிசுக்காக எவ்வளவு பேர் தவமிருக்கிறார்கள்? அஞ்சனா செளத்ரியும் புருஷனும் ஏறியிறங்காத புண்ணிய ஸ்தலங்களே இல்லை. எதுவுமே பலனற்ற நிலையில் இப்போது ஒரு குழந்தையை தத்தெடுப்பதற்கான முயற்சியில் ஈடுபட்டிருக்கிறார்கள்.

செளத்ரியின் அப்பாவுக்கு இதில் உடன்பாடில்லை.

"அனாதை இல்லங்கள்ல வளர்ற குழந்தைங்க யாரோட ரத்தமுன்னு யாருக்குத் தெரியும்? ஏதாவது திருடனுடைய, கொலைகாரனுடைய ரத்தமாகவும் இருக்கலாம் இல்லையா?"

அஞ்சனாவும் செளத்ரியும் இதில் பிடிவாதமாக இருக்கிறார்கள். சொந்தமென்று சொல்லிக்கொள்ள ஒரு குழந்தை வேண்டும். யாருமே உரிமை கோரி வராத ஒரு வாரிசு. அப்படியொரு குழந்தையை அவர்கள் தேடியலைந்துகொண்டிருக்கிறார்கள்.

கடவுள் அருளிய சந்தான அனுக்கிரகத்தை முளையிலேயே கிள்ளி விடுவதற்கான காய்கள் இங்கே நகர்த்தப்படுகின்றன. அம்மாவும் மகனும் சேர்ந்து.

இல்லை. எது நடந்தாலும் சரி, இதை நான் அனுமதிக்க மாட்டேன். பிரவீண் வற்புறுத்தினாலும்கூட!

அவள் ஒருக்களித்துப் படுத்தபடி கணவனைப் பார்த்தாள். அவன் ஏதோ ஃபைலைப் பார்த்தபடி அமர்ந்திருக்கிறான். அவனது கண்கள்தான் ஃபைலைப் பார்க்கின்றன. மனம் வேறெதையோ யோசிக்கிறது என்பதையும் அவள் புரிந்துகொண்டாள்.

அவள் வெறுமனே கண்களை மூடிப் படுத்திருந்தாள். இடையிடையே கணவனைப் பார்த்துக்கொண்டாள். அவன் கற்சிலைபோல் அப்படியே அமர்ந்திருக்கிறான்.

ஒருவேளை அவனும் தனது வாரிசு பற்றிய கவலையில் மூழ்கியிருக்கக் கூடும். அவளுக்குள் பரிவு மேலிட்டது.

"தூங்கலையா?" அவளால் கேட்காமலிருக்க முடியவில்லை.

"நீ தூங்கலையா?"

அவள் பதில் சொல்லவில்லை. ஃபைலை மூடி, மேஜை விளக்கை அணைத்துவிட்டு மனைவியின் அருகில் வந்து படுத்துக்கொண்டான்.

"ஒரு விஷயம் சொல்லணும்னு தோண்றது."

"என்ன விஷயம்?"

"அது..."

அவள் எழுந்து உட்கார்ந்தாள்.

"நமக்குக் கல்யாணமாகி எவ்வளவு நாளாகுது?"

"எதுக்கு இப்ப இப்படியொரு கேள்வி?"

"வர்ற பத்தாம் தேதி ஒரு வருஷமும் நாலு மாசமும் முடியறது."

"சரி?"

"இப்போ, குழந்தை உருவாகுறதுல என்ன தப்பிருக்கு?"

அவனால் பதில் சொல்ல இயலவில்லைபோல் தோன்றியது.

"தெரியாமதான் கேட்கிறேன். நம்ம வாரிசை இல்லாமப் பண்ணிடணும்னு எதுக்காக இவ்வளவு நிர்ப்பந்தம்?"

அவன் பதைபதைத்துப்போனான். மனைவியின் கேள்விகளுக்கு அவனால் பதில் சொல்ல முடியவில்லை.

"அம்மா தந்த மருந்து பலிக்கலை. இனி கிராமத்துக்கு அழைச்சுண்டுபோய் குழந்தையை இல்லாமப் பண்ணிடப் பாக்குறாங்க."

"சில்பா... நான்..."

"இல்லை, நீங்கோ எதுவுமே சொல்ல வேண்டியதில்லை. நேக்கு எல்லாம் புரியறது. அம்மாவுக்கு நீங்களும் உடந்தை."

"அது..."

"நேக்குத் தெரியும்.... அம்மாவை அனுசரிக்காம உங்களால முடியாது. ஆனா, இந்த ஒரு விஷயத்தில மட்டும் அது வேண்டாம். எது நடந்தாலும் இதுக்கு நான் ஒத்துக்கப் போறதில்லை. வேணும்னா என்னை..."

அவள் வாய் விட்டு அழத் தொடங்கினாள்.

"சில்பா....!"

அவன் அவளைக் கட்டியணைத்து முதுகைத் தடவிக்கொடுத்தான்.

10

அன்று சில்பா சத்பதிக்கும் ஸ்ரீதேவி நாயருக்கும் நான்காவது பீரியடில் ஓய்வு. இருவரும் பணியாளர் அறைக்குள் உட்கார்ந்து நோட் புத்தகங்களைப் பார்த்துக்கொண்டிருந்தார்கள்.

இடையே ஸ்ரீதேவி நாயர் சில்பாவை ஏறிட்டுப் பார்த்தாள். அவளது கண்கள் புத்தகத்திலும் மனம் வேறெதிலோ ஆழ்ந்திருப்பதை அவளால் புரிந்துகொள்ள முடிந்தது.

"என்ன சில்பா, ஏதாவது பிரச்சினையா?"

அவள் தலையை உயர்த்தினாள். கண்கள் நிரம்பியிருந்தன.

"என்னடீ குழந்தை இது?"

ஸ்ரீதேவி தனது இருக்கையை சில்பாவின் அருகில் நகர்த்திப்போட்டு உட்கார்ந்துகொண்டாள்.

சில்பா கண்களைத் துடைத்தபடி நடந்ததை ஒன்று விடாமல் விவரித்தாள். வேறு யாரும் அங்கே வரவில்லை என்பதையும் இடையிடையே உறுதிப்படுத்திக்கொண்டாள்.

கருவைக் கலைப்பதற்கான மாமியின் முயற்சிகளைச் சொல்லும்போது அவளுக்கு அழுகை வந்தது.

"அமைதியா இரு. ஏதாவதொரு துரும்புக் கிடைச்சா, அதையும் அங்காடிப் பாட்டா மாத்துறதுக்கான ஆட்கள் இங்க இருக்காங்க."

மனத்தைக் கட்டுப்படுத்திய சில்பா இயல்பு நிலைக்கு வந்தாள்.

"ஆன்டி சொல்லுங்க. நான் என்ன பண்றது? கல்யாணமே பண்ணியிருக்க வேண்டாமோன்னுகூட இப்ப தோண்றது."

"அப்படில்லாம் யோசிக்காதே. இப்பதான் நீ வருத்தப்படாம, தைரியமாக இருக்கணும். கல்யாணம் ஆயிடுச்சுங்கிறதுக்காக தன்னோட சுயத்தை யார்கிட்டயும் அடகு வைக்க வேண்டிய அவசியமில்லை. நியாயமான எல்லாத்துக்கும் கீழ்ப்படியணும்தான். ஆனா, இது அநியாயம். சரி, சத்பதி பாபு என்ன சொல்றாப்ல?"

"தன்னோட முதல் வாரிசை இல்லாமப் பண்றதை அவரும் விரும்பலைன்னுதான் தோண்றது. ஆனா..."

"ஆனா...?"

"அம்மாவை எதிர்த்துப் பேசுறதுக்கான தைரியம் அவருக்கில்லை."

"இதை எதிர்த்துப் பேசாம வேற வழியே இல்லை. சத்ப திகிட்ட நீ விஷயங்களைச் சொல்லிப் புரிய வை. நீங்க ரெண்டு பேரும் உறுதியா இருந்தா, அம்மா மட்டுமில்லை, யாராலும் எதுவும் செய்துட முடியாது."

ஸ்ரீதேவி நாயரின் அறிவுரையை, பெற்ற தாயின் அறிவுரையாகக் கருதிய சில்பா அதை ஏற்றுக்கொண்டாள்.

அன்று பள்ளிக்கூடத்திலிருந்து திரும்பும்போது யோசித்தாள். ஞாயிற்றுக்கிழமை கிராமத்துக்கு அழைத்துச்செல்ல மாமி வற்புறுத்துவாள். ஒரேயடியாக மறுத்துவிட வேண்டும். அப்படியே போனாலும் வைத்தியர் தரும் மருந்துகளை வழியில் எங்காவது வீசியெறிந்து விட வேண்டும்.

ஞாயிற்றுக்கிழமை. மருமகளைக் கிராமத்துக்கு வரச்சொல்லி மாமியார் வற்புறுத்தினாள்.

"ஒரு வாரத்துக்கான துணிகள் கிடக்கு அலம்பறதுக்கு."

அவள் தவிர்க்க முயற்சித்தாள்.

"சில்பா இங்கயே இருக்கட்டும். வைத்தியரைப் பாக்குறதுக்கு அம்மாகூட நான் வர்றேன்." பிரவீண் மனைவிக்கு ஆதரவாகப் பேசினான்.

கிராமத்துக்குச் சென்றதும் அம்மா, மகனை வைத்தியரிடம் அழைத்துச் சென்றாள்.

"அன்னைக்கு நான் தந்த குளிகைகளைக் கொடுக்கலையா?"

பிரபாவதி சத்பதியிடம் வைத்தியர் கேட்டார்.

"கொடுத்துட்டேன்."

"அதுக்கான பலன் உடனடியாகக் கிடைச்சிருக்கணுமே? ரெண்டாவது மாசம்கிறது சரிதானா?"

"ஆமாங்க வைத்தியர்." பதில் சொன்னவன் பிரவீண்.

"சரி, அப்படின்னா வேறொரு மருந்து தர்றேன். கூட்டு மூலிகை மருந்து. ராத்திரி தூங்குறதுக்கு முன்னாடி குடிக்கணும். காலையில எழுந்திருக்கும்போது எல்லாமே சரியாயிருக்கும். ரத்தப்போக்குக் கொஞ்சம் அதிகமா இருக்கும். பயப்படுறதுக்கில்லை. ரெண்டு நாள் இருக்கும். பிறகு சரியாயிடும். சரியாகலைன்னா நான் தர்ற சூரணத்தை பசும்பால் சேர்த்து குடிக்க வைக்கணும். ரெண்டே ரெண்டு வேளை கொடுத்தாலே போதும், சரியாயிடும்."

வைத்தியர் சொன்னதை எல்லாம் பிரவீண் கவனமாகக் கேட்டுக்கொண்டான். வைத்தியரின் கையில் நூறு ரூபாய் நோட்டைக் கொடுத்துவிட்டு மருந்தை வாங்கிப் பைக்குள் திணித்தான்.

சரோஜினி உண்ணித்தான் | 61

அன்று சாயங்காலமே வீட்டுக்கு வந்த பிரவீண் முதல் வேலையாக மருந்தைச் சாக்கடையில் எறிந்தான்.

அடுத்த வாரம் கிராமத்துக்குப்போன பூபேனிடம் அம்மாவுக்கொரு கடிதம் கொடுத்தனுப்பினான் பிரவீண். அதில் வைத்தியரின் மருந்து பலனளித்ததாக எழுதியிருந்தான்.

பிறகு, அம்மா கொஞ்ச நாட்கள் அந்தப் பக்கம் வரவே இல்லை. ஒவ்வொரு மாதமும் சம்பளம் வாங்கிய அடுத்த ஞாயிற்றுக்கிழமை அவன் அம்மாவைப் போய்ப் பார்த்தான்.

உண்மையை எவ்வளவு நாள்தான் மறைத்து வைக்க முடியும்? ஒருநாள் கிராமத்துக்குச் சென்ற ஜகனிடம் அம்மா கேட்டாள்:

"அங்க வேறென்னடா விசேஷங்கள் ஜகன்?"

"வீட்டு வேலை, ஸ்கூல் வேலைன்னுட்டு மன்னி ரொம்ப கஷ்டப்படுறாம்மா."

"அதெல்லாம் எப்பவுமுள்ள வேலைகள்தானே? இப்ப மட்டும் என்னவாம் பெரிய கஷ்டம்?"

"அம்மா என்ன எதுவும் தெரியாததுபோல கேட்கிறீங்க?"

"எனக்கு என்ன தெரியலைன்னு சொல்ல வர்றே நீ?"

"மன்னி அம்மாவாகப் போறாளோ இல்லையோ?"

"ங்ே... என்னடா சொல்றே?"

அவள் ஆச்சரியத்துடன் நின்றாள்.

அம்மாவுக்கு இது எதுவுமே தெரியாது என்ற விஷயத்தை ஜகன் அப்போதுதான் அறிந்தான். அண்ணாவும் மன்னியும் இந்த மகிழ்ச்சியான தகவலை ஏன் அம்மாவிடம் மறைத்தார்கள் என்பது எவ்வளவு யோசித்தும் அவனுக்குப் புரியவில்லை.

ஜகனைக் கூப்பிட்டு காந்திமதி தகவல்களைக் கேட்டறிந்தாள்.

"பாவம் சில்பா. வீட்டு வேலைகளை எல்லாம் செய்து முடிச்ச பிறகு ஸ்கூலுக்குப் போய் அங்கேயும் வாயடிக்கணும். உங்களுக்குப் படிக்க வேண்டியது இருந்தாலும் நீங்க மூணு பேரும் அவளுக்கு ஒத்தாசையா இருக்கணும்."

"மன்னி சமையல் கட்டுல எங்களை விடணுமே? ஒரு தடவை சப்பாத்திக்கு மாவு பிசையப்போன என்னை துரத்திட்டா. பூபேனும் நரேனும் அவா அவா உடுப்புகளைத் துவைச்சுப் போடவும்கூட விடமாட்டேங்குறா."

"அவ நல்ல ஒரு பொம்மனாட்டி."

அம்மா அங்கே வரவும் அவர்களது உரையாடல் நின்றது.

திங்கள்கிழமை அதிகாலையில் ஜகனுடன் அம்மாவும் புறப்பட்டாள். ஸ்கூலுக்குப் போகத் தயாராக நின்றிருந்த மருமகளை மாமியார் ஏறயிறங்கப் பார்த்தாள்.

"ரெண்டு பேரும் சேந்து என்னை குரங்காட்டம் காட்டுனீங்க இல்லையோ?"

அம்மா மகனிடம்தான் கேட்டாள்.

"அம்மா... அது வந்து..."

"இன்னும் கொஞ்சநாள் கழிஞ்ச பிறகு போதாதா உங்களுக்குக் குழந்தையும் குட்டிகளுமெல்லாம்? இனி நீதான் அனுபவிக்கணும். குழந்தையைக் கவனிக்கற வேலைக்கெல்லாம் நானில்லை."

மறுநாள் காலையிலேயே பிரவீணின் அம்மா புறப்படத் தயாரானாள்.

"அம்மா, வந்ததே வந்தீங்க. இனி, ஞாயிற்றுக்கிழமை போகலாம். நாங்க யாராவது கொண்டுபோய் விடுறோம்."

"தேவையில்லை. நான் தனியாவே போய்க்கறேன். நீங்கதான் எல்லாரும் சேந்து என்னைத் தனிமைப்படுத்தப் பாக்குறேளே?"

பிரவீண் பஸ் ஸ்டாப்பிற்குப் போய் அம்மாவை பஸ்சேற்றி அனுப்பினான். பிரவீணுக்கு கண்டக்டரை தெரியும். அம்மாவைக் கொண்டுபோய்ச் சேர்க்கும் பொறுப்பை அவனிடம் ஒப்படைத்தான்.

"முகுந்தபுரம் போஸ்ட் ஆஃபீஸ் எதிர்ல அம்மாவை இறக்கி விட்டுடுங்க" என்றான்.

அம்மா பாதுகாப்பாகப் போய்ச் சேர்ந்திருப்பாளா என்ற கவலை பிரவீணுக்கு இருந்தது. தனது பள்ளித்தோழனான

போஸ்ட் மாஸ்டரைத் தொடர்புகொண்டு விவரத்தைச் சொன்னான். அவன் விசாரித்துவிட்டுக் கூப்பிட்டுச் சொன்ன பிறகுதான் பிரவீண் அமைதியானான்.

சில்பாவுக்கு களைப்பு அதிகரித்துக்கொண்டிருந்தது. இப்போது ஏழாவது மாதம். வேலைப்பளுவை அவளால் தாங்கிக்கொள்ள இயலாத நிலை. பிரவீண் ஒரு வேலைக்காரியை நியமித்தான். அவள் தினமும் இரண்டு வேளை வந்து வெளிவேலைகளைச் செய்தாள். கேஸ் ஸ்டவ் வந்த பிறகு வேலைகள் இன்னும் சுலபமாயின.

ஞாயிற்றுக்கிழமை தோறும் சில்பாவின் அம்மா வந்துபோய்க்கொண்டிருந்தாள். எவ்வளவு வற்புறுத்திய பிறகும் அவள் ஸ்கூல் வேலையை விட மறுத்துவிட்டாள்.

“கை கால்கள் அசைவை நிறுத்துற வரைக்கும் வேலை செய்துதான் வாழணும்” என்பது அம்மாவின் சித்தாந்தம்.

“அந்தக் காலமெல்லாம் மாறிடுச்சும்மா. மட்டுமில்லை, இது உன் மருமகனோட குடும்ப வீடில்லை. குவாட்டர்ஸ். அம்மா இங்க வந்து தங்கியிருக்குறதுல ஒரு அவமானமும் கிடையாது.”

“அதெல்லாம் சரிப்பட்டு வராதும்மா.”

அம்மா உறுதியாக இருந்தாள்.

சில்பாவுக்கு ஒன்பது மாதம் பூர்த்தியானபோது அம்மா இரண்டு மாதம் லீவு போட்டுவிட்டு வந்தாள். இதனிடையே ஜகனுக்கு கட்டாக்கில் வேலை கிடைத்தது. அவன் பயன்படுத்திய அறையில் அம்மா தங்கியிருந்தாள். அது முற்றத்தில் இறக்கிக் கட்டிய, ஷீட் வேய்ந்த ஒரு அறை. சில்பாவின் அம்மா சாவித்ரி மிஸ்ரா அந்த அறையிலேயே சமையல் செய்து சாப்பிட்டுத் தங்கியிருந்தாள். மருமகன் வீட்டு சமையல் கட்டில் வேக வைத்த உணவுகளை அவள் உண்பதில்லை.

நவம்பர் மாதம் இரண்டாவது வாரத் தொடக்கத்தில் சில்பாவுக்குப் பெண்குழந்தை பிறந்தது. ஆஸ்பத்திரியிலிருந்து வந்த பிறகு பாட்டிதான் குழந்தையைக் குளிப்பாட்டவும் தாயைக் கவனிக்கவும் செய்தாள்.

முப்பதாவது நாள் சுத்தீகரணமும் நாமகரணமும் நடந்தன. எதிர்ப்புகளைக் கடந்து பிறந்த குழந்தைக்கு அபராஜிதா என்று

பெயர் சூட்ட வேண்டுமென்பது சில்பாவின் ஆசை. ஆனால், அது மாமியின் மீதான பகையை வெளிக்காட்டுவதுபோல் அமையும் என்பதால் வேண்டாமென்று வைத்தாள். ஜோதிடர் குறிப்பிட்ட பெயரையே சூட்டினாள். அஞ்சனா. அஞ்சனா சத்பதி.

அன்று நடந்த இரவு விருந்தில் சில்பாவின், பிரவீணின் சக ஊழியர்களும் அக்கம் பக்கத்தினரும் கலந்துகொண்டு குழந்தையை வாழ்த்தினார்கள். கிராமத்திலிருந்து பிரவீணின் அண்ணாவும் மன்னியும் பிள்ளைகளும் வந்தார்கள். குழந்தைக்கான அன்பளிப்புகளுடன் கட்டக்கிலிருந்து ஜகனும் வந்திருந்தான். பிரபாவதி சத்பதி மட்டும் வரவில்லை.

நிகழ்ச்சிக்கு வந்தவர்களில் பலரும் அம்மாவைப் பற்றி விசாரித்தார்கள்.

"அம்மா வரலை. அம்மாவுக்கு உடம்பு சரியில்லை."

பிரவீண் சொன்னான்.

ஆனால், மனதுக்குள் அவன் பிரார்த்தனை செய்துகொண்டான்.

"ஜகந்நாதா, இது உண்மையாயிடக்கூடாது."

11

"குழந்தையோட முகத்தைப் பாக்கணும்னுட்டு உங்க அம்மாவுக்குத் தோணக்கூட இல்லையே?"

சில்பா ஆதங்கத்துடன் சொல்லிக்கொண்டாள்.

"அம்மா நிச்சயம் வருவாங்க. என் குழந்தையைப் பாக்கணும்கிற ஆசை அம்மாவுக்கு இல்லாம இருக்காது. பிடிவாதமாக வராம இருக்காங்க. அம்மாவை நாம ஏமாத்திட்டோம் இல்லையா? அந்தக் கோபம். தோப்பனார் இறந்த பிற்பாடு எங்களுக்கு எல்லாமே அம்மாதான். அம்மா சொல்றதைத்தான் நாங்க வேத வாக்காக வச்சிருந்தோம்."

"என்ன இருந்தாலும் சொந்தப் பேரக்குழந்தையை இல்லாம பண்றதுங்குறது..."

சரோஜினி உண்ணித்தான் | 65

"அம்மா நீங்க குழந்தைப் பெத்துக்கக் கூடாதுன்னு சொல்லலை. இப்ப வேண்டாமேன்னு சொன்னாங்க. அம்மாவை முழுசா நீ இன்னும் புரிஞ்சுக்கலை சில்பா. அதைப் புரிஞ்சுக்கணும்னா முதல்ல எங்க குடும்ப வரலாறை நீ அறிஞ்சிருக்கணும்."

பிரவீண் குமார் சத்பதி தனது குடும்ப வரலாற்றை சில்பாவிடம் விவரித்தான். பத்தொன்பதாம் நூற்றாண்டின் பிற்பகுதிவரை இந்தியாவிலுள்ள எல்லா மாகாணங்களையும்போல் ஒடிசாவும் ஏராளம் சிற்றரசர்களின் கீழுள்ள குறுநிலப்பகுதிகளாகவே இருந்தது. சம்பல்புரின் அருகிலுள்ள ஒரு குறுநில மன்னரின் அரசு புரோகிதராக இருந்தார் பிரவீணின் முப்பாட்டன். இன்றைய முகுந்தபுரம் கிராமத்தை முப்பாட்டனுக்கு இறையிலி நிலமாக வழங்கினார் மன்னர். புரோகிதம் மூலம் வாழ்ந்து கொண்டிருந்த அவருக்கோ அவரது வாரிசுகளுக்கோ நிலத்தைச் சரிவர கண்காணிக்கவும் பராமரிக்கவும் தெரியவில்லை.

பெருமளவு நிலத்தைப் பலரும் கைப்பற்றிக்கொண்டார்கள். கடைசியில், எஞ்சியிருந்த நிலத்தில் பிரவீணின் அப்பாவான பீதாம்பர் சத்பதியின் அப்பா விவசாயம் செய்ய ஆரம்பித்தார். கர்மம் செய்ய விதிக்கப்பட்டவன், கழனி உழுவதை விரும்பாத பிராமணர்கள் அவரை சமூக விலக்கம் செய்தனர். இதனால், புரோகிதம் மூலம் கிடைத்துவந்த வருமானத்தை அவர் இழந்தார்.

பிரவீணின் தாத்தா இளவயதில் இறந்துபோனார். ஆகவே, அவனது அப்பா சிறு வயதிலேயே திருமணம் செய்துகொண்டார். அம்மாவையும் சகோதர சகோதரிகளையும் கவனித்துக்கொள்ள ஒரு மாட்டுப்பெண் வேண்டுமே?

பிரபாவதி தேவிக்கு அப்போது பதிமூன்று வயது. சிறு வயதிலேயே அவளது சேலைத்தலைப்பில் மாமியார் முடிந்து கொடுத்த சாவிக்கொத்து தொங்கியது.

அன்று முதல் வீட்டு நிர்வாகங்கள் அனைத்தும் பிரபாவதி சத்பதியின் கீழ் வந்தது. இளைய நாத்தனார்களின் திருமணம், கொழுந்தனின் படிப்பு என எல்லாவற்றிலும் கணவனின் வலது கரமாக இருந்தாள் பிரபாவதி. கணவன் இறந்த பிறகும் தளர்ந்துபோய் விடாமல் அதைத் தொடர்ந்துகொண்டிருந்தாள்.

அப்பா இறக்கும்போது ஹரிசரணுக்கு பதினான்கு வயது. பத்தாம் வகுப்பில் படித்துக்கொண்டிருந்தான். அப்பா இறந்ததும் படிப்பை நிறுத்த வேண்டியதாயிற்று. பிறகு, காஹ்னுமஹந்தியின் உதவியுடன் விவசாயத்தைக் கவனித்துக்கொண்டான். அம்மாவின் அனுக்கிரஹமும் அறிவுரைகளும் அவனை வழிநடத்தின.

இரண்டு சகோதரிகளுக்குத் திருமணம் செய்து வைத்தான். தம்பிகள் இரண்டு பேரையும் படிக்க வைத்தான். வியாழக்கிழமை தோறும் நடக்கும் லட்சுமி பூஜையை சிறப்பாக நடத்தினான். அப்பா இருக்கும்போது கொண்டாடியதுபோல் ரஜத்பர்வாவும் 43 குமார பூர்ணிமாவும் உற்சாகத்துடன் கொண்டாடினான்.

சகோதரிகளின் திருமணம் முடிந்த பிறகு, ஹரிசரணின் திருமணத்தை நடத்துவதாக முடிவு செய்து நல்ல குடும்பமும் குணவதியுமான ஒரு பெண்ணைத் தேர்வு செய்தார்கள்.

அண்ணனின் திருமணத்தின்போது பிரவீண்எட்டாம் வகுப்பிலும் ஜகன் மூன்றாம் வகுப்பிலும் படித்துக் கொண்டிருந்தார்கள். அண்ணியின் வருகை கொழுந்தன்களின் தேவைகளைச் சொல்லவும் வருத்தங்களைப் பகிர்ந்துகொள்ளவும் வாய்ப்பாக அமைந்தது. ஹரிசரணின் மனைவி காந்திமதி பிரசவித்தாள். ஆண் குழந்தை. இரண்டு வருடங்களுக்குப் பிறகு மீண்டும் ஒரு ஆண் குழந்தைப் பிறந்தது. பிரபாவதி சத்பதிக்கு மிகுந்த மகிழ்ச்சி. மூன்றாவது பிறந்தது பெண் குழந்தையாக இருந்தபோதும் மகிழ்ச்சிதான். மகனுக்குக் கன்யாதானப் புண்ணியம் கிடைக்குமல்லவா? நான்காவதும் பெண் குழந்தைப் பிறந்தபோது பிரபாவதி கணக்குப் போட்டாள். இரண்டு ஆண், இரண்டு பெண். கொள்வினையும் கொடுப்பினையும் சரிக்குச் சமம். ஆனால், மூன்றாவதும் பெண் குழந்தைப் பிறந்தபோது அவள் மனம் புகைய ஆரம்பித்தாள்.

பிரவீண் எஞ்சினியரிங் பாஸானான். ராவுர்கேலா உருக்காலையில் கிடைத்த வேலை சிறு ஆறுதலாக இருந்தது. குடும்பத்திற்கென்று ஒரு நிரந்தர வருமானம்.

பன்னிரெண்டாம் வகுப்பு பாஸான ஜகனும் எஞ்சினியரிங் படிக்க ஆசைப்பட்டான்.

“ஒருத்தனை எஞ்சினியரிங் படிக்க வச்சாச்சு. இனி உன்னையும் எஞ்சினியரிங் படிக்க வைக்கிறத்துக்கான பணம்

அண்ணாகிட்ட எங்க இருக்கு? நிலத்தை வித்துப் படிக்க வைக்கலாம்னா வீட்டுச் செலவுகள் எப்படி நடக்கும்? அவனுக்குன்னா மூணு பெண் குழந்தைகள். சிரமப்பட்டு எப்படியாவது தம்பிகளைப் படிக்க வச்சாலும் அவங்க திரும்பிப் பாப்பாங்கன்னு என்ன உத்தரவாதமிருக்கு?"

"அதை நினைச்சு அம்மா வருத்தப்பட வேண்டாம். ஜகனைப் படிக்க வைக்கிற பொறுப்பை நான் ஏத்துக்குறேன்."

ஜகனை எஞ்சினியரிங் படிக்க வைக்கும் பொறுப்பை பிரவீண் ஏற்றான்.

ஜகனுக்கு ராவுர்கேலாவிலேயே அட்மிஷன் கிடைத்தது. ஹாஸ்டல் ஃபீஸ் கட்டத் தேவையில்லை என்பது மிகப் பெரிய இலாபம் மட்டுமல்ல, வழிதவறிப் போக முடியாத சூழலும் அமைந்தது.

பிரவீணுக்கு வேலை கிடைத்ததுமே பெண் மக்களைப் பெற்ற அப்பாக்கள் திருமண ஆலோசனைகளுடன் வரத் தொடங்கினார்கள்.

பிரவீண் எதற்குமே இடம் கொடுக்கவில்லை. முதலில் கடமைகளை நிறைவேற்றியாக வேண்டும். பிறகுதான் திருமணம்.

படிப்பை முடித்துவிட்டு ஜகனும் ஒரு வேலையில் ஏறி விட்டால் பிறகு சேர்ந்தே துடுப்புப் போடலாம். தோணியைக் கரை சேர்க்கலாம்.

ஒருநாள், உதவி மேலாளர் முரளீதர மேனோன், பிரவீண் குமார் சத்பதியிடம் கேட்டார்:

"சத்பதிக்குக் கல்யாணம் பண்ணிக்க வேண்டாமா?"

"அதுக்கான சந்தர்ப்பம் வரட்டும் சார்."

"இனி எப்ப வரும் சந்தர்ப்பம்? உங்க ஆட்கள்ல அதிகம் பேரும் படிக்கும்போதே கல்யாணம் பண்ணிக்குவாங்களே?"

"சில குடும்பப் பொறுப்புகள் இருக்கு சார்."

"பொறுப்புகளைப் பகிர்ந்துகொள்ற பொண்ணாக இருந்தால்...?"

"புரியலை."

“எனக்குத் தெரிஞ்ச ஒரு நல்ல பொண்ணு ஹை ஸ்கூல் டீச்சரா இருக்கா.”

“எதுவா இருந்தாலும் அம்மாகிட்ட கலந்து பேசித்தான் சொல்ல முடியும்.”

பிரவீண் அம்மாவிடம் பேசினான். மருமகளின் சம்பளமும் வீட்டுக்கு வரும் என்ற உறுதியில் அம்மா ஒப்புக்கொண்டாள்.

பெண் பார்க்கும் படலங்கள் நடந்தேறின. முதல் பார்வையிலேயே பிரவீணுக்கு சில்பாவைப் பிடித்துப்போனது. சில்பாவுக்குப் பிரவீணையும்.

திருமணம் நடந்தேறியது.

புதிய மருமகளிடம் மாமியார் பிரச்சினைகளைச் சொல்லிப் புரிய வைத்தாள்.

“குடும்பத்தில மூணு பெண் குழந்தைகள் இருக்காங்க. அவாளைக் கரை சேர்த்த பிறகுதான் குழந்தைக் குட்டியெல்லாம்.”

சில்பா இதற்குப் பதில் சொல்லவில்லை. உடனே ஒரு குழந்தை பெற்றுக்கொள்ள வேண்டும் என்ற ஆசை அவளுக்குமில்லை. தொடர்ந்து படிக்க வேண்டும் என்றுதான் அவளும் நினைத்திருந்தாள். இருந்தாலும் மாமி சொன்ன தொனி அவளுக்குப் பிடிக்கவில்லை.

அதிகம் பிரச்னைகள் இல்லாமல் ஒரு வருடம் நகர்ந்தது. படிப்பை முடித்த ஜகன், வேலைக்கு விண்ணப்பங்கள் அனுப்பி விட்டு எதிர்பார்ப்புடன் காத்திருந்தான். அப்போதுதான் குடும்பத்தில் இன்னொரு நபரின் வருகை நிகழவிருக்கிறது என்பதை மாமி உணர்ந்துகொள்கிறாள். தன்னுடைய திட்டங்கள் திசை மாறிவிடுமோ என்று அவளுக்குள் பயம் உருவாகி விடுகிறது.

குடும்பத்திற்குள் புதிதாக வரும் உறுப்பினரைத் தடுத்தாக வேண்டும். இதில் மகனுடைய ஒத்தாசையும் வேண்டுமென்று அவள் எதிர்பார்த்தாள். அது நடக்கவில்லை. பிரபாவதி தேவியின் மனம் புகைந்தது.

பிரவீண் சொன்னதை எல்லாம் சில்பா கவனமாகச் செவிமடுத்தாள் என்றாலும் மாமியின் மீது உருவான அவளது

மனவருத்தம் மாறவில்லை. அதை வெளிக் காட்டாமலிருக்க அவள் முயற்சி செய்தாள்.

"எங்கிருந்தாவது ஒரு வேலைக்காரியை உடனே ஏற்பாடு செய்தாகணும். லீவு முடியப்போறது" சில்பா சொன்னாள்.

"உங்க அம்மாகிட்ட எல்லாத்தையும் சொல்லிட்டியா? எதுக்காக அங்க கிடந்து அவங்க ஆயா வேலை பாக்கணும்? இங்க வந்து நிம்மதியா இருந்துடலாமே? நமக்கும் உதவியாக இருக்குமே?"

"நான் சொல்லிப் பாத்துட்டேன். அம்மா ஒத்துக்க மாட்டேங்கறா. பழைய ஆச்சாரங்களைக் கைவிடுறது அம்மாவுக்கு விருப்பமில்லை."

"எதுக்கும் நான் கிராமத்துக்குப் போய்ப் பாக்குறேன். யாராவது கிடைக்காம இருக்க மாட்டாங்க. தெரிஞ்சவங்களாக இருந்தா குழந்தையை நம்பி ஒப்படைச்சுண்டு போகலாம். என்ன சொல்றே?"

"சரி."

12

கிறிஸ்துமஸ் விடுமுறையும் முடிந்தது. சில்பாவின் பிரசவ ஓய்வு காலம் முடியப்போகிறது. பகல் முழுவதும் குழந்தையைப் பிரிந்திருக்க வேண்டுமென்பதை நினைக்கும்போது சில்பாவின் தாய் மனம் பதைத்தது.

சில்பாவின் அம்மாவுக்கும் திரும்பிச் செல்ல வேண்டிய நாள் நெருங்கிக்கொண்டிருந்தது. மகளையும் பேரக்குழந்தையையும் பரிபாலிப்பதில் அவளது பொழுது வேகமாக நகர்ந்துகொண்டிருந்தது.

"சில்பா அடுத்த ஞாயிற்றுக்கிழமை எனக்குப் போகணும். குழந்தையைப் பாத்துக்க யாராவது கிடைப்பாங்களான்னு பாரேன்."

யார் கிடைக்கப்போகிறார்கள்? அப்படிக் கிடைத்தாலும் காலையிலும் சாயங்காலமும் வந்துபோகிறவர்களாக இருப்பார்கள். பகல் முழுவதும் தங்கியிருந்து குழந்தையைக்

கவனித்துக்கொள்கிற ஆள் கிடைப்பது சிரமம்தான். மட்டுமல்ல, சம்பளமாக ஒரு பெரிய தொகை கொடுக்க வேண்டியதிருக்கும்.

வேலைக்காரியின் கையில் குழந்தையை ஒப்படைத்து விட்டுப்போக அவளுக்குப் பயமாகவும் இருந்தது. பள்ளிக்கூட நிர்வாகத்தில் வேலைபார்க்கும் சுமலதாவின் குழந்தையின் நினைவு அவளுக்கு வந்தது. ஒருநாள் சாயங்காலம் சுமலதா வேலை முடிந்து போகும் போது வீட்டின்முன் ஆட்கள் கூடி நின்றிருந்தனர்.

வீட்டுக்குள் சென்ற சுமலதாவின் கண்களில் தென்பட்ட காட்சி அவளது நெஞ்சைப் பிளப்பதாக இருந்தது. ரத்தத்தில் மூழ்கிக் கிடந்த தனது குழந்தையைக் கண்ட சுமலதா மயக்கம்போட்டு விழுந்தாள்.

குழந்தையைத் தூங்க வைத்துவிட்டு, துணிகளைத் துவைத்துக் குளிப்பதற்காக வேலைக்காரி ஆற்றுக்குப் போ யிருக்கிறாள். உரத்தக் குரலில் குழந்தை அழுவதைக் கேட்டு பக்கத்து குவார்ட்டர்சிலுள்ள ஒரு பெண் வந்து ஜன்னல் வழியாகப் பார்த்திருக்கிறாள். ஒரு பூனை, கட்டிலில் கிடந்த குழந்தையைக் கடிக்கிறது. அவள் கூச்சலிட்டாள். அக்கம் பக்கத்திலுள்ளவர்கள் வந்து கூடினார்கள். யாரோ ஒருவர் ஜன்னல் வழியாக கம்பைவிட்டு பூனையை அடித்து விரட்டி யிருக்கிறார். ஆனால், குழந்தை அதற்குள்...

அந்தக் காட்சி நினைவுக்கு வந்தபோதே சில்பா நடுங்கி விட்டாள்.

"அம்மா நீங்க எங்கூடவே இருந்துடக்கூடாதா?"

"அது எப்படிம்மா சரியாக இருக்கும்? மகளைக் கல்யாணம் பண்ணிக் கொடுத்த ஆத்துல உட்கார்ந்து சாப்பிட்டு ஜீவிக்கிறது...?"

"அம்மாதான் இந்தாத்து சமையல்கட்டுலேருந்து ஜலம்கூட குடிக்கிறதில்லையே? அப்படி நீங்களே சமைச்சுச் சாப்பிட்டுக்குங்களேன். அதுக்கான செலவை மகள்கிட்டேருந்து வாங்கிக்கிறதா நினைக்காம வாங்கிக்கலாமே?"

"சில்பா தேவையில்லாம முரண்டுப் பிடிக்காதம்மா. நம்ம மூதாதையர் கடைப்பிடிச்ச நெறிமுறைகளை என்னைக் கைவிடச் சொல்லாதே."

சரோஜினி உண்ணித்தான் | 71

மறுநாள் சாயங்காலம் காலிங் பெல் அடிப்பதைக்கேட்ட சில்பா வாசலைத் திறந்தாள். எதிரில் வில்சன் டுங்டுங்."

"நமஸ்காரம், வாங்கோ உட்காருங்கோ" என்று அவள் வரவேற்றாள். பிறகு வீட்டுக்குள் பார்த்து அழைத்தாள்.

"அம்மா, இதோ டுங்டுங் அங்கிள் வந்திருக்கார்."

சில்பாவின் அம்மா முக்காடை நேர்ப்படுத்திக்கொண்டு வாசலுக்கு வந்தாள்.

"நமஸ்காரம் டுங்டுங் பாபு. இங்க வரைக்கும் வந்து சிரமப்பட்டிருக்க வேண்டாம். ஞாயிற்றுக்கிழமை நான் அங்க வர்றதாத்தான் இருக்கேன். வீவு நாளுக்கான சம்பளம் கிடைக்க வேண்டியதிருக்கு. அதை வாங்கி..."

"நான் வாடகைப் பாக்கிக்காக வரலை. கொஞ்சம் தாமதமானாலும் அது கிடைச்சுடும்னு எனக்குத் தெரியும். இந்த மாசம் முப்பத்தொண்ணாம் தேதி நான் ரிட்டயர்ட் ஆகறேன். குவார்ட்டர்சைக் காலி பண்ணிக் கொடுக்கணும். சில்பாவோட அம்மாவுக்கு வேற வீடு பாக்குறதுக்கான கால அவகாசம் வேணுமில்லையா? அதைச் சொல்றதுக்காக வந்தேன்."

"பரவாயில்லை. நான் உடனே காலி பண்ணிடறேன்."

"அடுத்த மாசம் முதல் வாரத்தில காலி பண்ணாலும் போதும்."

சில்பா கொண்டுவந்து வைத்த தேநீரையும் *நிம்கி(அ.கு. மைதாவும் உப்பும் சேர்த்த தின்பண்டம்)யையும் சாப்பிட்டு விட்டு வில்சன் டுங்டுங் புறப்பட்டார்.

அம்மாவை இங்கேயே தங்கச் சொல்வதற்கான ஒரு புதிய காரணம் கிடைத்துவிட்டது. வீட்டைக் காலி செய்துவிட்டு அம்மா எங்கே போய் தங்குவாள்? குறைந்த வாடகைக்கெல்லாம் எங்குமே இப்போது வீடு கிடைக்காது.

"அம்மா, நான் சொல்றதைக் கேளுங்கோ. வீட்டைக் காலிப் பண்ணிண்டு இங்கயே வந்துடுங்கோ."

"என் விஷயங்களை நினைச்சு நீ ஏம்மா கவலைப்படுறே? நான் ஒருத்திக்குப் படுத்துக்க எவ்வளவு இடம்தான் தேவைப்படும்?"

அன்றிரவு பிரவீண் சொன்னான்: "காலையில நான் கிராமத்துக்குப் போயிட்டு வர்றேன். குழந்தையைப் பாத்துக்க யாராவது கிடைப்பாங்களான்னுப் பாக்குறேன்."

பிரவீண் பஸ்சிலிருந்து இறங்கும்போது போஸ்ட் மாஸ்டர் தனது அலுவலகம் முன் நின்றிருந்தார்.

"யாரிது பிரவீணா? தாயும் பிள்ளையுமெல்லாம் சௌக்கியமா இருக்காங்களா?"

"சௌக்கியமாக இருக்கோம். ஒரு சின்னப் பிரச்சினை..."

"என்னப் பிரச்சினை?"

"குழந்தையைக் கவனிச்சுக்கிறதுக்குச் சரியான ஒரு ஆள் வேணும்."

"உன் மாமியார் கூட இருக்குறதா சொன்னியே?"

"அவங்க இன்னும் இரண்டு நாள்தான் இருப்பாங்க. பிறகு போயிடுவாங்க."

"அவங்களுக்குத்தான் வேற பிள்ளைங்க யாருமில்லையே?"

"இல்லை."

"அப்படின்னா அவங்களைக் கட்டாயப்படுத்தியாவது கூட வச்சிருக்கலாமே? பெத்தவ பாத்துக்குறதைப்போல வேற யார் பாத்துக்கப் போறா?"

"அதெல்லாம் சரிதான் ஆனந்த். எவ்வளவு சொல்லிப் பாத்த பிறகும் அவா ஒத்துக்க மாட்டேங்குறா. மருமகன் வீட்டிலேருந்து தண்ணி குடிக்கிறதுகூட சாஸ்திர விரோதமாம்."

"மண்ணாங்கட்டி. இந்த இருபத்தொண்ணாம் நூற்றாண்டில கூட இப்படிப்பட்ட அனாச்சாரங்களை நம்மால மாற்ற முடியலையே? கஷ்டம்தான்."

வீட்டுக்கு வந்த பிரவீணிடம் அம்மா கேட்டாள்: "ரெண்டு வாரத்துக்கு முன்னாடி தானே வந்தே? இப்ப எதுக்காக திடீர்னு?"

பிரவீண் விஷயத்தைச் சொன்னான். அம்மா சிறிது நேரம் எதுவும் பேசவில்லை. திடீரென்று அவளது முகபாவம் மாறியது.

சரோஜினி உண்ணித்தான் | 73

"இந்தத் தொந்தரவுகள் இப்ப வேண்டாம்னு சொன்னப்ப நீ கேட்கலை. அனுபவியுங்கோ ரெண்டு பேரும் சேந்து."

"அம்மா கொஞ்சம் இங்க பாருங்கோ. நம்ம வேலைக்காரங்கள்ல யாராவது...?"

"அவ அம்மா அங்கதானே இருக்கா? சாஸ்திரமோ மட்டு மரியாதையோ தெரியாத ஜாதி. இதுக்குத்தான் நல்ல குடும்பத்திலேருந்துதான் பொண்ணெடுக்கணும்னு சொல்றது. என் மகன் ஆளாதரவில்லாத அமங்கலி மகளைக் கைப்பிடிச்சுட்டானே பகவானே! தோல் பளபளப்பையும் உத்தியோகத்தையும் பாத்துட்டு மதிகெட்டுட்டானே..."

இதற்குமேல் எதையும் கேட்க விரும்பாத பிரவீண் வெளியே இறங்கினான். பலரிடமும் தனது தேவையைச் சொல்லிப் பார்த்தான்.

ஒருவர் சொன்னார்: ஒருத்தி இருக்கா. எல்லா வேலையும் செய்வா. குழந்தைங்களைக் கவனிச்சுக்கிறதுலேயும் கெட்டிக்காரிதான்.

"என்ன வயசிருக்கும்?"

"பத்துப் பதினெட்டு இருக்கும்னு நினைக்கிறேன்."

"வேண்டாம். கொஞ்சம் வயசானவளாக இருந்தால்தான் சரியா வரும்."

டாக்சி ஓட்டும் முர்ாரி, "விசாரிக்கிறேன்" என்றான்.

"இப்பவே கையோடு அழைச்சுண்டுப் போகணும்."

"அதெப்படி பாபு முடியும்? ரெண்டு மூணு நாளாவது காலஅவகாசம் வேண்டாமா?"

"ஆங்... எதுவாக இருந்தாலும் பாரு. யாராவது கிடைச்சா நம்ம போஸ்ட் மாஸ்டர் கிட்ட சொல்லிட்டா போதும். அவர் என்னைக் கூப்பிட்டுச் சொல்லிடுவார்."

மதியத்துக்குப் பிறகு பார்க்கும்போது தன்னுடன் வரத் தயாராக அம்மா நின்றிருந்தாள்.

"என்ன இருந்தாலும் என் மகனோட குழந்தை இல்லையா? நானே வரேன்."

பிரவீணுக்கு மகிழ்ச்சியாக இருந்தது. இரவு எட்டு மணிக்கெல்லாம் அம்மாவும் மகனுமாக குவார்ட்டர்சுக்கு வந்து சேர்ந்தார்கள். குழந்தையைத் தூங்க வைத்துவிட்டு சமையல் கட்டில் நுழைய இருந்த சில்பா, வேகவேகமாக சேலைத் தலைப்பை இழுத்துத் தலையை மறைத்துவிட்டு மாமியின் பாதங்களைத் தொட்டு வணங்கினாள்.

தூங்கிக்கிடக்கும் குழந்தையையே பார்த்துக்கொண்டு நின்றிருந்தாள் பாட்டி. தூக்கத்தில் குழந்தை உதடுகளைப் பிரித்து சிரித்தது.

பிரவீணின் அம்மா முற்றத்திலுள்ள சிறு அறைக்குள் எட்டிப் பார்த்தாள். தரையில் தடுக்கை விரித்து அமர்ந்தபடி சில்பாவின் அம்மா நாமம் சொல்லிக்கொண்டிருந்தாள்.

“இந்த உடம்போடு நேரா சொர்க்கத்துக்குப் போயிட மாட்டா?”

சில்பாவின் அம்மா அதைக் கேட்டதாகவே பாவிக்கவில்லை. மறுநாள் அதிகாலையிலேயே அவள் புறப்படத் தயாரானாள். புறப்படும்போது பிரவீணின் அம்மாவிடம் சொல்லிக்கொள்ளவும் மறக்கவில்லை.

ஒருவாரம் கழிந்ததும் பிரவீணின் அம்மா சொன்னாள்:

“பப்பு, நான் இங்கயே இருந்தால் ஆத்துல உள்ள காரியங்கள் எல்லாம் முடங்கிப் போயிடும். உன் மன்னி எல்லாத்தையும் கவனமாகப் பாத்து நடத்திட மாட்டாள். பெண் பிள்ளைகள் ரெண்டு பேரும் ஸ்கூலுக்குப் போயிடுவா. இளையவளானா, ஒரு கத்திரிக்காவை காம்பு வரைக்கும் கிள்ளிட்டு வர முடியாத வயசு.”

“நான் இங்க ஒண்ணு ரெண்டு பேர்கிட்ட சொல்லி வெச்சிருக்கேன். யாராவது கிடைக்கிற வரைக்கும் அம்மா கொஞ்சம் பொறுத்துக்குங்கோ.”

“உனக்கு என்ன வேணா சொல்லலாம். நான் நாளைக்கே போயாகணும். குழந்தையோட விஷயத்தை நினைச்சு நீ கவலைப்பட வேண்டியதில்லை. அவளை நானே கொண்டு போய்க்கிறேன்.”

“தாய்ப்பால் குடிக்கிற குழந்தையையா?”

"தாய்ப்பால்தான் வேணும்கிற கட்டாயம் எதுவுமில்லை. வீட்டில நல்ல ஒண்ணாந்தரம் பசும்பால் இருக்கு."

"இருந்தாலும்..."

"ஒரு இருந்தாலுமில்லை."

மகன் வாயடைத்து நின்றான்.

செய்தியை அறிந்த சில்பா அழத் தொடங்கினாள். மனைவிக்கு ஆறுதல் சொல்ல இயலாத பிரவீண் குழம்பி நின்றான்.

ஞாயிற்றுக்கிழமை குழந்தையைக் கொண்டுபோகத் தயாரானாள் பிரவீணின் அம்மா. ஒரு வார லீவில் சில்பாவும் கூடவே சென்றாள்.

அன்றிரவு சில்பாவின் அருகில் தூங்கிக்கிடந்த குழந்தையை எடுத்துக்கொண்டு போனாள் பாட்டி.

"விலகிக்கிடந்து பழகட்டும்."

அன்றிரவு சில்பாவுக்குத் தூக்கம் வரவில்லை. இடையிடையே குழந்தையின் அழுகுரல் கேட்டு மாமியின் அறைக்கதவைத் தள்ளிப் பார்த்தாள். உள் தாழ்ப்பாள் போடப்பட்டிருந்தது. ஒன்றிரண்டு தடவை தாய்ப்பாலைப் பீய்ச்சிவிட்டாள். குழந்தைக்கான பால் வீணாவதைக்கண்ட தாய் மனம் பதைத்தது. குழந்தை இல்லாமல் நாட்களைக் கழிக்க நேரிடுமா என்று நினைக்கும்போதே அவளுக்குப் பைத்தியம் பிடித்துவிடும்போல் தோன்றியது.

அப்போதெல்லாம் அவளுக்கு தன்னைப் பெற்ற தாய்மீதும் அவள் விடாப்பிடியாக வைத்திருக்கும் நம்பிக்கைகள்மீதும் கோபமும் வெறுப்பும் உருவாயின.

மனைவியை அழைத்துக்கொண்டு போவதற்காக பிரவீண் வந்தான். அவர்களுடன் அனுப்புவதற்கு அண்ணாவின் இளைய மகளை அம்மா தயாராக நிறுத்தியிருந்தாள்.

"பப்பு, லின்னியை நீ அழைச்சுண்டுப் போ. அவ அங்கயே நின்னு படிக்கட்டும். குழந்தை உங்ககூட இல்லாத வருத்தமும் உங்களுக்குத் தோணாது. சிந்தாமணியோட மகள் சன்னோவையும் உங்கூட அனுப்பி வைக்கிறேன்."

“சன்னோ வர்றதா இருந்தா குழந்தையையும் கொண்டு போயிடலாமே?”

சில்பா ஆசையுடன் கேட்டாள்.

“அவளுக்குத் தெரியுமா குழந்தையைக் கவனிக்க? அதெல்லாம் தேவையில்லை.”

மாமியின் கையிலிருந்தக் குழந்தையை வாங்கிய சில்பா அதைக் கட்டியணைத்தபடி வாய் விட்டழுதாள். இதைப் பார்த்த காந்திமதி கண்களைத் துடைத்துக்கொண்டாள்.

“பஸ்சுக்கு நேரமாயிடுத்து.”

பிரவீண் நினைவுபடுத்தினான்.

குழந்தையைத் தட்டிப்பறிப்பதுபோல் தாயின் கையிலிருந்து பிடுங்கினாள் மாமி.

வழக்கம்போல் மாமியின், ஓரகத்தியின் கால்களைத் தொட்டுக் கும்பிட்ட சில்பா அழுகை வெடித்துக் கிளம்பி விடாமலிருக்க சேலைத் தலைப்பைக் கடித்துப் பிடித்தபடி படியிறங்கினாள்.

பஸ்சில் உட்கார்ந்திருக்கும்போதும் குழந்தையின் அழுகுரல் சில்பாவின் காதுகளில் ஒலித்துக்கொண்டே இருந்தது.

13

சில்பாவின் முகத்தைப் பார்த்ததுமே ஏதோ பெரிய பிரச்சினை அவளை அலட்டிக் கொண்டிருக்கிறது என்பதைப் புரிந்துகொண்டாள் ஸ்ரீதேவி நாயர். பிரார்த்தனை முடிந்து வகுப்பறைகளுக்குச் செல்லும் நேரமென்பதால் எதுவும் கேட்கவில்லை. மதிய இடை வேளையில் கேட்டுக்கொள்ளலாம் என்ற எண்ணத்துடன் ஸ்ரீதேவி நாயரும் வகுப்பறைக்குச் சென்றாள்.

மத்தியான ஓய்வின்போது பணியாளர் அறையில் யாருமில்லை. பள்ளிக்கூடத்தின் அருகாமையில் தங்கி யிருப்பவர்கள் சாப்பிட வீட்டுக்குப் போய்விடுவார்கள். ஆண்களில் பலரும் கேன்டீனிலேயே சாப்பிட்டு விடுவார்கள்.

காலையில் சாப்பிட்டுவிட்டு வருபவர்கள் மதியம் ஏதாவது சிற்றுண்டியுடன் முடித்துக்கொள்வார்கள்.

அன்று மிஸஸ் தாஸுக்கு விடுமுறை என்பதால் பணியாளர் அறையில் சில்பாவும் ஸ்ரீதேவி நாயரும் மட்டும் இருந்தார்கள்.

“வா, சில்பா சாப்பிடலாம்.”

“எனக்குப் பசிக்கலை.”

“பசிக்கலையா, எதுவும் கொண்டு வரலையா?”

அவள் பதில் சொல்லவில்லை.

“வா, சில்பா, இட்லி இருக்கு. ரெண்டு இட்லி சாப்பிடு. சில்பாவுக்குப் பிடிக்கும்கிறதால நான் அதிகமாவே கொண்டு வந்திருக்கேன்.”

ஸ்ரீதேவி நாயரின் வற்புறுத்தலுக்கு இணங்கி அவள் கை கழுவிவிட்டு வந்தாள். சோற்றுப் பாத்திரத்தின் மூடியில் இட்லியையும் சட்னியையும் எடுத்து சில்பாவின் முன்னால் நீக்கி வைத்துவிட்டு மிஸஸ் நாயர் கேட்டார்.

“போன வாரம் எதுக்காக லீவு போட்டிருந்தே சில்பா?”

அதற்குப் பதிலாக சில்பாவிடமிருந்து அழுகைதான் வெளிவந்தது.

“அழாதே சில்பா, பிள்ளைங்க பாத்துடப்போறாங்க.”

அவள் கண்களைத் துடைத்துக்கொண்டாள்.

“சொல்லு சில்பா, என்ன நடந்தது?”

“என் குழந்தை...”

மீதியை அவளால் சொல்ல இயலவில்லை. ஏங்கியேங்கி அழுதாள்.

ஸ்ரீதேவி நாயர் திடுக்கிட்டார். அவளது கையிலிருந்த இட்லி கீழே விழுந்தது.

குழந்தைக்கு என்னவாயிற்று? எப்படிக் கேட்பதென்று தெரியாமல் ஒரு சில நிமிடம் அப்படியே அமர்ந்திருந்த ஸ்ரீதேவி நாயர் மெதுவாகக் கேட்டார்:

“குழந்தைக்கு உடம்புக்கு ஏதாவது...?”

“குழந்தை உடம்புக்கு ஒண்ணுமில்லை ஆன்டி. குழந்தையை அவங்க கொண்டுபோயிட்டாங்க.”

“யார் கொண்டுபோயிட்டாங்க?”

“அவரோட அம்மா.”

“இவ்வளவுதானா? பயந்தே போயிட்டேன் நான்.”

சில்பா நடந்ததை எல்லாம் சொன்னாள்.

“சில்பா நீ இப்படி அழுதோ வருத்தப்பட்டோ எதுவும் நடந்துடப் போறதில்லை. எப்படியாவது முதல்ல நல்ல ஒரு வேலைக்காரியை ஏற்பாடு பண்ணிக்க. பிறகு போய் குழந்தையை எடுத்துட்டு வந்துடு.”

“மாமி தரமாட்டாங்க. என் குழந்தைக்குப் பதிலாக அத்திம்பேர் பிள்ளையை வளர்க்க சொல்லித்தந்துருக்காங்க.”

“அதுக்கு எத்தனை வயசாகுது. அதை யார் கவனிச்சுக்குறது?”

“அஞ்சு வயசிருக்கும். அதைக் கவனிச்சுக்குறத்துக்குன்னு ஒரு சின்னப் பொண் ணையும் கூடவே அனுப்பியிருக்காங்க.”

“அது சரி! நீ ஒண்ணு பண்ணு. சத்பதி பாபுகூட கலந்து பேசி உடனடியாக ஒரு முடிவுக்கு வா. அத்தானோட குழந்தைக்கு அம்மா இருக்கா. அதோட பொறுப்பை நீ ஏத்துக்க வேண்டிய அவசியமில்லை. குனியக்குனிய குட்டுறதுக்கு அனுமதிக்கக் கூடாது.”

பணியாளர் அறைக்குள் ஆசிரியர்கள் ஒவ்வொருவராக வரத் தொடங்கியதும் இருவரும் எழுந்து கை கழுவுவதற்காக வெளியே சென்றார்கள்.

ஒவ்வொரு இரவும் சில்பாவுக்கு சிவராத்திரியாகவே இருந்தது. சிவநாமத்துக்குப் பதிலாக அவள் தனது குழந்தையின் நாமத்தை ஜெபித்தாள். கண்களை மூடினால் காது களில் குழந்தையின் அழுகுரல் கேட்கும். திடுக்கிட்டு எழுந்தால் பிறகு அழுதழுதே இரவு விடியும். மனைவியின் நிலைமையைப் பார்த்து பிரவீணால் வருத்தப்பட மட்டுமே முடிந்தது. இதற்கொரு முடிவைக் கண்டுபிடிக்க அவனால் இயலவில்லை.

சில்பாவின் நிலை நாளுக்கு நாள் மோசமடைந்தது. அவளது ஆரோக்கியமும் சீர்குலைந்துகொண்டிருந்தது.

“சில்பா நம்ம குழந்தை வேறெங்கும் இல்லையே? அம்மாகிட்டதானே இருக்கு? குழந்தையை அம்மா நல்லபடி பாத்துக்குவாங்க. நாமளும் இடையிடையே போய்ப் பாத்துக்கலாமே?”

கணவன் மனைவிக்கு ஆறுதல் சொல்ல முயன்றான்.

கணவனின் ஆறுதல் வார்த்தைகளால் அவளது வேதனையைத் தணிக்க இயலவில்லை. ஒவ்வொரு சனிக்கிழமை இரவிலும் அவள் பிடிவாதமாக நின்றாள்.

“காலையில குழந்தையைப் பாக்கப் போகணும்.”

“சில்பா நீ ஏன் இப்படி எதுவும் புரியாமப் பேசறே? ஒவ்வொரு வாரமும் நாம அங்கே போயிண்டிருக்க முடியுமோ? ஆட்டோவுக்கும் பஸ்சுக்கும் சேர்த்து பெரிய தொகை செலவிட வேண்டியதிருக்கே?”

“நம்ம குழந்தையை விடவும் பணம்தான் பெருசாப்போச்சா உங்களுக்கு?”

“இங்க பார் சில்பா, போகும்போது லின்னியையும் சன்னோவையும் இங்க விட்டுட்டு நாம மட்டும் போக முடியுமா? அவங்களையும் அழைச்சுண்டு போற சிரமங் களும் அதுக்கான செலவும்...”

“அப்ப நான் மட்டும் தனியா போயிட்டு வரேன்.”

“அது சரியா இருக்காது.”

பூபேன் வீட்டுக்குப் போகும்போது அம்மாவுக்கொரு கடிதம் எழுதி அனுப்பினான் பிரவீண். கடிதத்தை வாசித்த அம்மா கோபப்பட்டாலும் குழந்தையை எடுத்துக்கொண்டு பூபேனுடன் வந்தாள்.சில்பா குழந்தையை வாரியெடுத்து நெஞ்சோடு அணைத்துக்கொண்டாள். தன்னுடைய தங்கக் குடத்தைப் பார்த்துப் பல யுகங்களாகிவிட்டதுபோல் அவளுக்குத் தோன்றியது.

குழந்தை மெலிந்திருக்கிறதா? அவளுக்கு சந்தேகம். ஆனால், அந்தக் குட்டிக்கண்களில் பழைய ஒளி மங்கியிருக்கிறது

என்பது மட்டும் உண்மை. கவிழ்ந்து கிடந்து நகர வேண்டிய நாட்களாகியும் குழந்தை மல்லாந்தே படுத்திருந்தது. கை கால்களை அசைத்து விளையாடவோ சிரிக்கவோ இல்லை.

அவள் ஸ்ரீதேவி நாயரிடம் சொல்லி வருத்தப்பட்டாள்.

“சில குழந்தைங்க கவிழவும் முட்டுக்கால் போட்டுத் தவழவும் நாளாகும்.”

அவள் அப்படிச் சொன்னாலும் மனதுக்குள் நினைத்தது மற்றொன்று. தாய்ப்பால் குடித்து தாயின் மார்புச் சூட்டை ஏற்றுக்கொண்டிருந்த குழந்தைக்கு அது கிடைக்காமல் போனதன் விளைவு.

குழந்தையைப் பிரிந்து வாழ்வது மரண அவஸ்தையாக இருந்தது சில்பாவுக்கு. ஸ்கூலில் பலரிடமும் அவசரமாக ஒரு வேலைக்காரி தேவை என்று சொல்லி வைத்திருந்தாள். எல்லாருமே பார்ப்போம் என்றுதான் சொன்னார்கள். ஆனால், உடனே நடந்து விடாது என்றும் சொன்னார்கள்.

பிரவீணின் அம்மா குழந்தையுடன் திரும்பிச் சென்றாள். சில்பாவால் அதைத் தடுக்க முடியவில்லை. அவள் மாமியாரின் காலைப் பிடித்துக்கொண்டு வேண்டினாள். இன்னும் கொஞ்ச நாட்கள் இருக்கச் சொல்லி. அவள் அதைக் காதில் வாங்கிக்கொள்ளவே இல்லை.

நான் வேலையை ரிஸைன் பண்ணப் போறேன்.”

சில்பா கணவனிடம் சொன்னாள்.

“முட்டாள்தனமா பேசாதே. பாத்துண்டிருக்கும்போதே குழந்தை வளந்துடுவா. அதுக்குப் பிறகு வேலை கிடைக்கிறது கஷ்டமாயிடும்.”

அவள் தனது அம்மாவின் அனுபவங்களை நினைத்துப் பார்த்தாள். அம்மாவுக்கொரு வேலை இருந்திருந்தால் பிள்ளைகளை வளர்ப்பதற்கு இவ்வளவு சிரமப்பட்டிருக்க வேண்டிய தேவை ஏற்பட்டிருக்காது. பத்தாம் வகுப்பில் படிக்கும்போது அம்மாவுக்குத் திருமணம் நடந்தது. அம்மா படிப்பை நிறுத்தியதற்குக் காரணம், அம்மாவின் விருப்பமின்மையோ தாத்தாவின் வசதியோ அல்ல! ஓடிய பிராமணக் குடும்பத்தில் பிறந்த ஒரு பெண், இன்னொரு

குடும்பத்தில் மாட்டுப்பெண்ணாக வேண்டியவள். பிறகேன் தேவையில்லாமல் அதிகம் படிக்க வேண்டும்?

அம்மா, இன்று ஆயா வேலை செய்து பிழைப்பதைப் பார்க்க தாத்தா உயிருடனில்லை.

சில்பா ஒரு முடிவுக்கு வந்தாள். எப்படியாவது அம்மாவை இங்கே அழைத்து வந்துவிட வேண்டும். அம்மா வந்துவிட்டால் குழந்தையைக் கொண்டுவந்து விடலாம்.

தனக்கு மட்டுமல்ல, அம்மாவுக்கும் அதுதான் நல்லது.

சம்பிரதாயங்கள் கிடக்கட்டும். மனிதனுக்கு உதவாத சம்பிரதாயங்களைப் பிடித்துத் தொங்கிக்கொண்டிருப்பது மிகப் பெரிய மூடத்தனம்.

அவள் வாசந்தியக்கா வீட்டுக்கு ஃபோன் செய்தாள். ஃபோன் நிசப்தமாக இருந்தது. வீடு மாறிவிட்டார்களா? அம்மா வேலை பார்க்கும் ஸ்கூல் ஃபோன் நம்பரும் தெரியாது.

ஞாயிற்றுக்கிழமை காலையில் அவசரமாக வேலைகளை முடித்துவிட்டு அவள் செக்டர் ஒன்றுக்குப் புறப்பட்டாள். பஸ் ஸ்டாண்டில் இறங்கும்போது ஒரு பெரிய மாற்றம் நிகழ்ந்திருப்பதை உணர்ந்தாள். இங்கே வந்து ஒரு வருடம் கடந்துவிட்டது. பழைய பஸ் ஸ்டாண்ட் பொலிவிழந்து கிடந்தது. புதிய பஸ் ஸ்டாண்டைச் சுற்றிலும் ஏராளமான கடைகள்.

அவள் பழகிய பாதையில் வெகுவேகமாக நடந்தாள். அம்மா பழைய வீட்டிலிருந்து மாறிவிட்டாள் என்பது மட்டும் தெரியும். பக்கத்தில்தான் மாறியிருக்கிறேன் என்று சொல்லி யிருந்தாள். அங்கே போய் விசாரிப்பதற்கு நேரமில்லை. எதுவா யினும் வாசந்தியக்காவின் வீட்டில் போய் விசாரிக்கலாம். அங்கே அவர்கள் இல்லையென்றால் முண்டு அங்கிளின் வீட்டிலோ கங்காதரனின் வீட்டிலோ விசாரிக்கலாம்.

பழைய வீட்டுக்குச் செல்லும் வளைவில் எதிரில் சைக்கிளில் வந்துகொண்டிருந்த கங்காதரனைப் பார்த்தாள்.

"யார் இது, சில்பாக்காவா?"

அவன் நின்றான்.

“என்ன கங்காதரா, வீட்டில எல்லாரும் சௌக்கியமா, இப்ப நீ என்ன பண்றே?”

“இப்ப நான் ஆர்.ஐ.டி.யில இருக்கேன். அம்மாவுக்கு உடல்நிலை சரியில்லைதான். மூட்டுவலி.”

“என் அம்மாவை நீ பாக்குறதுண்டா?”

“கோயல் நகருக்குப் போன பிறகு மாஜியைப் பாக்க முடியலை.”

“எங்க தங்கியிருக்குறான்னு தெரியுமா?”

“அக்காவுக்குத் தெரியாதாமா? விவேகானந்தா வித்யா மந்திர் பக்கத்துல இருக்குறதா கேள்விப்பட்டேன். வித்யா மந்திர் தெரியும்தானே?”

“தெரியாது.”

“வாங்க. நான் கூட வரேன்.”

அவன் சைக்கிளை உருட்டியபடியே சில்பாவுடன் நடந்தான்.

கங்காதரன் சொன்ன பிறகுதான் அம்மா விவேகானந்தா வித்யா மந்திரில் வேலை பார்க்கிறாள் என்ற விஷயமே அவளுக்குத் தெரியவந்தது.

ஸ்கூலுக்குப் பக்கத்திலுள்ள ஒரு பெரிய வீட்டின் முன் வந்ததும் கங்காதரன் சொன்னான்: “இது வித்யா மந்திர் பிரின்ஸ்பால் வீடு. இவங்ககிட்ட கேட்டால் தெரியும்.”

கேட்டில் ‘நாய்கள் ஜாக்கிரதை’ போர்டு தொங்கியது. கேட்டிலிருந்த காலிங்பெல்லில் விரலை அமர்த்திய அவள் காத்து நின்றாள்.

கேட்டைத் திறந்தவள் சில்பாவின் அம்மாதான்.

“நமஸ்காரம் சாவித்ரி மாஜி.”

கங்காதரன், சில்பாவிடமும் சொல்லிவிட்டு சைக்கிளில் ஏறினான்.

வீட்டின் பின்புற வழியினூடே மகளை அழைத்துச் சென்றாள் அம்மா. மதிலையொட்டி செங்கல் கட்டி ஷீட் வேய்ந்த ஒரு சிறு அறை. சில்பா அறைக்குள் கண்களை

ஓட்டினாள். பழைய கயிற்றுக்கட்டில், தையல் மெஷின், ஒரு ஸ்டவ், கட்டிலின்கீழ் ஒரு பழைய சூட்கேசும் சில பாத்திரங்களும்.

"அம்மா என்னை எதுக்காக இப்படித் தண்டிக்கிறேள்?"

கட்டிலில் உட்கார்ந்தபடி சில்பா கேட்டாள்.

"தண்டிக்கிறதும் தயவுகாட்டுறதும் எல்லாம் பகவான் செயல் சில்பா."

அம்மா இங்க இப்படிக் கிடக்கும்போது.."

அவள் அழத் தொடங்கினாள்.

மகளைத் தேற்றுவதற்கான வார்த்தைகள் கிடைக்காத அம்மா, அவளது தலை முடியை விரல்களால் கோதிக்கொண்டிருந்தாள். மகளுடைய அழுகை சற்று நின்றதும் அம்மா கேட்டாள்:

"குழந்தையையும் கொண்டு வந்திருக்கக்கூடாதோ?"

"குழந்தை..."

அவள் திரும்பவும் அழத் தொடங்கினாள்.

அம்மா எதுவும் புரியாமல் மகளைப் பரிதவிப்புடன் பார்த்தாள்.

சிறிது நேரம் கழிந்ததும் தன்னைக் கட்டுப்படுத்திக்கொண்டு நடந்ததை எல்லாம் சொன்னாள்.

"அம்மா எங்கூட இருந்திருந்தால்..."

"நடக்க வேண்டியது நடந்துதான் தீரும். யாராலயும் அதைத் தடுத்துட முடியாது."

"நடக்க வேண்டிய எல்லாமே நடந்துடுத்து. இனிமேலாவது அம்மா எங்கூட வந்து இருக்கணும். என் குழந்தையை..."

அவள் விதும்பினாள்.

"வர்றேம்மா. நான் வந்துடறேன். என் மக ஒரே ஒரு மாசம் கூட பொறுத்துக்கோ."

"ஒரு மாசமா?"

"ஆமாம்மா. ஒரே ஒரு மாசம்.... ஒரு மாச சம்பளத்தை நான் முன்பணமா வாங்கிட்டேன்."

"எவ்வளவு ரூபான்னு சொல்லுங்கோ. பணத்தோட நான் காலையில வரேன்."

"நீ இப்படி பிடிவாதம் பண்ணாதே. பரீட்சை கிட்ட நெருங்கிடுத்து. இப்ப போய் இருக்குறதை அப்படியே போட்டுண்டு வர்றது மரியாதையாக இருக்குமா சொல்லு? ஒரு மாசம்கூட பொறுத்துக்கோ. சொன்ன வாக்கை அம்மா மீற மாட்டேன். நானே வந்துடறேன்."

அம்மா தந்த உப்பு போட்ட எலுமிச்சம் நீரைக் குடித்து விட்டு சில்பா எழுந்தாள். கொளுத்தும் வெயிலையும் பொருட் படுத்தாமல் அவள், பஸ்–ஸ்டாண்டை நோக்கி நடந்தாள்.

14

"**ச**த்பதி ஆன்டிக்கு ஒரு ஃபோன்."

பியூன் சேடி வகுப்பறைக்கு வந்து சொன்னான்.

சில்பா கையிலிருந்த புத்தகத்தை மேஜையில் கவிழ்த்து வைத்துவிட்டு வேகமாக தலைமையாசிரியரின் அறைக்குச் சென்றாள்.

யார் கூப்பிட்டிருப்பார்கள்? தனக்கு யாருமே ஃபோன் செய்வதில்லை. எப்போதாவது ஒருமுறை அவள்தான் அம்மாவை கூப்பிடுவாள். முன்பு வாசந்தியக்காவின் வீட்டுக்கும் இப்போது ஸ்கூலுக்கும்.

இப்போது...?

"ஜகந்நாதா, என் குழந்தைக்கு ஏதாவது... பகவானே..."

"ஹலோ!"

அவளது குரலில் நடுக்கமிருந்தது.

"சில்பா சத்பதிதானே?"

அறிமுகமில்லாத ஒரு ஆண் குரல்.

"நான் விவேகானந்தா வித்யா மந்திர் ஆசிரியர் பேசுறேன். உங்க அம்மா?"

"அம்மா...?"

கையிலிருந்த ரிசீவர் நடுங்கத் தொடங்கியது.

“பயப்பட வேண்டாம். தலைச்சுற்றி கீழே விழுந்துட்டாங்க. உடனே ஜி.எச்.சுக்குக் கொண்டு போறோம். நீங்க வந்த பிறகுதான் நாங்க திரும்ப வர முடியும்.”

அவள் கீழே விழுந்துவிடாமலிருக்க மேஜை விளிம்பைப் பற்றிக்கொண்டாள்.

சில்பாவின் நிலைமையைக் கண்ட தலைமையாசிரியர் சொன்னார்:

“மிஸஸ் சத்பதி உட்காருங்க.”

அவள் உட்கார்ந்தாள்.

“மிஸ்டர் சத்பதியோட ஃபோன் நம்பரைக் கொடுங்க. கூப்பிட்டுச் சொல்றேன்.”

அவள் கைப்பையைத் திறந்து அதிலிருந்து ஒரு சிறு டைரியை எடுத்துக் கொடுத்தாள்.

தலைமையாசிரியர் பிரவீண் குமார் சத்பதியைத் தொடர்பு தகவலைச் சொன்னார். அவன் வருவதை எதிர்பார்த்திருக்கும் மனோநிலையில் சில்பா இல்லை. அவள் எழுந்து தலைமையாசிரியரிடம் அனுமதி கேட்டாள்.

“இந்த நிலைமையில நீங்க தனியாகப் போக வேண்டாம். யாரையாவது கூட அனுப்ப முடியுமான்னு பாக்குறேன் இருங்க” என்றார் தலைமையாசிரியர்.

அவர் எழுந்து சுவரில் ஒட்டியிருந்த அட்டவணையைப் பார்த்தார்.

“ஸ்ரீதேவி நாயருக்குக் கடைசி ரெண்டு பீரியட் கிளாஸ் இல்லை.”

பியூன் சேடி ஆட்டோ பிடித்துக்கொண்டு வந்தான். ஸ்ரீதேவி நாயர், சில்பாவுடன் ஆஸ்பத்திரிக்குச் சென்றாள்.

அவள் ஆஸ்பத்திரிக்குச் செல்லும்போது கேஷுவாலிட்டியின் முன் சிசு மந்திர் பிரின்ஸ்பால் நின்றிருந்தார்.

“சார், சில்பாவோட அம்மாவுக்கு என்னாச்சு?”

"தலைச்சுற்றிக் கீழே விழுந்துட்டாங்க. சன் ஸ்ட்ரோக்கா இருக்கும்னு தோணுது."

"அம்மா..."

சில்பா உள்ளே நுழைய முயன்றாள்.

நர்ஸ் தடுத்தாள். "கொஞ்சம் வெயிட் பண்ணுங்க. டாக்டர்கள் பரிசோதிச்சிட்டிருக்காங்க."

ஸ்ரீதேவி நாயர் வராந்தாவிலிருந்த சாய்வு பெஞ்சில் சில்பாவைப் பிடித்து உட்கார வைத்துவிட்டு பக்கத்தில் அமர்ந்துகொண்டாள்.

சில்பா சேலைத் தலைப்பால் முகத்தை மறைத்து அழுதுகொண்டிருந்தாள்.

"என்ன சில்பா இது? அம்மா விழுந்துட்டாங்கன்னு இப்படியா அழுவாங்க?"

சில்பாவின் ஏக்கம்கொண்ட மனம் பல வருடங்கள் பின்னோக்கிச் சென்றது.

அன்று அம்மாவுடன் உட்கார்ந்திருந்தது இதே பெஞ் சில்தானோ? அன்று தன்னுடன் இருந்தது பத்மினி ஆன்டி என்றால் இப்போது ஸ்ரீதேவி ஆன்டி.

அப்போது பிரவீணும் வந்து சேர்ந்தான். வாசலில் எதிர்ப்பட்ட நர்சிடம் அவன் ஏதோ கேட்கிறான். அவள் சொல்கிற பதில் சில்பாவுக்குக் கேட்கவில்லை. ஆனால், கணவனின் முகபாவங்களை வைத்து நிகழ்வுகள் அவ்வளவு சாதாரணமில்லை என்பதை அவளால் புரிந்துகொள்ள முடிந்தது.

திடீரென்று உள்ளே இருந்து வந்த ஒரு ஸ்ட்ரெச்சரில் தலை முதல் கால்வரை போர்த்திய ஒரு சடலம் கிடந்தது. அதை தள்ளிக்கொண்டு வந்தவர்களில் ஒருவன் தலைப் பகுதியில் கிடந்த துணியைச் சற்று விலக்கிக் காட்டினார்.

சில்பா உரத்தக் குரலில் அழத் தொடங்கினாள். சடலத்தின்மீது விழப்போன சில்பாவை ஸ்ரீதேவி நாயர் தாங்கிக்கொண்டாள். அவளைப் பலமாகப் பிடித்து நடத்திக் கொண்டு வந்து பழைய இடத்தில் உட்கார வைத்தாள்.

சரோஜினி உண்ணித்தான்

கணவனின் ஆறுதல் மொழிகளோ தாய்க்கு நிகரான ஸ்ரீதேவி நாயரின் ஆறுதல் மொழிகளோ அவளுக்கு அமைதியைத் தரவில்லை. ஒவ்வொன்றும் தாமரை இலையில் பட்ட நீர்த்துளிகள்போல் உருண்டோடின.

தகவலறிந்து பூபேனும் நரேனும் வந்து சேர்ந்தார்கள். பிரவீண் அவர்களுடன் சில்பாவை வற்புறுத்தி வீட்டுக்கு அனுப்பி வைத்தான். ஸ்ரீதேவி நாயர் ஆட்டோ பிடித்து வீட்டுக்குச் சென்றாள்.

சடலத்தை மார்ச்சுவரியில் வைத்த பிறகு பிரவீண் வீட்டுக்குப் புறப்பட்டான். சொந்த பந்தங்களுக்குத் தகவல் அனுப்பியாகி விட்டது. சடலத்தை எங்கே கொண்டு போவதென்பதையும் எங்கே தகனம் செய்வது என்பதையும் சில்பாவின் பெரியப்பா வந்த பிறகு தீர்மானிக்கலாம்.

கணவனும் மைத்துனனும் எவ்வளவு வற்புறுத்தியும் சில்பா தண்ணீர்கூட குடிக்கவில்லை. ஏங்கியேங்கி அழுதபடி அவள் சுருண்டுக் கிடந்தாள்.

உயிரற்ற தனது உடல் புகுந்த வீட்டிலிருந்து வெளிவர வேண்டுமென்பது எல்லா ஒடியா பெண்களின் ஆசையாக இருக்கும். அம்மாவின் விருப்பமும் அதுவாகத்தான் இருக்கும். குடும்பத்தின் மூத்தவரின் சொல்லைக் கேட்காமல் இறங்கிப் போன அம்மாவின் உடலைப் பெற்றுக்கொள்ள அங்கிருந்து யாராவது வருவார்களா?

அனைத்துக்கும் நான்தான் காரணம் என்ற எண்ணம் சில்பாவின் மனத்தைக் கசக்கிப் பிழிந்துகொண்டிருந்தது.

தனக்காகவே அம்மா வீட்டைவிட்டு வெளியேற நேர்ந்தது. எனவேதான் தனது வாழ்க்கைப் பாதுகாப்பாக அமையவும் செய்தது. ஆனால், அம்மா! அம்மாவைப் பழைய ஆச்சாரங்களில் இருந்து விடுவித்து தன்னுடன் வைத்துக்கொள்ள முடியவில்லை என்பது தனது இயலாமைதான்.

சில்பாவின் திருமணம் கிராமத்தில் வைத்துதான் நடந்தது. திருமணம் முடிந்து அம்மா ராவுர்கேலாவுக்குப் புறப்பட இருக்கும்போது பெரியப்பா கேட்டது இன்னமும் அவளது நினைவில் இருந்தது.

"சாவித்ரி இனி எதுக்காக அங்க போகணும்? மகள் புகுந்த வீட்டில இருக்குறச்சே?"

வீட்டைக் காலி செய்து கொடுத்துவிட்டு வருகிறேன் என்று சொல்லிவிட்டுத்தான் அம்மா சென்றாள். ஆனால், அம்மாவைத் திரும்பிச் செல்ல அவள் அனுமதிக்கவில்லை.

"அம்மா எதுக்காக திரும்பவும் அந்த நரகத்துக்குப் போறேங்கறேள்?"

"சில்பா, எதுவாக இருந்தாலும் பொம்மனாட்டிக்குப் புகுந்த வீடுதான் சொர்க்கம்."

"அது ஆத்துக்காரர் உயிரோட இருக்கறச்சே மட்டும். இனி அங்க உங்களுக்கு ஒரு வேலைக்காரியோட மதிப்புகூட இருக்காது. இனிமேல், உங்க விஷயங்களை முடிவு பண்ண வேண்டியவ நான்தான். உங்க மகள்."

கடைசியில் அம்மா உடன்பட்டாள்.

நாம் குவார்ட்டர்சில் இருப்பதால் அம்மாவும் தங்களுடன் வந்து தங்குவாள் என்று தான் அவள் நினைத்திருந்தாள். ஆனால், அது தவறாகிவிட்டது.

மறுநாள் காலையில் சில்பாவின் அக்கா கல்பனாவும் கணவனும் வந்தார்கள். அம்மாவின் சகோதரனும் குடும்பத்தினரும் வந்தார்கள். ஆனால், அப்பாவின் அண்ணா ஜகந்நாத மிஸ்ரா வரவில்லை. அவருக்குப் பதில், மகன் நீலாம்பர் வந்திருந்தான்.

சடலத்தை மார்ச்சுவரியிலிருந்து எங்கே கொண்டுபோவது? பல அபிப்பிராயங்கள் சொல்லப்பட்டன. சாவித்ரி மிஸ்ராவுக்கு ஆண்மக்கள் இல்லையென்பதால் மகள் வீட்டுக்கும் அங்கிருந்து மயானத்துக்கும் கொண்டு போகலாமென்பது சிலருடைய அபிப்பிராயம். வேறு சிலர் கிராமத்துக்கே கொண்டுபோய் விடலாமென்று சொன்னார்கள். கடைசியில் எங்குமே கொண்டு போக வேண்டாம். ஆஸ்பத்தியிலிருந்து நேராக மயானத்துக்கே கொண்டு போய்விடலாமென்று முடிவு செய்யப்பட்டது.

சடலத்தை ஏற்றிய ட்ரக் பிராமணீ நதிக்கரையை நோக்கிப் புறப்பட்டது. சித்தியின் சிதைக்கு நீலாம்பர் கொள்ளி வைத்தான். பிராமணீ நதியில் மூழ்கிக் குளித்துவிட்டு அன்றே அவன் கிராமத்துக்குத் திரும்பிவிடவும் செய்தான்.

சில்பாவின் மாமாவும் மாமியும் அன்றிரவு லாட்ஜில் தங்கினார்கள். கல்பனாவும் கணவனும் தங்கையின் வீட்டில் இரவைக் கழித்தார்கள்.

சகோதரிகள் இருவரும் வேதனைகளைப் பகிர்ந்தபடி இரவு முழுவதையும் தூங்காமல் கழித்தனர். ஆண் மக்களில்லாத, விதவையான அம்மாவைக் காப்பாற்ற இயலாத துக்கம் இருவர் மனங்களிலும் தீக்கனல்போல் நீறிக்கொண்டிருந்தது.

கல்பனா கணவனின் வீட்டில் இருப்பதால் அம்மாவை ஒருநாள்கூட தன்னுடன் வைத்துக்கொள்ள இயலாமல் போனது. எப்போதாவது ஒருமுறை சென்றால் ஒன்றோ இரண்டோ மணி நேரம் மகளுடன் உட்கார்ந்து அவளுடைய சுக சேமங்களை விசாரித்துவிட்டு வந்துவிடுவாள்.

சில்பா, தங்கியிருந்தது கம்பெனி குவார்ட்டர்சாக இருந்தாலும் கணவன், கொழுந்தன், அத்திம்பேரின் பிள்ளைகள், அவ்வப்போது வந்து போகும் மாமியென அதுவும் புகுந்த வீடாகவே இருந்தது.

"நம்ம கையில என்ன இருக்கு? எல்லாத்தையும் அந்த ஜகந்நாதன்தான் தீர்மானிக்கிறான்." நீண்டதொரு பெருமூச்சை உதிர்த்த கல்பனா தங்கைக்கு ஆறுதல் சொல்ல முயன்றாள்.

15

மறுநாள் காலையில் கல்பனாவும் கணவனும், சாயங்காலம் மாமாவும் மாமியும் புறப்பட்டுச் சென்றார்கள்.

சாயங்காலத்துக்குப் பிறகு ஜகன் வந்தான்.

"நேற்றைக்கு வர முடியலை மன்னி. புதுசா வேலைக்குச் சேர்ந்தது இல்லையா? லீவு கிடைக்கலை."

அவன் வர இயலாமல் போனதுக்கான காரணத்தைச் சொன்னான்.

அழுதழுது தளர்ந்து போயிருந்த அண்ணியை எதைச் சொல்லி ஆறுதல் படுத்துவது என்று அவனுக்குத் தெரியவில்லை.

“நாலு விஷயம் யோசிக்கத் தெரிந்த மன்னிக்கு என்ன ஆறுதல் சொல்றது? இருந்தாலும் சொல்ல வேண்டியதிருக்கு. நாம எல்லாருமே ஒருநாள் போகத்தான் போறோம். மாஜியை பகவான் சீக்கிரமா அழைச்சுண்டார்னு நினைச்சு ஆறுதல்பட்டுக்க வேண்டியதுதான்.”

“உண்மைதான் ஜகன். ஆனால், அம்மாவை என்னால கவனிச்சுக்க முடியலையேன்னு நினைக்கும்போதுதான்...”

அவள் விதும்பினாள்.

“அதுக்குக் காரணம் மன்னியில்லையே? இன்னமும் நாம கடைப்பிடிச்சிட்டு வர்ற பழைய ஆச்சாரங்கள்தானே?”

ஒருநாள் தங்கியிருந்துவிட்டு ஜகனும் திரும்பிச் சென்றான்.

தாயை இழந்து பரிதவிக்கும் மருமகளைப் பார்க்கவோ ஒரு ஆறுதல் வாக்குச் சொல்லவோ மாமி வரவில்லை. துக்கம் அனுஷ்டிக்க வந்தவர்களில் பலரும் இதற்கான காரணத்தை விசாரித்தனர். பிரவீணால் இதற்குப் பதில் சொல்ல இயலாமல் போனது.

“துஷ்டி விழுந்த வீட்டுக்குப் போனால் தீட்டுப்பட்டுடும்னு நம்புறவங்க அம்மா.”

ஒரு சிலரிடம் இதைச் சொல்லி தப்பிக்க முயற்சி செய்தான்.

“சடலத்தை வீட்டுக்குக் கொண்டு வரலையே?”

“சரிதான். ஆனா, சில்பாவுக்குத் தீட்டுதானே?”

ஸ்ரீதேவி நாயர் இடையிடையே வந்து போனாள்.

அன்று சில்பா தனியாக இருக்கிறாள் என்றதும் கொஞ்ச நேரம் சில்பாவுடன் இருந்தாள்.

“எங்கம்மாவை ஆஸ்பத்திரியிலேருந்து மயானத்துக்கு அனாதைபோல கொண்டு போக வேண்டிய கதிகேடு வந்துடுத்தே...” அவள் அழுதாள்.

“தலைவிதியை யாரால தடுக்க முடியும் சில்பா?”

விடைபெற்றுச் செல்லும்போது ஸ்ரீதேவி நாயர் சொன்னாள்:

“நடக்க வேண்டியது எல்லாம் நடந்துடுச்சி. அப்படியே சோர்ந்து உட்கார்ந்துடாம ஸ்கூலுக்குப் புறப்படப்பாரு சில்பா.”

ஏறத்தாழ எல்லா சக ஊழியர்களும் பல்வேறு நாட்களிலாக வந்து சில்பாவைப் பார்த்து ஆறுதல் சொல்லிவிட்டுச் சென்றார்கள். வந்த அனைவருமே தவிர்க்க முடியாத மரணத்தைப் பற்றி மட்டுமே பேசினார்கள்.

சமஸ்கிருத ஆசிரியர் ஆச்சார்யா சார் கீதையின் சுலோகங்களைக் குறிப்பிட்டுச் சொல்லி நீண்ட நேரம் அவளுக்கு ஆறுதல் சொல்ல முயன்றார்.

யார்யாரோ என்னென்னவோ சொன்னார்கள். ஆனாலும், சில்பாவின் மனதுக்குள்ளிருந்த குற்றவுணர்ச்சி உமிக்குள் வைத்த தீக்கனல்போல் நீறிக்கொண்டிருந்தது.

அம்மாவுக்கு ஆண் மக்கள் இல்லை என்றாலும் இரண்டு பெண்மக்கள் இருக்கிறார்கள். அம்மாவை அவர்களால் பாதுகாக்க முடியவில்லை. அக்காவைவிடவும் அதற்கான வாய்ப்பு தனக்கே அதிகமாகவே இருந்தது. அம்மா அதிகமான துன்பங்களை எதிர்கொள்ள நேர்ந்ததும் தனக்காகவே! ஆனால்...

இரவின் நிசப்தத்தைக் குலைப்பதுபோல் அவளது தேம்பல் சத்தம் வெளியே கேட்டது.

“சில்பா !”

பிரவீண் எழுந்து உட்கார்ந்தான்.

“லோகமே தெரியாதவபோல நீ ஏன் இப்படி... சில்பா, கொஞ்சம் படுத்துத் தூங்கப்பாரேன்.”

பிரவீண் திரும்பிப் படுத்தான்.

சில்பா சிந்தனைகளிலிருந்து விடுபடவில்லை.

அம்மாவின் ஈமச்சடங்குகள் கிராமத்தில் நடந்திருந்தால் நானும் அக்காவும் பத்து நாட்கள் தங்கியிருந்து பத்தாம் நாள் நகம் வெட்டி, சுத்தீகரண சடங்குகள் செய்திருப்போம்.

ஒரு அனாதைப் பிணம்போல் அம்மாவின் உடல் பிராமணீ நதியோரத்தில் எரிந்தடங்கியது. அதன் அஸ்தி குவியலில் இப்போது தெரு நாய்கள் சுருண்டுக் கிடக்கும்.

சிந்தனைகள் சுடலையை அடைந்தபோது சில்பாவின் சோகம் கரை கடந்து ஒழுகியது. சேலைத்தலைப்பைக் கடித்துப் பிடித்தபடி அவள் அழுகையை அடக்கிக்கொண்டாள்.

படுத்துக்கிடந்த அவள் எப்போதோ கொஞ்சம் கண்ணயர்ந்தாள். சிறிது நேரத்தில் கடிகாரத்தில் அலாரம் அடிப்பதைக் கேட்டுத் திடுக்கிட்டெழுந்தாள். மணி நான்கு. வழக்கமாக எழுந்திருக்கும் நேரம். மூன்று நான்கு நாட்களாக எல்லா ஒழுங்குகளும் குலைந்துபோயிருக்கின்றன. பூபேனும் நரேனும்தான் சமையல் கட்டில் ஏதாவது செய்கிறார்கள்.

சில்பா வேகமாக எழுந்து, பெயரளவில் குளித்து விட்டு சமையல் கட்டுக்குள் புகுந்தாள். கேஸ் ஸ்டவ்வில் அரிசி கொதித்துக்கொண்டிருந்தது. நரேன் கோதுமை மாவு பிசைந்துகொண்டிருந்தான். குழம்புக்கு ஏதோ நறுக்கிக்கொண்டிருந்த பூபேன் சொன்னான்:

“சின்னம்மா போய்ப் படுத்துக்குங்கோ. நாங்க பாத்துக்குறோம்.”

“வேண்டாம். நீங்க போய்ப் படிங்கோ.”

சில்பா பூபேனின் கையிலிருந்த கத்தியை வாங்குவதற்காக கையை நீட்டினாள்.

அவன் கத்தியைக் கொடுப்பதற்குத் தயங்கியபடி சொன்னான்:

“சின்னம்மாவை பத்து நாளைக்கு சமையல் கட்டுல விடவேண்டாம்னு பாட்டி சொல்லியிருக்கா.”

“கல்யாணம் முடிஞ்சப்பவே பிறந்தாத்துப் பந்தங்கள் எல்லாத்தையும் அறுத்துப் போட்டுண்டு வந்த மாட்டுப்பெண்ணுக்கு தீட்டென்ன வேண்டிக் கிடக்கு?”

“அதெல்லாம் எங்களுக்குத் தெரியாது சின்னம்மா. அப்படியாவது உங்களுக்குக் கொஞ்சம் ரெஸ்ட் கிடைக்கட்டுமே?” பூபேன் சொன்னான்.

சில்பா படுக்கையறைக்குத் திரும்பினாள். பிரவீண் எழுந்துப் படுக்கையில் உட்கார்ந்திருந்தான். சமையல் கட்டில் நடந்த உரையாடலை அவனும் கேட்டிருந்தான்.

“சில்பா சமையல்கட்டு சிரமங்களை அவங்களும் தெரிஞ்சுக் கட்டுமே.”

அவன் குரல் தாழ்த்திச் சொன்னான்.

“அம்மா எங்கோ கிடந்து இறந்தாங்க. பொது மயானத்துல எரிஞ்சாங்க. அப்புறம் எனக்கெதுக்கு சுத்தமும் தீட்டும்?”

தரையில் விரித்திருந்த பாயில் உட்கார்ந்து வேதனையுடன் பேசும் மனைவியிடம் கேட்டான்:

“நாம நினைச்சு யார் தலையெழுத்தை மாத்திட முடியும் சில்பா? நீ படிச்சது சயின்சோ கணக்கோ அல்ல. இலக்கியம். என்னைவிட அதிகமாக உனக்கு இறப்பையும் ஆன்மாவையும் பற்றி தெரியும். நீயா மனசு வச்சு ஆறுதல் தேடிக்கிறதைத் தவிர வேற வழியில்லை.”

உண்மைதான். அண்மையில்தான் புத்தனின் கதையை மாணவர்களுக்கு அவள் சொல்லித் தந்தாள். குழந்தையின் சடலத்துடன் சோக உருவாக, புத்த பகவானைப் பார்க்க வந்த ஒரு தாய் அவரது அறிவுரைப்படி, தெரிந்தவர்களில் யாரையும் சாகக் கொடுக்காதவரின் கையிலிருந்து ஒரு பிடி கடுகு வாங்குவதற்காக எத்தனையோ வீடுகளில் ஏறியிறங்கியும் கிடைக்கவில்லையே?

ஆச்சார்யா சார் சொன்ன வார்த்தைகள் அவளது நினைவுக்கு வந்தன.

“துயரத்திலாழ்ந்த மனதுக்கு மாமருந்து கீதைதான்.”

அவள் பகவத்கீதையின் சுலோகங்களை மனத்துக்குள் உருப்போடத் தொடங்கினாள்.

‘தேஹினோஃ ஸ்மின் யதாதேஹே, கௌமாரம் யௌவனம் ஜரா

ததா தேஹாந்த்ர ப்ராப்தி தீரஸ்தத்ரனமுஹ்ருதி

வாஸாம்ஸிஜீர்ணா...’

என்னும் சுலோகத்தில் அவளது ஜபம் தடைபட்டது. அம்மாவின் உடல் ஜீரண நிலையை அடைந்திருந்ததா? வெறும் ஐம்பது வயது. உடலைக் கவனிக்காத உழைப்புதான் அவ்வுடலை இவ்வளவு வேகமாக ஜீரணிக்க வைத்தது.

இரவு முழுவதும் கண் விழித்திருந்து அம்மா தையல் மிஷின் ஓட்டினாள். அதன் ஓசை லயம்தான் தன்னை இந்த இடம்வரைக்கும் கொண்டுவந்து சேர்த்தது. இருந்தும் அம்மாவிடம் நான் நீதியாக நடந்துகொண்டேனா? நான் திருமணம் செய்துகொள்ளாமல் அம்மாவுடன் இருந்திருந்தால் இப்படியெல்லாம் நடந்திருக்காது.

இல்லை. அம்மாவுக்கு அதுவும் வேதனை தருவதாகவே இருந்திருக்கும். வயதுக்கு வந்த மகளைத் தகுந்தவன் கையில் ஒப்படைப்பதுதான் தாய்க்கு மகிழ்ச்சியைத் தரும். திருமணமாகாத மகளால் அந்த மகிழ்ச்சியைத் தரவே முடியாது.

நடந்ததை எல்லாம் விதியென கொள்வதுதான் மன ஆறுதலுக்கான மார்க்கம். அப்பாவுக்கும் அம்மாவுக்கும் பகவான் எதிர்பாராத மரணத்தை விதித்திருக்கிறார். அம்மாவை விடவும் இளம் வயதில் அப்பா இறந்தார். அப்பா இல்லாமல் வளர வேண்டுமென்பது அக்காவுடையவும் தன்னுடையவும் விதி.

ஆனால், அம்மாவின் இறப்பு தாங்க முடியாத துயரத்தைத் தந்துவிட்டது.

சில்பாவின் அம்மாவான சாவித்ரி மிஸ்ரா என்னும் ஆயா, மதிய இடைவேளையின் போது ஆசிரியர் யாருக்கோ குளிர் பானம் வாங்குவதற்காக அருகிலுள்ள கடைக்குச் சென்றார். கோடைக்கால உச்சி வெயிலில். கடைக்கு வந்த சாவித்ரி மிஸ்ரா மயக்கம்போட்டு விழுந்தாள்.

கடைக்காரன் ஓடி வந்து தூக்கிவிட முயற்சி செய்தான். அவனால் முடியவில்லை என்றதும் உரத்தக்குரலில் உதவி கேட்டான். ஆட்கள் ஓடிவந்து சாவித்ரி மிஸ்ராவைத் தூக்கி வந்து ஸ்கூல் வராந்தாவில் படுக்கவைத்தார்கள்.

ஆம்புலன்ஸ் வந்தது. ஆஸ்பத்திரிக்குக் கொண்டுவந்து சேர்ப்பதற்குள் எல்லாமே முடிந்து போயிருந்தது.

இந்த ஜென்மத்தில் அம்மா எந்தப் பாவமும் செய்திருக்க மாட்டாள். முன்ஜென்ம வினையென்பது உண்மையாக இருந்தால், அம்மாவின் அகால மரணத்துக்குக் காரணம் அதுவாகவே இருக்க முடியும்.

16

அம்மா இறந்த பத்தாவது நாள் சில்பா நகம் வெட்டிக் குளித்து சுத்தம் செய்துகொண்டாள். ஆனால், அம்மாவின் நினைவுகளை மட்டும் மனதிலிருந்து மாய்த்துவிட முடியவில்லை.

அப்பா இறந்தபோதும் வருத்தம் இருந்தது. அது அப்பாவை இழந்துவிட்டோமே என்ற வருத்தம் மட்டும்தான். ஆனால், இன்று அம்மாவின் மரணத்துக்குக் காரணம், தான் என்ற குற்றவுணர்வு சில்பாவின் மனதில் கிடந்து நீறிக்கொண்டிருந்தது.

மறுநாள் முதல் சில்பா ஸ்கூலுக்குப் போக ஆரம்பித்தாள். ஆனால், முன்போல் வேலையில் முழுமையாகத் தன்னை ஈடுபடுத்திக்கொள்ள அவளால் இயலவில்லை.

அன்று நான்காவது பீரியட் சில்பாவுக்கு ஓய்வு வேளை. அவள் பணியாளர் அறைக்குள் அமர்ந்து நோட் புத்தகங்களை விரித்து வைத்தாள்.

எதிரிலிருக்கும் நோட் புத்தகத்தில் கண்களைப் பதித்தபடி ஏதோ யோசனையில் ஆழ்ந்திருந்தாள் சில்பா. அவளைப் பார்த்தபடியே அறைக்குள் நுழைந்த ஸ்ரீதேவி நாயருக்கும் அப்போது ஓய்வு வேளைதான். சில நொடிகள் சில்பாவையே பார்த்தபடி நின்றிருந்த ஸ்ரீதேவி நாயர் பரிவுடன் அவளது முதுகைத் தொட்டுக் கூப்பிட்டாள்.

"சில்பா!"

சில்பா தலை உயர்த்திப் பார்த்து சிரிப்பதற்கு முயற்சி செய்தாள். சில்பாவின் அருகில் சேரை நகர்த்திப்போட்டு உட்கார்ந்த ஸ்ரீதேவி நாயர் சொன்னாள்:

"சில்பா, இது வாழ்க்கை. சோகங்களையும் அனுபவித்துதான் ஆக வேண்டும்."

"இருந்தாலும்... என் அம்மா..." அவள் தேம்பினாள்.

"பாரு சில்பா. நீ வெறுமொரு பெண் மட்டுமல்ல. அறிவும் விவேகமுமுள்ள ஆசிரியையும்கூட! மரணம் தவிர்க்க முடியாததுங்குற உண்மையை உனக்கு நான் சொல்ல வேண்டியதில்லை."

"இருந்தாலும் ஆன்டி, அம்மாவை என்னால கவனிச்சுக்க முடியாமப் போயிடுத்தே? அதை நான் செய்திருந்தால்…"

"செய்திருந்தால்…? அம்மா இறந்திருக்கவே மாட்டாங்களா? மரணத்தை மடியில கட்டிட்டுதான் நாம ஒவ்வொருத்தருமே பிறக்கிறோம். அதை ஒரு நிமிட நேரம் முன் பின்னாக நகர்த்தி வைக்க யாராலும் முடியாது. இந்த உண்மையை நாம ஏற்றுதான் ஆகணும். அதிருக்கட்டும். குழந்தை இப்ப எங்க இருக்கா, எப்படியிருக்கா?"

"எங்க இருப்பா, இப்பவும் கிராமத்திலதான் இருக்கா. ஒரு நல்ல வேலைக்காரி கிடைச்சிருந்தாலாவது…"

சில்பாவின் குரல் தழுதழுத்தது.

"நானும் பாக்குறேன். என் வேலைக்காரி சாந்தியோட பெரியம்மா ஒருத்தி இருக்கா. நல்ல சுத்த பத்தமான பொம்பளைதான். ரெண்டு வருஷமாக ஒரு டாக்டர் வீட்டில வேலை பார்த்துட்டிருந்தாள். டாக்டரும் குடும்பமும் இப்ப இங்கிலாந்துக்குப் போயிட்டாங்க. சாந்திகிட்ட நான் சொல்லிப் பாக்குறேன்."

"கிடைச்சா, ஞாயிற்றுக்கிழமையே என் குழந்தையைக் கொண்டு வந்துடுவேன். பிரவீணோட அம்மா ஒத்துக்க மாட்டாங்க. அம்மாவை எதிர்த்துப் பேசற தைரியமும் அவருக்கில்லை."

"அப்படியெல்லாம் விட்டுட வேண்டிய தேவையில்லை சில்பா. குழந்தைக்குப் பாலூட்டி வளர்க்குற தாயோட உரிமையை யாருமே மறுத்துட முடியாது. கல்யாணமான ஒருத்தி புருஷனையும் மாமியாரையும் அனுசரிச்சுதான் போகணும். ஆனா, அதுக்கும் வரைமுறைன்னு ஒண்ணு இருக்கு."

அன்றிரவு சில்பா, பிரவீணிடம் சொன்னாள்:

"குழந்தையைப் பாக்கப் போகணும்."

"போகலாம். ஒண்ணாம் தேதி கழியட்டும். முதல் ஞாயிற்றுக்கிழமை எப்படியும் போய்த்தானே ஆகணும்?"

"அதுக்கு இன்னும் ரெண்டு வாரமிருக்கு. வர்ற ஞாயிற்றுக்கிழமை நாம போயாகணும்."

சரோஜினி உண்ணித்தான் | 97

"சில்பா சின்னப் பிள்ளைகளைப்போல பிடிவாதம் பண்ணாதே! அம்மா குழந்தையைக் கொண்டுவந்து காட்டிட்டுப்போய் ஒரு மாசம்தானே ஆகுது?"

"ஒரு மாசம்கிறது தாய்க்கு ஒரு யுகம்."

அவள் அழத் தொடங்கினாள். பிரவீணுக்கு ஒப்புக்கொள்ள வேண்டியதாயிற்று.

வேலைக்காரி விஷயத்தை சில்பா பிரவீணிடம் சொல்லவில்லை. முதலில் ஆள் கிடைக்கட்டும். குழந்தையை அழைத்துக்கொண்டு வருகிற விஷயத்தை அப்போது சொல்லிக்கொள்ளலாம்.

மறுநாள் ஸ்ரீதேவி நாயர் சொன்னாள்:

"சாந்தியோட பெரியம்மா வர்றதா சொல்லியிருக்கா. மாசம் ஆயிரம் ரூபா சம்பளமும் மாசத்துக்கு ஒரு நாள் லீவும்."

"சரின்னுடுங்க ஆன்டி."

சில்பாவுக்கு மகிழ்ச்சியாக இருந்தாலும் இந்தத் தகவலை பிரவீணிடம் அவள் சொல்லவில்லை. ஆயிரம் ரூபாய் சம்பளம் என்பதற்காக ஒருவேளை அவன் ஒப்புக் கொள்ள மறுத்தால்... எதற்கும் முதலில் குழந்தை இங்கே வரட்டும்."

ஞாயிற்றுக்கிழமை வழக்கத்துக்கு மாறாக அவள் சீக்கிரம் எழுந்தாள். பூபேனுக்கும் நரேனுக்கும் தேவையான உணவுகளைத் தயார் செய்து வைத்தாள். குளித்து முடித்துவிட்டு சன்னோவை எழுப்பிப் புறப்படத் தயாராகச் சொன்னாள். லின்னியை எழுப்பிக் குளிக்க வைத்தாள்.

அதிகாலை பஸ்சில் அவர்கள் புறப்பட்டார்கள். சில்பா நிமிடங்களை எண்ணி எதிர்பார்த்திருந்தாள். பஸ் மெதுவாகச் செல்வதுபோல் அவளுக்குத் தோன்றியது.

இரண்டு மணி நேரத்துக்கும் அதிகமாக ஓடித் தளர்ந்த பஸ், போஸ்ட் ஆஃபீசின் எதிரில் மூச்சிரைக்க நின்றது.

பஸ்சிலிருந்து இறங்கியதும் லின்னியின் கையைப் பிடித்து பிரவீணிடம் ஒப்படைத்த சில்பா வேகமாக முன்னால் நடந்தாள். சேலைத் தலைப்பை இழுத்து தலையை மறைத்துக்கொண்டு இடைவழிகளினூடே அவள் ஓடிக்கொண்டிருந்தாள். வீட்டு

முற்றத்தில் ஏறிய சில்பாவின் காதுகளில் குழந்தையின் சோர்ந்த அழுகுரல் கேட்டது.

சில்பா வீட்டுக்குள் ஓடினாள். உள்ளறையில், குழந்தையை மடியில் போட்டுக்கொண்டு, தரையில் உட்கார்ந்து வெண்கலச் சங்கில் குழந்தைக்குக் கஷாயம் கொடுத்துக்கொண்டிருந்தாள் மாமி. அறைக்குள் மோசமான துர்நாற்றம்.

எதிர்பாராமல் வந்தேறிய சில்பாவைக் கண்டதும் மாமி திடுக்கிட்டாள்.

"குழந்தைக்கு லேசாக வயிற்றுப் போக்கு."

சில்பா குழந்தையை வாரிப்புணர்ந்தாள். குழந்தையின் உடலில் போடப்பட்டிருந்த பழந்துணி நனைந்திருந்தது. அவள் குழந்தையின் துணிமணிகளை மாற்றினாள். முற்றத்தில் மொண்டு வைத்திருந்த தண்ணீரை எடுத்துக் குழந்தையைக் கழுவிவிட்டாள். கையில் வைத்திருந்த டவலில் சுற்றியெடுத்த தன் குழந்தையை அவள் மார்போடு சேர்த்துக்கொண்டாள்.

"நாம உடனே போகணும். குழந்தையை ஆஸ்பத்திரியில காட்டணும்."

"இனி சாயங்காலம்தானே பஸ்?" பிரவீண் கேட்டான்.

"டாக்சி பிடிச்சுப் போவோம்."

"நோக்கென்னடீ ஆச்சு? புத்திப் பிசகிடுத்தா? குழந்தைக்குக் கொஞ்சம் வயிற்றுப் போக்குன்னுட்டு இப்படிக் கிடந்து அழிச்சாட்டியம் பண்றே?"

மாமி தலையிட்டாள்.

"என் குழந்தை..." சில்பா அழத் தொடங்கினாள்.

"வைத்தியர் தந்த கஷாயத்தைக் கொடுத்துண்டுதானே இருக்கேன்? அஞ்சு மக்களைப் பெத்து வளர்த்தின நேக்குத் தெரியாதா? போதாதுன்னு காந்திமதியோட அஞ்சுப் பிள்ளைகளையும் வளர்த்தியிருக்கேன். எந்தக் குழந்தையையும் இதுவரைக்கும் ஆஸ்பத்திரிக்குக் கூட்டிண்டு போனதில்லை."

எதுவுமே சில்பாவின் காதுகளில் விழுந்ததுபோல் தெரியவில்லை. குழந்தையை அணைத்துப் பிடித்தபடி அவள் அழுதுகொண்டிருந்தாள்.

குழந்தைக்கு மீண்டும் பேதியானது.

சில்பா கணவனிடம் சொன்னாள்: "இனி இப்படியே வச்சுண்டிருக்குறது நன்னால்லை. பேதியாகியாகி குழந்தைத் தளந்துப் போயிட்டா. சீக்கிரம் புறப்படுங்கோ."

"நாலு காசு சம்பாதிக்குற அகம்பாவம். வேற யாருக்குமே இங்க குழந்தைகள் இல்ல பாரு." மாமியின் குரல் மேலோங்கியது.

பிரவீண் ஒருவழியாக மனைவியிடம் பேசிப் புரிய வைத்தான். சாயங்காலம் வரைக்கும் பொறுத்துக்கொள்வதாக அவளும் ஒப்புக்கொண்டாள்.

கொதிக்க வைத்து ஆறிய நீரில் ஒரு சிட்டிகை உப்பும் சர்க்கரையும் கலந்து பாட்டிலில் ஊற்றிக் குழந்தைக்கு இடையிடையே கொடுத்தாள். பேதியானதும், கழுவிவிட்டு, துணியை மாற்றி வேறு துணி அணிவித்தாள்.

காந்திமதி திரும்பத் திரும்ப வற்புறுத்தவே குழந்தையைத் தொட்டிலில் கிடத்திவிட்டு சாப்பிட உட்கார்ந்தாள். ஆனால், முடியவில்லை. சேம்பந்தண்டுபோல் வாடிய குழந்தையின் உடம்பும் ஒளியிழந்த குட்டிக் கண்களும் மனதை வருத்தின.

நான்கு மணிக்கெல்லாம் சில்பா புறப்படத் தயாராகி விட்டாள். ஐந்து மணிக்குத்தான் பஸ். சன்னோவும் லின்னியும் கூடவே செல்வதற்குத் தயாராக நின்றிருந்தனர்.

புறப்படுவதற்கான நேரம் வந்ததும் சில்பா, காந்திமதியிடம் சொன்னாள்:

"அக்கா, லின்னியும் சன்னோவும் இப்ப வரவேண்டாம். நாங்க நேராக ஆஸ்பத்திரிக்குப் போறோம்."

அவர்கள் பஸ் ஸ்டாண்டுக்கு வரவும் பஸ் வந்தது. குழந்தையைப் பாதுகாப்பாகப் பிடித்துக்கொண்டு சில்பா பஸ்சில் ஏறினாள்.

இஸ்பாத் பொது மருத்துவமனை எதிரில் அவர்கள் இறங்கினார்கள். ஏழு மணி கழிந்திருந்தது. குழந்தை நல மருத்துவர் பணி முடிந்து போயிருந்தார்.

குழந்தையுடன் கேஷுவாலிட்டிக்கு நடந்தாள் சில்பா. இளைஞனான அந்த டாக்டர் பிரவீணுக்குப்

பரிச்சயமானவர்தான். உடனடியாக அவர் குழந்தையைப் பரிசோதித்தார்.

"டயரியா வந்து எத்தனை நாளாகுது?"

"மூணு நாளாகுன்னு சொன்னாங்க?" சில்பா சொன்னாள்.

"சொன்னாங்களா? அப்ப குழந்தை உங்ககிட்ட இல்லையா?"

"இல்லை. கிராமத்தில, எங்கம்மாகிட்ட இருக்கா." பிரவீண் சொன்னான்.

"அப்படின்னா தாய்ப்பால் கொடுக்குறதில்லையா?"

"இல்லை."

"குழந்தைக்கு ஆறுமாசம்வரைக்கும் தாய்ப்பால்தான் ஆகாரம். படிச்ச நீங்களே இப்படின்னா...?" டாக்டர் சொல்லி முடிக்கவில்லை.

"சில்பாவுக்கு ஸ்கூலுக்குப் போகணும். ஒரு வேலைக்காரியைத் தேடி இன்னமும் கிடைக்கலை." பிரவீண் காரணத்தை நிறுவ முயற்சித்தான்.

"சத்பதி பாபு, இதெல்லாம் காரணமாக ஆகாது. இந்தப் பருவத்தில குழந்தைக்குத் தேவை தாயோட கவனிப்பும் அரவணைப்பும்தான். சரி, இனி சொல்லி எதுக்கு? குழந்தையை அட்மிட் பண்ண வேண்டியதிருக்கும்."

டாக்டர் அட்மிஷன் ஃபாரம் எழுதிக்கொடுத்தார்.

"சிஸ்டர், இவங்களை பீடியாட்ரிக் செக்ஷனுக்கு அழைச்சிட்டு போங்க."

பிரவீணும் சில்பாவும் நர்சின் பின்னால் சென்றார்கள்.

17

காலையில் ஏழரை மணிக்கு பிரவீண் ஆஸ்பத்திரிக்கு வந்து சேர்ந்தான். கூடவே பூபேனும். பார்வையாளர்கள் நேரம் முடிந்த பிறகு மேலே செல்வதற்கு யாருடைய சிபாரிசாவது தேவைப்படும்.

"இப்ப எப்படியிருக்கு?"

தூங்கிக்கிடக்கும் குழந்தையைப் பார்த்தபடி பிரவீண் கேட்டான்.

"கொஞ்சம் பரவாயில்லை." சில்பா சொன்னாள்.

பிரவீண் கொண்டு வந்திருந்த பிளாஸ்டிக் கூடையைத் திறந்து பார்த்தாள் சில்பா. அதில், அவளுக்கான மாற்றுடைகளும் காலை உணவும் மத்தியான உணவும் இருந்தன. சாப்பாட்டுப் பாத்திரங்களைக் கட்டிலுடன் சேர்ந்திருந்த சிறு அலமாராவில் வைத்த சில்பா கேட்டாள்:

"எதுக்காக இவ்வளவு சிரமப்படணும்? மத்தியானம் கேன்டீன்ல இருந்து ஏதாவது வாங்கிச் சாப்பிட்டுக்க மாட்டனா?"

"குழந்தையை விட்டுண்டுதானே போகணும்?"

"அட்டெண்டர்கிட்ட சொல்லி வாங்கிக்கலாம்."

"எங்க மூணு பேருக்கும் வைக்கும்போது ஒரு ஆளுக்குக் கூட வெச்சோம்."

"சரி, கொஞ்சம் இரு. குளிச்சு உடுப்பை மாத்திண்டு வந்துடறேன்."

அவள் உடுப்புகளுடன் பாத்ரூமுக்குச் சென்றாள்.

"பூபேன் நீ போ. தேவையில்லாம நின்னு லேட்டாக்க வேண்டாம்." பிரவீண் சொன்னான்.

"சரி."

அவன் குழந்தையைப் பார்த்துவிட்டுப் புறப்பட்டான்.

கட்டிலருகில் கிடந்த ஸ்டூலில் பிரவீண் உட்கார்ந்தான். குழந்தையைப் பார்த்தபடி உட்கார்ந்திருந்த அவனுக்குள் குற்றவுணர்வு உருவானது.

குழந்தையின் இந்த நிலைமைக்குக் காரணம் தகப்பனான நான் அல்லவா? குழந்தை கிராமத்தில் அம்மாவிடம் வளர்வதற்கு மௌன அனுமதி கொடுத்தவன் நான்தானே? நான் அக்கறையுடன் தேடியிருந்தால் ஒரு ஆயா கிடைத்திருக்க மாட்டாளா?

குழந்தை திடீரென்று விழித்து அழத்தொடங்கியது. விரித்த துணியில் மூத்திரம் பெய்திருந்தது. கட்டிலில் தலைமாட்டில்

கிடந்த உலர்ந்த துணியில் குழந்தையைச் சுற்றியெடுத்து அவன் தூங்கவைத்துப் பார்த்தான். பலனில்லை.

குழந்தையின் அழுகுரலைக் கேட்டு சேலையை உடம்பில் வாரிச்சுருட்டிக்கொண்டு சில்பா வெளியே வந்தாள். அம்மா எடுத்ததும் குழந்தையின் அழுகை சற்றுத் தணிந்தது.

“புரியறதோ, குழந்தைக்குத் தேவை தாயோட உடல் சூடுதான்கிற விஷயம்?”

சில்பா சிரித்தபடியே கேட்டாள். பிரவீண் பதில் சொல்லவில்லை.

“சரி, உங்களுக்கு டியூட்டிக்குப் போகணுமே, போயிட்டு வாங்கோ. ஒன்பதரை மணிக்கு ஸ்கூல்ல கூப்பிட்டுச் சொல்லிடுங்கோ.”

“சொல்லிடறேன்.” சிறு குற்றவுணர்வுடன் அவன் புறப்பட்டான்.

குழந்தை மீண்டும் தூங்கியது. சில்பா குழந்தையைப் படுக்க வைத்து, காலை உணவைச் சாப்பிட்டுவிட்டு பாத்திரத்தைக் கழுவி வைத்தாள்.

படுக்கையை சுத்தம் செய்வதற்காக ஒரு நர்சிங் மாணவி வந்தாள். சில்பா குழந்தையை எடுத்து நெஞ்சோடு சேர்த்தணைத்தபடி சற்று விலகி நின்றாள்.

நர்ஸ் வேலையை முடித்துவிட்டுப் பக்கத்துப் படுக்கையை நோக்கி நகர்ந்தாள். சில்பா படுக்கையில் உட்கார்ந்து புட்டியில் ஊற்றி வைத்திருந்த, கொதிக்க வைத்து ஆறிய நீரைக் குழந்தைக்குப் புகட்டத்தொடங்கினாள்.

அப்போது வீட்டு விஷயங்கள் ஒவ்வொன்றாக அவளது நினைவுக்கு வந்தன. பிள்ளைகள் இருவருக்கும் பரீட்சை நெருங்கிவிட்டது. சமையல் வேலைகள் அவர்களது படிக்கிற நேரத்தை வீணாக்கும். டாக்டர் வந்தால் வீட்டுக்கு எப்போது போகலாமென்று கேட்க வேண்டும்.

ஃபைல் ட்ரோலியைத் தள்ளியபடி ஒரு நர்சும் பின்னால் டாக்டரும் வந்தார்கள். கூடவே ஒரு இளம்வயது பெண் டாக்டரும். ஏதோ ஒரு நோயாளியைப் பற்றி பேசியபடியே அவர்கள் உள்ளே வந்தார்கள்.

சில்பா அந்த இளம்வயது டாக்டரை எதிர்பார்க்கவே இல்லை.

"இது யாரு? மன்னியா?"

"பிரியா, நீ இங்க எப்படி?"

"நான் இங்க ஜாயின்ட் பண்ணி ரெண்டு மூணு நாளாகுது. நேற்றைக்கு அங்க வர்றதா இருந்தேன். அதுக்கிடையில ஒரு ஃப்ரெண்டோட கல்யாணத்துக்குப் போக வேண்டியதாயிடுத்து."

"வராம இருந்தது நல்லதுதான். நாங்க நேற்றைக்கு அங்க இல்லை."

டாக்டர் சேனாபதி கேட்டார்:

"நீங்க ரெண்டு பேரும்...?"

"இவங்க என் அண்ணாவோட வைஃப். அண்ணா ஸ்டீல் பிளான்ட்ல எஞ்சினியராக இருக்கார். அண்ணி, ஸ்கூல் டீச்சர்."

டாக்டர் குழந்தையைப் பரிசோதித்தார். அது விழித்துக்கொண்டு அழத் தொடங்கியது.

"குழந்தை ரொம்ப வீக்கா இருக்காள். டீஹைட்ரேஷன். அடிக்கடி தண்ணி கொடுங்க. இல்லேன்னா, திரும்பவும் ஸலைன் கொடுக்க வேண்டியதாயிடும்."

கட்டிலில் தலைமாட்டில் தொங்க விட்டிருந்த சார்ட்டைப் பார்த்துவிட்டு டாக்டர் கேட்டார்:

"குழந்தைக்குத் தாய்ப்பால் கொடுக்குறதில்லையா?"

சில்பாவால் பதில் சொல்ல முடியவில்லை. தலைகுனிந்து நின்றாள்.

"என்ன காரணம்? பால் இல்லையா, இல்லை வேற ஏதாவது...?"

"அதெல்லாம் இல்லை டாக்டர். குழந்தை கிராமத்தில பாட்டி வீட்டில இருக்கா."

சுப்ரியா கேட்டாள்: "நீங்களே இப்படி நடந்துகிட்டா எப்படி மன்னி...?"

சில்பாவின் கண்கள் நிரம்பின.

“சரி, விடுங்க. ஆறு மாசம்வரைக்கும் குழந்தையோட பிரதான உணவே தாய்ப்பால்தான். மறந்துட வேண்டாம். குழந்தையோட மன வளர்ச்சிக்கும் உடல் வளர்ச்சிக்கும் அது தவிர்க்கக்கூடாத தேவை.”

டாக்டர் பக்கத்துக்கு படுக்கையை நோக்கி நகர்ந்தார்.

“எல்லாம் சரியாகும் மன்னி, வருத்தப்படாதீங்கோ. நான் அப்புறமா வந்துப் பாக்குறேன்.”

டாக்டருடன் செல்வதற்காக சுப்ரியா வேகமாக நடந்தாள்.

கழுத்தில் ஸ்டெதஸ்கோப்பைத் தொங்கவிட்டபடி டாக்டருடன் நடந்து செல்லும் சுப்ரியாவை சில்பா பார்த்துக்கொண்டே நின்றிருந்தாள்.

முதன்முதலில் சுப்ரியாவைப் பார்த்த நாள் நினைவுக்கு வந்தது. அன்று சல்வாருக்குள் தென்பட்ட வெளுத்த கால்களை மட்டுமே பார்த்தாள். இருந்தாலும் ‘மன்னி’ என்ற அழைப்பும் மிருதுவான தொடுவுணர்வும் இன்றும் தனித்துவ உணர்வாக மனதுக்குள் நிறைந்து நிற்கின்றன.

இரண்டாவது நாள் பார்க்கும்போதுதான் அவளது முழு உருவமும் மனதுக்குள் பதிந்தது. தன்னுடைய மாமியின், மன்னியின் பார்வையில் சுப்ரியா ஒரு தான்தோன்றி. குடும்ப மானத்தைக் குலைப்பதற்காகப் பிறந்தவள்.

ஆனால், சில்பாவின் பார்வையில் சுப்ரியாஅன்பே உருவானவள். இன்று குடும்பப் பெருமையை மேன்மைப் படுத்தியிருக்கிறாள். சத்பதி குடும்பத்தின் முதல் டாக்டர். டாக்டர் சுப்ரியா சத்பதி.

ரவுண்ட்ஸ் முடிந்த சுப்ரியா அண்ணியைப் பார்க்க வந்தாள். சில்பா அப்போது குழந்தைக்குத் தண்ணீர் கொடுத்துக் கொண்டிருந்தாள்.

“பிரவீண் அண்ணாவோட குழந்தை பெரியம்மா ஆத்துல இருக்குன்னு தெரிஞ்சதும் உண்மையிலேயே எனக்கு மன்னிமேலதான் கோபம் வந்தது. ரெண்டு மாசம்கூட ஆகாத குழந்தையை...”

“அது...”

"வேண்டாம் மன்னி. நீங்க எதுவும் சொல்ல வேண்டாம். பொம்மனாட்டியா பிறந்துட்டோம்கிறதுக்காக எல்லாத்தையும் அனுசரிச்சுப் போகணும்னு இல்லை. ஏத்துக்க முடியாத விஷயங்களை தீர்க்கமா மறுத்துடணும்."

"உங்க பெரியம்மாவை என்னை விடவும் நோக்கு நன்னாவே தெரியுமே பிரியா."

"தெரியும். வேலையை விட்டுடுவேன்னு நீங்க மிரட்டி யிருந்தா பெரியம்மா தானா வழிக்கு வந்திருப்பாங்க. குவார்ட்டர்சில வந்து தங்கியும் இருப்பாங்க. மக்கு மன்னியாக வந்து வாய்ச்சுட்டீங்களே?"

சுப்ரியா நிறைய பேசினாள். சில்பா எல்லாவற்றையும் கேட்டுக்கொண்டிருந்தாள்.

"சரி, அதெல்லாம் இருக்கட்டும். குழந்தைக்கு வெறும் நீராகாரம் மட்டும் கொடுக்காம தாய்ப்பாலும் கொடுக்கப் பாருங்க."

"ரெண்டு மாசமாக கொடுக்காம இருந்துண்டு?"

"அதொண்ணும் பெரிய பிரச்சினையில்லை. கொஞ்சம் சூடு தண்ணியில காம்பை நன்னா சுத்தம் பண்ணிண்டு, இருக்குற பாலைப் பிழிஞ்சுவிட்டுடுங்க. பிறகு, பால் இல்லாம இருந்தாலும் குடிக்க வைங்க. மெல்ல அது ஊறி வந்துடும்." சுப்ரியா வகுப்பெடுப்பதுபோல் விவரித்துச் சொன்னாள்.

சில்பா பிறகு தாமதிக்கவில்லை. குழந்தையை சுப்ரியாவிடம் ஒப்படைத்துவிட்டு குளியலறைக்குச் சென்று வற்றத் தொடங்கிய தாய்ப்பாலைப் பிழிந்துக் களைந்தாள். இரவு நேரங்களில் பாலூறி வேதனை எடுக்கும்போதெல்லாம் பிழிந்துவிட்டது நல்லதாகப் போய்விட்டது என்பதை உணர்ந்துகொண்டாள்.

"சரி மன்னி நான் போறேன்."

சில்பா கட்டிலில் அமர்ந்துக் குழந்தைக்குப் பால் கொடுக்க ஆரம்பித்தாள். பாலை மெல்ல மெல்ல முட்டிக் குடிக்கும் குழந்தையின் முகத்தைப் பார்த்தவாறே இருந்தாள். மெல்லக் குனிந்து குழந்தையின் நெற்றியில் முத்தமிட்டாள். பரமானந்தமான ஒரு அனுபூதி யுடன் அனைத்தையும் மறந்து அவள் அமர்ந்திருந்தாள்.

18

ஆஸ்பத்திரி வாசம் முடிந்து சில்பா வீட்டுக்கு வரும்போது மொத்த வீடும் அலங்கோல மாகக் கிடந்தது. ஆண்கள் மட்டும் இருந்த வீடு. அவள் குழந்தையைத் தூங்க வைத்துவிட்டு வீட்டைச் சுத்தம் செய்ய ஆரம்பித்தாள்.

வேலைகளுக்கிடையிலும் அவளது கவனம் குழந்தை யின்மீதுதான் பதிந்திருந்தது. வயிற்றுப்போக்கு நின்றிருந்தாலும் குழந்தையின் சோர்வு மாறவில்லை. தாய்ப்பாலுடன் அவ்வப்போது கொதிக்க வைத்து ஆறிய நீரும் கொடுக்க வேண்டுமென்று டாக்டர் சொல்லியிருந்தார்.

அவளுக்கு அப்போது சுப்ரியாவின் நினைவு வந்தது. சுப்ரியா மிகப்பெரிய ஆறுதலாக இருந்தாள். நேரம் கிடைக்கும்போதெல்லாம் சில்பாவைத் தேடி வந்தாள். பிரவீண் தன்னுடைய பெரியப்பா மகன் என்ற எண்ணம் அவளிடமில்லை. அவனை உடன்பிறந்த சகோதரனாகவே பாவித்தாள். சில்பாவை சொந்த அண்ணியாகவும்.

அன்பு நிரம்பிய ஒரு மனோபாவம் சுப்ரியாவுக்கு இயல்பாகவே வாய்த்திருந்தது. இதை, தனது புகுந்த வீட்டிலுள்ளவர்களால் புரிந்துகொள்ள முடியலவில்லை. தங்களின் சுயநலப்பார்வையினூடே மட்டும்தான் பிறரை அவர்களால் மதிப்பிட முடிகிறது. மாமி யின் மனதுக்குள் கொழுந்தன்மீதான வெறுப்புணர்வு இருக்கிறது. அது அவரது பிள்ளை களுக்கும் தொற்றியிருக்கிறது.

குழந்தை விழித்துக்கொண்டு அழுதாள். சில்பா துடைப்பத்தைக் கீழே போட்டுவிட்டு வேகமாக கையைக் கழுவி சேலைத்தலைப்பில் துடைத்துவிட்டு குழந்தையை எடுத்து மடியில் படுக்க வைத்தாள். குழந்தைக்குப் பால் கொடுக்க ஆரம்பிக்கும்போது காலிங் பெல் சத்தம் கேட்டது. குழந்தையைத் தோளில் சாய்த்துத் தட்டிக்கொடுத்தபடி அவள் வாசலைத் திறந்தாள். எதிரில் ஸ்ரீதேவி நாயர். கூடவே, வெள்ளை ஆடைகள் உடுத்திய ஒரு வயதான பெண்மணியும்.

சில்பா வரவேற்றாள்.

வயதான அந்தப் பெண்மணி, கையிலிருந்த பிளாஸ்டிக் பையைக் கீழே வைத்துவிட்டு சில்பாவைப் பார்த்துக் கும்பிட்டாள். சில்பாவும் பதிலுக்கு வணக்கம் சொல்லிவிட்டு, யாரென்று தெரியவில்லையே என்பதுபோல் ஸ்ரீதேவி நாயரைப் பார்த்தாள்.

"இவங்கதான் நான் சொன்ன ஜசுமதி" என்றாள் ஸ்ரீதேவி நாயர்.

சில்பாவுக்கு சற்று ஆச்சரியமாகத்தான் இருந்தது. நல்ல சுத்த பத்தமான பொம்பளை என்றுதான் ஸ்ரீதேவி ஆன்டியும் சொன்னாள். ஆனால், இந்த அளவுக்கு எதிர்பார்க்கவில்லை. ஏறத்தாழ அறுபது வயது தோற்றமுள்ள ஒரு விதவை. நல்ல அடக்க ஒடுக்கமான தோற்றம்.

ஜசுமதி கை நீட்டிக் குழந்தையை வாங்கினாள்.

"எல்லாம் நான் சொல்லியிருக்கேன். ஜசுமதியை உன் வீட்டிலுள்ள ஒரு உறுப்பினராகவே கருதிக்க" என்றாள் ஸ்ரீதேவி நாயர்.

அம்மா தங்கியிருந்த அறையை ஜசுமதிக்குக் காட்டினாள் சில்பா. அவள் துணிகளும் தேவையான சாதனங்களும் வைத்திருந்த பையை அந்த அறைக்குள் கொண்டுபோய் வைத்தாள்.

"சரி, நான் வரட்டுமா சில்பா?"

"டீ போடட்டுமா ஆன்டி?"

"வேண்டாம் சில்பா, ஆட்டோ நிக்குது."

சில்பாவின் கையிலிருந்த குழந்தைக்கு முத்தம் கொடுத்து விட்டு ஸ்ரீதேவி நாயர் புறப்பட்டாள்.

சாப்பாட்டு அறைக்குள் கிடக்கும் துடைப்பத்தைப் பார்த்த ஜசுமதி அதை எடுத்து அறைகளைச் சுத்தம் செய்ய ஆரம்பித்தாள்.

சில்பா நிம்மதியாக உட்கார்ந்து குழந்தைக்குப் பால் கொடுக்க ஆரம்பித்தாள். சுவரில் தொங்கிய கடிகாரத்தில் மணி ஐந்தை நெருங்கிக்கொண்டிருந்தது. அவள் ஜசுமதியை அழைத்தாள்.

"ஜசு..."

நாக்கைக் கடித்துக்கொண்டாள் சில்பா. அம்மாவை விடவும் வயதான ஒரு பெண்ணைப் பெயர் சொல்லி அழைப்பது நியாயமில்லை.

"மாஜீ..." அவள் அழைத்தாள்.

துடைப்பத்தைக் கீழே வைத்துவிட்டு ஜசுமதி பக்கத்தில் வந்தாள்.

"ராத்திரி சாப்பாட்டுக்கு ஏதாவது ரெடி பண்ணணும். கூட்டுற வேலையை இனி நாளைக்குப் பாத்துக்கலாம்."

ஜசுமதி துடைப்பத்தைக் கொண்டுபோய் வைத்துவிட்டுக் கையை கழுவிவிட்டு வந்தாள்.

"என்ன பண்ணணும்னு சொன்னா..."

"மாஜி குழந்தையைக் கவனிச்சுக்குங்கோ. சமையல் வேலையை நான் பாக்குறேன்."

"ஏன் மாஜி? நான் சமைக்கிறதை பாபுஜி சாப்பிடறதுல ஏதாவது...?"

"அப்படில்லாம் ஒண்ணுமில்லை. மாஜிக்கு கோதுமை ரவா லட்டு பண்ணத் தெரியுமோ?"

"தெரியுமே... பொருட்கள் எங்க இருக்குன்னு மட்டும் தெரியணும்."

சில்பா பொருட்களை எடுத்துக் கொடுத்தாள். அப்போது பிரவீணும் வந்து சேர்ந்தான். சில்பா குழந்தையுடன் சென்று ஸ்கூட்டர் உள்ளே நுழைவதற்குக் கேட்டைத் திறந்து கொடுத்தாள்.

"இன்னைக்கு என்ன முகத்தில வழக்கத்துக்கு மாறா ஒரு சந்தோஷம்?" மனைவியின் முகத்தில் தென்பட்ட வெளிச்சத்தை கண்டதும் பிரவீண் கேட்டான்.

"முதல்ல உள்ள வாங்கோ, அப்ப தெரியும்."

அவன் உள்ளே வந்து சமையல்கட்டை எட்டிப் பார்த்தான். பிறகு, சில்பாவைப் பார்த்து சிறு புன்சிரிப்புடன் படுக்கையறைக்குச் சென்றான். கொஞ்சநேரத்தில் பூபேன் வந்தான். பின்னால் நரேனும்.

எல்லாரும் குளித்து உடைகளை மாற்றிவிட்டு வரும்போது மேசையில் வைக்கப்பட்ட சிற்றுண்டிகளுடன் சில்பா தயாராக நின்றிருந்தாள்.

"லட்டு ரொம்ப நன்னாருக்கு."

பூபேன் சொன்னான்.

"ஆமா..."

மற்றவர்களும் அதை ஏற்றுக்கொண்டார்கள்.

"ஜசுமதி மாஜியோட கைப்பக்குவம்."

சில்பா சொன்னாள்.

"அப்படின்னா இனி சுவையா ஏதாவது சாப்பிடலாம்."

பிரவீண், சில்பாவைப் பார்த்தபடி சொன்னான்.

"அப்படிச் சொல்லாதீங்கோ சித்தப்பா. சின்னம்மா எது பண்ணினாலுமே நன்னாத்தான் இருக்கும்."

நரேன் உடனடியாக பதில் சொன்னான்.

நீண்ட நாட்களாக அந்த வீட்டில் கரடு தட்டிக்கிடந்த இறுக்கம் விடுபட்டதுபோல் தோன்றியது பிரவீணுக்கு.

மறுநாள் ஸ்கூலுக்குப் போனபோது ஸ்ரீதேவி நாயர் சில்பாவின் முகத்தைக் கவனித்தாள். என்றுமில்லாத ஒரு வெளிச்சம் அவளது முகத்தில்.

"ஜசுமதியோட வேலைகள்லாம் எப்படி?"

ஸ்ரீதேவி நாயர் கேட்டாள்.

"எல்லாத்தையும் சொல்லாமலேயே செஞ்சுடறா. சொந்த வீடுபோல. இன்னைக்குத்தான் நிம்மதியாக உட்கார்ந்து சாப்பிட்டுண்டு வந்தேன்."

"புதிய வேலைக்காரி, புறத்தோட்டத்தையும் துடைப்பா. கொஞ்சநாள் போனாத்தான் சரியான ரூபம் வெளியே தெரியும்." குந்தலதாதாஸ் சொன்னாள்.

பிரார்த்தனை மணியடித்தது. குந்தலதாஸுக்குப் பதில் சொல்லாமல் சில்பாவும் ஸ்ரீதேவி நாயரும் எழுந்தார்கள்.

அன்று மனக்குழப்பம் எதுவுமில்லாமல் சில்பா வகுப்பெடுத்தாள். ஓய்வின்போது பணியாளர் அறையில் உட்கார்ந்திருந்த சில்பா சொன்னாள்; "கொஞ்சம் முன்னாடியே இப்படி ஒரு ஆள் கிடைச்சிருந்தால் என் குழந்தையைக் கிராமத்துக்கு அனுப்பியிருக்க வேண்டிய தேவை ஏற்பட்டிருக்காது."

"நடந்ததை நினைச்சு வருத்தப்பட்டு என்ன பிரயோஜனம்? நடந்தது மட்டுமல்ல, இனி நடக்கப்போறதும் நன்மைக்குதான்னு நினைச்சுத் திருப்திப்பட்டுக்க வேண்டியது தான். குழந்தைக்கு உடம்புக்கு முடியாமப் போனதும் ஒரு வகையில நல்லதுதான். அதனால்தானே மாமிகிட்ட இருந்து குழந்தையைக் கொண்டு வர முடிஞ்சுது?"

"உண்மைதான்."

அவர்கள் பேசிக்கொண்டிருக்கும்போது பரிடா சார் உள்ளே வந்தார்.

"சில்பா சத்பதிக்கு வீட்டு வேலைக்கு ஆள் கிடைச்சுடுச்சா?"

"கிடைச்சிடுச்சு."

"எங்க கிராமத்திலுள்ள ஒரு பொம்பளைகிட்ட சொல்லி வச்சிருந்தேன். இவங்களுக்கு எவ்வளவு சம்பளம் கொடுக்குறீங்க?"

"ஆயிரம் ரூபாய்."

"ஆயிரம் ரூபாயா?"

பரிடா சார் ஆச்சரியப்பட்டார்.

"ஏன் சார், ரொம்ப குறைவா இருக்கா?"

"அதுக்கில்லை. நான் சொல்லி வச்சிருந்த பொம்பளை ஐநூறு ரூபாய்க்கு ஒத்துக்கிட்டா."

"ஐநூறா? இப்ப ஒரு பார்ட் டைம் வேலைக்காரிக்கே ஐநூறு ரூபாய் சம்பளம் கொடுக்கணுமே?" ஸ்ரீதேவி நாயர் சொன்னாள்.

"காலம் எங்கயோ போயிடுச்சி. நான் இங்க வந்த காலத்துல ஆயாவுக்கு பதினைஞ்சு ரூபாதான் சம்பளம்."

பரிடா சார் பத்திரிகையைக் கையில் எடுத்தார். "நான் வரும்போதும் அவ்வளவுதான். ஆயாவுக்கு பதினைஞ்சு ரூபாய். காலை முதல் சாயங்காலம் வரை தோட்ட வேலை

சரோஜினி உண்ணித்தான் | 111

பாக்குறவளா இருந்தா மட்டும் இருபத்தைஞ்சு ரூபா. நாம அன்னைக்கு வாங்கிட்டிருந்த சம்பளம் எவ்வளவுன்னும் பாக்கணுமில்லையா?"

மணியடித்தது. சபை பிரிந்தது.

சாயங்காலம் சில்பா வீட்டுக்கு வரும்போது தரையில் பாய் விரித்து குழந்தையைப் படுக்கவைத்து பக்கத்தில் அமர்ந்து விளையாட்டுக் காட்டிக்கொண்டிருந்தாள் ஜசுமதி. குழந்தை கை கால்களை அசைத்து விளையாடவும் சிரிக்கவும் செய்தது.

சில்பா மகிழ்ச்சியுடன் அதைப் பார்த்துக்கொண்டு நின்றிருந்தாள்.

"நீ வேணா பாரு சில்பாம்மா. ஒரு வாரத்துக்குள்ள அஞ்சு குப்புற விழுவாள். தாயோட உடல் சூடு கிடைக்காமதான். இல்லேன்னா எப்பவே குழந்தை குப்புற விழுந்து, தவழத் தொடங்கியிருப்பா."

"என்ன பண்றது மாஜி. எல்லாமே நடந்துபோயிடுத்து."

சில்பா உடை மாற்றுவதற்காக உள்ளே போனாள்.

திரும்பி வந்து குழந்தையை எடுக்கும்போது ஜசுமதி கேட்டாள்: "சாயங்கால டிஃபனுக்கு என்ன பண்றது?"

"பக்கோடா போதும். நரேனுக்கு பக்கோடான்னா ரொம்பப் பிடிக்கும். நேக்கும்தான்..."

கணவனுக்கும் பிள்ளைகளுக்கும் அம்மா பக்கோடா தயாரித்துக்கொண்டிருந்த பழைய நினைவு சில்பாவின் மகிழ்ச்சியில் சிறு வேதனையை ஏற்படுத்தியது.

19

ஜசுமதி, சீக்கிரமாக சில்பாவின் வீட்டில் ஒரு உறுப்பினராக மாறியிருந்தாள். எல்லா இடங்களிலும் அவளது கண்களும் காதுகளும் எட்டின. வேலைக்காரியாக அல்லாமல், அம்மா ஸ்தானத்தில் இருந்து ஒவ்வொன்றையும் அவள் கவனித்து நடத்தி வந்தாள்.

அவசரம் எதுவுமில்லாமல் குறிப்பிட்ட நேரத்தில் ஸ்கூலுக்குப் போக முடிந்தது. திரும்பி வந்த பிறகு கணவனுடனும் பிள்ளைகளுடனும் செலவழிப்பதற்கான நேரம் நிறையவே கிடைத்தது. இடையிடையே வாசிக்கவும் முடிந்தது. திருமணமான அன்று பெட்டியின் அடியில் வைத்த, மூச்சுவிட முடியாமல் கிடந்த புத்தகங்களை வெளியே எடுத்துத் தூசு துடைத்தாள். அவை சாபவிமோசனம் பெற்றன.

சில்பா ஒருநாள் ஸ்ரீதேவி நாயரிடம் சொன்னாள்;

"ஆன்டிதான் என்னைக் காப்பாத்துனீங்க."

"அதெல்லாம் நாம நினைக்கிறதுதான் சில்பா. எல்லாமே நியதி."

அப்படி சொன்னாலும் சில்பாவின் நன்றிப் பெருக்கு நிரம்பிய முகபாவம் ஸ்ரீதேவி நாயருக்குத் திருப்தியை அளித்தது.

ஒருநாள் சாயங்காலம் வீட்டுக்குப் போகும் வழியில் ஜசுமதி, ஸ்ரீதேவி நாயரின் வீட்டுக்குச் சென்றாள்.

"யாரு ஜசுமதியா? எப்படி நடந்துக்குறாங்க நான் ஏற்பாடு பண்ணித் தந்த வீட்டில உள்ளவங்க?"

"என் அதிர்ஷ்டம்னுதான் சொல்லணும். டாக்டர் வீட்டுல நான் ஒரு வேலைக்காரி மட்டும்தான். இங்க அந்த நினைப்பே எனக்கு வர்றதில்லை. எல்லாருமே என்னை மாஜின்னுதான் கூப்பிடுறாங்க. சில்பாவை முதல்ல எல்லாம் நானும் மாஜின்னுதான் கூப்பிட்டேன். இப்ப, மகளேன்னும் பேர் சொல்லியும் கூப்பிடுறேன்."

"நான் சொல்லலை? சில்பா ரொம்ப அன்பானவ. பெரியவங்க, சின்னவங்குற வித்தியாசமில்லாம எல்லாரையும் சமமாக நடத்தத் தெரிஞ்சவ."

"நான் வர்றேன் மாஜி. என் பேரப்பிள்ளைங்க ரெண்டும் காத்திருக்கும்."

ஜசுமதி படியிறங்கினாள்.

ஜசுமதிக்கு இரண்டு மகள்களும் ஒரு மகனும். மகள்கள் இருவரும் கணவன் வீட்டிலும், மகனும் குடும்பமும் ஜசுமதியுடனும் இருக்கிறார்கள். மகனை நினைத்துதான்

ஜசுமதிக்கு வருத்தம். அவனைப் படிக்க வைத்து நல்ல நிலைக்குக் கொண்டு வர அவள் படாதபாடு பட்டாள். ஆனால் முடியவில்லை. ஆறாம் வகுப்புடன் படிப்பை நிறுத்திவிட்டான். நண்பர்களுடன் சேர்ந்து திரிந்தான். இப்போது நண்பர்கள் யாரையும் காணோம். கூலி வேலை செய்து வாழ்கிறான். வாழ்வதாகவும் சொல்ல முடியாது. வேலை செய்து கிடைக்கும் கூலியில் பெரும் பகுதியையும் குடித்துத் தீர்க்கிறான். இரண்டு பெண் குழந்தைகள் வளர்ந்துகொண்டிருக்கிறார்கள் என்ற எண்ணம் துளியளவும் அவனிடமில்லை.

எல்லாம் விதிப்பயன். இல்லையென்றால் பிள்ளைகள் மூன்று பேரும் குழந்தைகளாக இருக்கும்போதே அப்பா அவர்களைவிட்டுப் பிரிந்திருப்பாரா?

ஜசுமதியின் கணவன் போலோராம் ஒரு கம்பெனியில் கலாசியாக வேலை பார்த்து வந்தவர். கடைநிலை ஊழியர். கம்பெனி குவாட்டர்சில் அவர்கள் தங்கியிருந்தார்கள். ஜசுமதி தனது கணவன் இல்லாமல் வீட்டுப்படிகூட தாண்டியதில்லை.

ஒரு சாயங்கால வேளை. வழக்கம்போல் பல நிறங்களிலான சேலையுடுத்தி, கை நிறைய கண்ணாடி வளையல்களும் காதில் கல் பதித்த கம்மலும் கழுத்தில் மாங்கல்யமும் நெற்றியிலும் சீமந்த ரேகையிலும் செந்தூரமும் அணிந்து கம்பெனி பஸ்சின் ஓசைக்காக காது கூர்ந்து நின்றிருந்தாள் ஜசுமதி.

பஸ் வந்து நின்ற சத்தம் கேட்டது. அதிலிருந்து இறங்கிய வேலையாட்கள் பேசிக்கொண்டு செல்வதையும் அவள் பார்த்தாள். எல்லாரும் வந்துவிட்டார்கள். ஜசுமதியின் கணவனை மட்டும் காணோம். பஸ் ஸ்டாண்டிலுள்ள பெட்டிக்கடையிலிருந்து வழக்கமாக குழந்தைகளுக்கு வேர்க்கடலையோ சோளப்பொரியோ வாங்குவான். அதற்கான நேரமும் கடந்தபோது ஜசுமதியின் மனத்தில் பதற்றம் தொற்றிக்கொண்டது.

அப்போது பக்கத்து வீட்டில் வசிக்கும் சோரங் பாபுவும் அக்கம்பக்கத்திலுள்ள வேறு சிலரும் அங்கே வந்தார்கள். அவர்களது முகத்தைப் பார்த்தபோது ஜசுமதிக்கு சந்தேகம். நடக்கக்கூடாத எதுவோ நடந்துவிட்டது.

“பிளான்டுக்குள்ள வெச்சி போலோராமுக்கு ஒரு விபத்து...”

முழுவதையும் கேட்பதற்குள் ஜசுமதி தளர்ந்துபோய் தரையில் இருந்துவிட்டாள். சுயஉணர்வை இழந்த நிலையில். உணர்வு திரும்பிய பிறகுதான் அந்த உண்மையைப் புரிந்துகொண்டாள். தனது கணவன் இனி திரும்பி வரமாட்டான். தான் விதவையாகி விட்டோம்.

பிளான்டில் யாரோ செய்த தவறில் இரும்பு வயர் அற்றுத் தெறித்தது. பழுத்த தீக் கட்டைகள் சுற்றிலும் சிதறி விழுந்தபோது அணைந்த மூன்று உயிர்களின் ஜசுமதியின் கணவனும் ஒருவர்.

சிறகு முளைக்காத மூன்று குழந்தைகளைக் கட்டிப்பிடித்து அழுதுகொண்டிருந்தாள் ஜசுமதி. உதவிக்கு யாருமில்லை. சொந்த ஊரையும் வீட்டையும் விட்டு என்றைக்கோ இரும்பு நகரில் குடியேறிய குடும்பம் அது. திரும்பிச் சென்றால் ஏற்றுக்கொள்ள யாருமில்லை. போலோராமின் அப்பாவும் அம்மாவும் உயிருடனில்லை. உடன்பிறந்த இரண்டு அண்ணன்கள் ஏதோ ஒரு ஜமீன் தோட்டத்தில் வேலை செய்து வாழ்க்கையை நகர்த்திக்கொண்டிருக்கிறார்கள். பிறந்த வீட்டுக்குச் செல்வது குறித்து யோசிக்கவே முடியாது. தங்களுடைய குடும்ப உரிமையைத் திருமணமாகப் பெற்றுக்கொண்ட ஒரு பெண்ணுக்கு பிறந்து வளர்ந்த வீட்டுடன் என்ன தொடர்பிருக்க முடியும்?

எப்படியாவது குழந்தைகளை வளர்த்து பெரியவர்களாக்க வேண்டும். அது ஒன்றுதான் ஜசுமதியின் இலட்சியம்.

பிளான்டுக்குள் நடந்த விபத்து என்பதால் ஜசுமதிக்கு அங்கே ஏதாவது வேலை கிடைக்குமென்று கணவனின் நண்பர்கள் ஆறுதல் சொன்னார்கள். எதிர்பார்ப்புடன் அவள் காத்திருந்தாள்.

போலோராமுடன் இறந்த ஒருவரின் மனைவிக்கு ஆஸ்பத்திரியில் ஆயா வேலை கிடைத்தது. இன்னொருவரின் மகன் படித்திருந்த காரணத்தால் அலுவலக குமாஸ்தாவாக நியமிக்கப்பட்டான். மாதங்கள் பல கடந்த பிறகும் ஜசுமதியின் வேலை விஷயத்தில் எந்த தீர்வும் கிடைக்கவில்லை.

ஜசுமதிக்கு அதற்கான தகுதியில்லை என்று கம்பெனி முடிவு செய்தது. மற்றொரு பகுதியில் வேலை பார்த்துக்கொண்டிருந்த போலோராம் விபத்து நடந்த இடத்துக்கு எதற்கு வந்தார்? வேலையைக் கவனிக்காமல் சுற்றிக்கொண்டிருந்த ஒருவரின்

குடும்பத்தை எதற்காகப் பாதுகாக்க வேண்டும்? இதுதான் கம்பெனியின் வாதம்.

தங்கியிருந்த குவாட்டர்சையும் காலி செய்ய வேண்டியதாயிற்று. சந்தையின் பின்னாலுள்ள புறம்போக்கு நிலத்தில் கூலி வேலை செய்பவர்களின் காலனி இருந்தது. அங்குள்ள ஒரு குடிசையை போலோராமின் ஊர்க்காரனான சுக்ராம் ஏற்பாடு செய்து தந்தான். சுக்ராமின் மனைவியுடன் சேர்ந்து ஜசுமதியும் அக்கம்பக்க வீடுகளில் ஆயா வேலைக்குப் போகத் தொடங்கினாள். கம்பெனியிலிருந்து கிடைத்த பணத்தை வைத்து வீட்டுச் செலவுகளைச் செய்தால் இரண்டு பெண் மக்களின் திருமணத்துக்கு என்ன செய்வது?

போலோராமின் பிள்ளைகள் கம்பெனி ஸ்கூலிலேயே தொடர்ந்து படித்திருக்க முடியும். ஆனால், அதற்கான சூழல் காலனி வாழ்க்கையில் அமையவில்லை.

சாயங்காலமானதும் காலனிச் சூழல் கொண்டாட்டமாகிவிடும். ஆண்கள் பலரும் அப்போது சுய உணர்வை இழந்துவிட்ட நிலையில் இருப்பார்கள். அவர்களது மனைவிகள் கெட்ட கெட்ட வார்த்தைகளால் திட்ட ஆரம்பிப்பார்கள். சத்தமும் கோலாகலமும் அடங்குவதற்கு நடுச்சாமமாகிவிடும். சில நேரங்களில் போலீஸ்காரர்கள் வந்து யாரையாவது பிடித்துக்கொண்டு போவதும் நடக்கும். மறுநாள் பெண்கள் தாங்கள் வேலை பார்க்கும் வீடுகளுக்குச் சென்று சம்பளத்தை முன்பணமாகப் பெற்று, போலீசிலிருந்து அவர்களை மீட்டுக்கொண்டு வருவார்கள்.

குவார்ட்டர்சின் அமைதியான சூழலில் வாழ்ந்த ஜசுமதிக்கு காலனி வாழ்க்கையுடன் பொருந்திப் போக நீண்ட நாள் தேவைப்பட்டது. பெண் மக்களை சிறு வயதிலேயே திருமணம் முடித்து அனுப்பிய பிறகுதான் அவளுக்கு ஓரளவாவது நிம்மதி கிடைத்தது.

"கங்கு, உனக்கு இருமல் எப்படியிருக்கு?"

வழியில் சந்தித்த தோட்டக்காரன் கங்குவிடம் ஜசுமதி கேட்டாள்.

"எப்படியிருக்கும்? அது என்னையும் கொண்டுதான் போகும்."

கங்கு இருமத் தொடங்கினான்.

"ஆஸ்பத்திரிக்குப் போனியா?"

"எதுக்கு? அவனுங்க கொஞ்சம் மாத்திரை எழுதித் தருவானுங்க. வாங்குறதுக்குப் பணம்?" அவன் இருமியபடியே நடந்தான்.

மருமகள் தலையெழுத்தைச் சாபமிடுவதைக் கேட்டபடியே ஜசுமதி வீட்டுக்குள் ஏறினாள். மகன் நரேஷ் வந்திருக்கவில்லை. பேரக்குழந்தைகளில் மூத்தவள் அடுப்பின் முன் உட்கார்ந்து தீ மூட்டிக்கொண்டிருந்தாள். இளையவள் கள்ளிப்பெட்டியின்மீது ஏதோ புத்தகத்தை வைத்து எழுதிக்கொண்டிருந்தாள்.

ஜசுமதி மனதுக்குள் உறுதி செய்துகொண்டாள். இனி தாமதிக்கக் கூடாது. கூடிய விரைவில் மூத்தவளுக்குத் திருமணம் செய்து அனுப்பி விட வேண்டும். இளையவள் படிக்கிறாள் என்றால் படிக்கட்டும். நரேஷைப் படிக்க வைக்க முடியவில்லை. அவன் மகளாவது படித்து சொந்தக் கால்களில் நிற்பதற்கான சூழ்நிலை அமையட்டும்.

20

அதிகாலையில் எழுந்து வழக்கம்போல் பத்திரிகையில் கண்களை ஓட்டிக்கொண்டிருந்தாள் சில்பா. மூன்றாவது பக்கத்தில் பெரிய எழுத்துகளில் ஒரு செய்தி வெளியாகி இருந்தது.

நகரின் மையப்பகுதி நக்சலைட்டுகள் பிடியில். ஊர்ப்பெயரை வாசித்தபோது அவள் திடுக்கிட்டாள். கட்டச் செய்தியுடன் வெளியாகி இருந்த படத்தில் அவளது கண்கள் சிக்கி நின்றன. போலீஸ்காரர்களிடையே கை விலங்குகளுடன் நிற்கும் பிபின் சேடி. ஜகனின் நண்பன்.

ஜகனைப் பார்ப்பதற்காக இடையிடையே வீட்டுக்கு வருவான் இந்த பிபின் சேடி. வந்தால் ரொம்ப நேரம் பேசிக்கொண்டிருப்பான். சில நேரங்களில் வாதப்பிரதி வாதங் களும் நடக்கும். அவர்களது உரையாடலில் மார்க்ஸ், லெனின், மாவோ, சாரு மஜும்தார், கனு சன்யால் போன்ற பெயர்கள் உச்சரிக்கப்படுவதை அவள் நினைவுகூர்ந்தாள்.

ஜகனின் மேசையில் இருக்கும் புத்தகங்களில் ஃபக்கீர் மோகன் சேனாபதி, விபூதி பட்நாயக், சச்சிராவுத் ராய் போன்றவர்களுடன்மார்க்சும் மாவோவும் இடம் பெற்றிருப்ப தையும் அவள் கவனித்திருக்கிறாள். நிறைய வாசிப்பவன் என்பதால் ஜகன்மீது அவளுக்கு மதிப்பு தோன்றிய தருணங்கள் அவை. கூடவே பொறாமையும் இருந்தது. நாம் பெண்ணாகப் பிறந்து விட்டோமே என்றுகூட அவள் சிந்தித்ததுண்டு. அல்லது நாமும் நிறைய வாசித்திருக்கலாம்.

மார்க்சையும் மாவோவையும் வாசிப்பதற்கு ஜகனைத் தூண்டியது பிபினாக இருக்குமோ? திடீரென்று சில்பாவின் மனதுக்குள் மின்னல் பாய்ந்தது.

"ஜகந்நாதா, அவங்களுக்குள்ள இன்னும் அந்த பழைய நட்பு நீடிக்கிறதா?"

பிறகு அவளால் பத்திரிகையை வாசிக்க முடியவில்லை. கீழே வைத்துவிட்டு தொலைபேசியை டயல் செய்தாள்.

"ஹலோ..."

"ஹலோ, என்ன மன்னி? வழக்கத்துக்கு மாறாக, இந்நேரத்தில?"

"ஜகன் காலையில நீ பத்திரிகை வாசிச்சியா?"

"பிபினை அரெஸ்ட் பண்ண செய்தியை நீங்களும் வாசிச்சீங்க இல்லையா?"

"ஆமா..."

"ரொம்ப வருத்தமாப் போச்சு மன்னி. நானும் பலதடவை அவனை வார்ன் பண்ணியிருக்கேன். அவன் கேட்கலை."

சில்பாவுக்கு சிறு மனஆறுதல் உருவானது. ஜகன், பிபினின் பாதையில் நடப்பவன் அல்ல.

அவள் குளிப்பதற்காகச் சென்றாள். மனத்துக்குள் அப்போதும் பிபின் சேடியின் முகம்தானிருந்தது. பெற்றோர்களின் ஒரே மகன். மூன்று சகோதரிகளுக்குப் பிறகு பிறந்தவன். முதுமையில் அவர்களுக்கு ஊன்றுகோலாக இருக்க வேண்டியவன் போலீஸ் பிடியில் அகப்பட்டுள்ளான். தான் பார்த்திராத அந்தப் பெற்றோர்களைப் பற்றி சிந்திக்கும்

போது சில்பாவுக்கு வருத்தம் உருவானது. இதை அவர்களும் அறிந்திருப்பார்கள். அவர் களுடைய நிலைமை இப்போது என்னவாக இருக்கும்?

பிபின் இங்கிருந்துப் புறப்படும்போது விடைபெற்ற நிகழ்வு அவளுக்கு நினைவு வந்தது. பரீட்சை முடிந்து ஹாஸ்டலை விட்டு அவன் செல்லும் நாள்.

“இன்னைக்குச் சாயங்கால பஸ்ல கிளம்புறேன். அக்காகிட்ட சொல்லிக்க வந்திருக்கேன். நீங்க தந்த பக்கோடா ருசியை என்னால மறக்கவே முடியாது.”

இங்கிருந்துபோன பிறகு, பிபின் சேடியைப் பற்றிய எந்தத் தகவலும் சில்பாவுக்குத் தெரியாது. ஜகனிடம் கேட்கவுமில்லை. சொந்தப் பிரச்னைகளுக்கிடையில் மற்றவர்களைப் பற்றி சிந்திப்பதற்கு நேரமில்லை.

பிபின் நக்சலைட்டாக மாறியதில் வியப்படைவதற்கு எதுவுமில்லை. மேலாதிக்கக் கொடுமை தலைவிரித்தாடுகிற ஒரு கிராமப்புறத்தில் பிறந்தவன் பிபின். களாஹண்டியில் ஏழைகள் வாழ்கிற ஒரு கிராமம். நிலபுலன்கள் முழுவதும் ஒரு சில ஜமீன்தார்கள் கையில். மற்றவர்கள் எல்லாம் அவர்களது கொத்தடிமைகள்.

தேநீர் குடித்துக்கொண்டிருக்கும்போது ஒருநாள் தனது கிராமத்து நிலைமைகளைக் குறித்து பிபின் பேசிக் கொண்டிருந்தான். நிலவுடைமையாளர்களின் கொடூரங்கள் குறித்தும் ஏழைகள் அனுபவிக்க நேரும் துயரங்களைக் குறித்தும் கேட்டபோது சில்பாவின் மனத்துக்குள்ளும் கோபம் கொப்பளித்தது.

கூலி வேலைக்காக ப்ரஜ் ராஜநகருக்கு வந்தவர் பிபினின் தாத்தா. பிபினின் அப்பா அங்குள்ள அரசுப்பள்ளியில் பத்தாம் வகுப்பு பாஸானார். டிரைவிங் படித்து பேப்பர் மில்லில் டிரைவராகச் சேர்ந்தார். பிபின் படிப்பில் கெட்டிக்காரன். ஆகவேதான் அவனால் ஒரு எஞ்சினியராக முடிந்தது.

பிபினின் குடும்பத்தைச் சேர்ந்தவர்கள் இன்றும் களாஹண்டியில்தான் வாழ்கிறார்கள். நிலவுடைமையாளர்களின் கொடுமைகளையும் பசியையும் தாங்கிக்கொண்டு இன்றும் வாழ்ந்து வருகிறார்கள்.

களாஹண்டி ஏழைகளைப் பற்றி தன்னுடைய இளம் வயதில் அப்பா சொல்லக் கேட்ட விஷயங்கள் சில்பாவின் நினைவுக்கு வந்தன. ஒரு முறை ஸ்டீல் பிளான்டில் இருந்து களாஹண்டியில் வாழ்கிற ஏழைகளுக்கான உதவிகளுடன் சென்ற குழுவில் அப்பாவுமிருந்தார்.

ஒரு பிடி சோற்றுக்காக கொளுத்தும் வெயிலில் இலைகளுடன் காத்து நின்றிருந்த ஏழைகள்.

அதைப் பார்த்த அப்பா தனது பிள்ளைகளுக்குச் சொன்ன அறிவுரை கல்வெட்டு போல் சில்பாவின் மனத்துக்குள் பதிந்து கிடந்தது.

"உணவை ஒருபோதும் உதாசீனம் செய்யாதீங்கோ. ஒரு பருக்கையைக்கூட வீணாக்காதீங்கோ."

இந்த அறிவுரையைத் தனது மாணவர்களிடமும் அவள் சொல்வதுண்டு. ஏழைகள் நிறைந்திருக்கும் நம் நாட்டில் மூக்குப்புடைக்கத் தின்றுவிட்டு மிச்சமிருப்பதைக் குழி தோண்டிப் புதைப்பது என்பது மிகப்பெரிய பாவச்செயல். தேவைக்கதிகமான உணவுகளைப் பிள்ளைகளுக்குக் கொடுத்தனுப்பும் அம்மாக்களுக்கும் விழிப்புணர்வு தேவை யென்று அவளுக்குத் தோன்றியதுண்டு.

சில்பா குளித்துவிட்டு வரும்போது பிரவீண் விழித்திருந்தான். அவள் வேகமாக சமையல் கட்டுக்குச் சென்றாள். ஜசுமதி தேநீர் தயாரித்துக்கொண்டிருந்தாள். சில்பா தேநீரையும் அன்றைய பத்திரிகையையும் எடுத்துக்கொண்டு படுக்கையறைக்குச் சென்று அதன் மூன்றாம் பக்கத்தில் வந்திருந்த செய்தியைக் கணவனிடம் காண்பித்தாள்.

"நம்ம ஜகனோட நண்பன் பிபின் சேடியை போலீஸ் அரெஸ்ட் பண்ணியிருக்காங்க."

"ஏன், எதுக்காக?"

என்று கேட்டுவிட்டு பதிலை எதிர்பார்க்காமல் அவன் செய்தியை வாசித்தான். வாசித்து முடித்த பிரவீண் கொஞ்ச நேரம் மௌனமாக அமர்ந்திருந்தான். பின்னர் தனக்குத்தானே சொல்வதுபோல் சொன்னான்:

"நம்ம இளைஞர்கள் வழி தவர்றாங்க."

“வழி தவர்றாங்களா? தவற வைக்கிறாங்களா?” சில்பா கேட்டாள்.

“நீ கேட்குற அர்த்தம் புரியலை?”

“ஒரே அர்த்தம்தான். அவா வழி தவறதுக்கான காரணம் இங்குள்ள சமூக, அரசியல் கட்டமைப்புகள். மனத்திடமுள்ள இளைஞர்கள் இதை எதிர்க்குறாங்க. இதில என்ன தவறிருக்கு?”

“வன்முறை அரசியலை நீ ஆதரிக்கிறியா?”

“வன்முறையை நான் ஆதரிக்கலை. ஆனா, ஒரு சமூக மாற்றம் தேவைங்குறது என்னோட கருத்து. சமூகப் பொருளாதார அநீதிகள் முடிவுக்கு வந்தா மட்டும்தான் இங்கே அமைதி உருவாக முடியும்.”

“இதையெல்லாம் மாணவர்களுக்குச் சொல்லிக் கொடுத்துடாதே.”

பிரவீண் சிரித்தான். சில்பா பதில் சொல்லாமல் காலி தம்ளரை எடுத்துக்கொண்டு சமையலறைக்குச் சென்றாள். கல்கரியடுப்பில் அரிசி கொதித்துக்கொண்டிருந்தது. ஜசுமதி காய்கறி நறுக்கிக்கொண்டிருந்தாள். நரேனுக்கும் பிரவீணுக்கும் கொடுத்தனுப்ப வேண்டிய உணவு தயார் செய்ய வேண்டும். குழைத்து வைத்திருந்த கோதுமை மாவை எடுத்து அவள் பரப்பத் தொடங்கினாள். அப்போதும் அவளது எண்ணம் பிபினைச் சுற்றியே வட்டமிட்டது. பாவம் பிபின். திறமையான அவனது எதிர்காலம் இனி என்னவாகும்? அவன் ஜாமீன் கிடைக்காத குற்றம் செய்திருக்கிறான். தேசத்துரோகம்.

பிபினின் இடத்தில் ஜகன் இருந்திருந்தால்...? நினைத்துப் பார்க்கும்போதே அவள் நடுங்கிவிட்டாள்.

குழந்தையின் அழுகுரல் கேட்டது ஜசுமதி சொன்னாள்:

“சில்பாம்மா போய் குழந்தையை எடு. பூரி நான் சுட்டுக்குறேன்.”

சில்பா கட்டிலில் உட்கார்ந்துக் குழந்தைக்குப் பால் கொடுக்கும்போது ஃபோன் பெல் அடித்தது.

“நான் எடுக்குறேன்” என்று சொல்லிவிட்டு பத்திரிகையைக் கீழே வைத்துவிட்டு வரவேற்பறைக்குச் சென்றான் பிரவீண்.

"ஹலோ, நான் தினேஷ் சர்மா."

"என்ன தினேஷ் அதிசயமா கூப்பிட்டிருக்கே?"

"பிபின் சேடியோட தகவல்கள் தெரியுமா?"

"தெரியும்."

"இப்படித்தான் நடக்கும்னு எனக்கு ஏற்கனவே தெரியும். அவன்கூட நட்பு வச்சிக்க வேணாம்னுட்டு ஏற்கனவே நான் ஜகன்கிட்ட சொல்லியிருக்கேன். எல்லாமே நல்லதுக்குத் தான். இனிமேல் அவன்கூட எந்த தொடர்பும் வச்சிக்க வேணாம்னுட்டு ஜகனுக்கு அறிவுரை சொல்லிடுங்க. அவன் கொடுத்த ஏதாவது பிரசுரங்களோ புஸ்தகங்களோ இருந்தா அழிச்சிடச் சொல்லுங்க."

"சரி, சொல்லிடறேன். எனக்கு பிளான்டுக்குப் போக நேரமாயிடுச்சு."

பிரவீண் ஃபோனை வைத்தான்.

"யார் அது?"

சில்பா கேட்டாள்.

"ஜகனோட இன்னொரு நண்பன். தினேஷ் சர்மா. பிபின் கொடுத்த ஏதாவது புஸ்தகமோ பிரசுரங்களோ இருந்தா அழிச்சுடச் சொல்லணுமாம்."

"நினைவுப்படுத்தினது நல்லதாப்போச்சு. ஜகன் கையில மாவோ இலக்கியம் இருக்குறதைப் பார்த்திருக்கேன். இப்பவே ஜகனைக் கூப்பிட்டு சொல்லிடுங்க."

"வேண்டாம். இப்ப இருக்குற சூழ்நிலையில அதையெல்லாம் ஃபோன்ல சொல்றது சரியில்லை. நான் போயிட்டு வந்துடறேன். நைட் வண்டிக்கு புக் பண்ணணும்."

"நானும் வர்றனே? லீவுதானே?"

"சரி, வா."

கணவனின் ஸ்கூட்டர் வாசலைக் கடந்ததும் சில்பா புறப்படுவதற்கான ஏற்பாடுகளைச் செய்தாள்.

21

தூக்கக் கலக்கத்துடன் வாசலைத் திறந்த ஜகத் குமார் சத்பதி எதிரில் அண்ணனும் அண்ணியும் நிற்பதைப் பார்த்து ஆச்சரியப்பட்டான்.

"என்னடா முழிச்சுண்டு நிக்கறே உள்ளே கூப்பிடாம?"

அவன் திடீரென்று இரண்டு பேருடைய கால்களையும் தொட்டு வணங்கிவிட்டு, உள்ளே கூப்பிட்டான்.

"உள்ள வாங்கோ. வர்றதாக ஒரு வர்த்தைக் கூப்பிட்டுச் சொல்லியிருக்கலாம்."

ஜகன் குறைபட்டுக்கொண்டான்.

"ஏன், உனக்கு ஏதாவது சிரமமா...?"

"அதெல்லாம் ஒண்ணுமில்லை. வீடு முழுசும் குப்பையும் கூளமுமாக கிடக்கு..."

அவன் சில்பாவின் முகத்தைப் பார்த்தான்.

"ஓ... அவ்வளவுதானா? நேக்குத் தெரியாதா, ஆண்கள் தனியாக இருக்குற வீட்டோட நிலைமை?" சில்பா சிரித்தாள்.

"அஞ்சு..."

ஜகன் சில்பாவின் கையிலிருந்த குழந்தையை எடுப்பதற்காக கை நீட்டினான். குழந்தை சிரித்தது. அவன் குழந்தையை எடுத்து கன்னத்தில் முத்தமிட்டான்.

கையிலிருந்த பையைக் கீழே வைத்துவிட்டு சோஃபாவில் உட்கார்ந்தான் பிரவீண்.

"மன்னி, பாத்ரூம் இங்க இருக்கு. சுத்தமால்லாம் இருக்காது. வசதியும் போதாது."

"எனக்கு இதுவே தாராளம்."

சில்பா மாற்றுடைகளும் டவலுமாக குளியலறைக்குள் நுழைந்தாள்.

திருமணத்துக்கு முன் தான்வாழ்ந்த சிறு வீட்டைப் பற்றி அப்போது அவள் நினைத்துப்பார்த்தாள். நீளவாக்கில் ஒரு

அறை. முன்புறம் சிறு வராந்தா. பின்னால் இன்னொரு நீண்ட வராந்தா. அதில்தான் சமையல் கட்டு, குளியலறை, கக்கூஸ் எல்லாமே!

அங்கே, தானும் அம்மாவும் மட்டும்தான் என்பதாலோ வேறு வழியில்லை என்பதாலோ அசௌகரியமாகத் தெரியவில்லை. டிசம்பர், ஜனவரி மாதங்களில் சாயங் காலத்துக்குப் பிறகு சமையல் கட்டுக்கோ புழக்கடைக்கோ போக வேண்டியது வரும் போது குளிரால் விறைத்துப் போவோம். சாயங்காலத்துக்குள் சமையல்களை முடித்துவிட்டு அம்மா சமையல் கட்டை மூடி விடுவாள். இரவில் உணவுகளைச் சூடுபடுத்துவதற்கு வீட்டுக்குள் தனியாக மண்ணெண்ணெய் ஸ்டவ் இருந்தது.

அறையின் ஒரு புறம் அம்மாவின் தையல் மெஷின். இன்னொரு புறம் தனக்கு உட்கார்ந்து படிப்பதற்கான மேஜையும் சேரும். நடுவே, அடுத்தடுத்து போடப்பட்ட இரண்டு நார்க்கட்டில்கள். கட்டிலுக்குக் கீழே இரும்புப் பெட்டியும் பழைய சூட்கேசும்.

அதுவே அவளுக்கு சொர்க்கலோக வசதிபோல் இருந்தது. படிக்க முடிகிறது என்ற ஆறுதல். நடுவில் குழிந்து தொட்டில்போல் தொங்கிக்கிடக்கும் கட்டிலில் சுருண்டுக் கிடக்கும் அம்மாவைப் பார்க்கும்போது வருத்தமாக இருக்கும். அப்பா உயிருடனிருந்த காலத்தில் வாழ்ந்த குவார்ட்டர்சின் வசதிகள் நினைவுக்கு வரும். சித்திர வேலைப்பாடுகள் செய்த பெரிய கட்டிலில் அழகான விரிப்பைப் போட்டு கம்பளியைப் போர்த்திக்கொண்டு தூங்கும் அம்மாவின் தோற்றம் மனதில் விரியும்போது ஏக்கமாக இருக்கும்.

எப்படியாவது படித்துவிட வேண்டும். ஒரு வேலை தேடிக்கொள்ள வேண்டும். அம்மாவின் கஷ்டங்களுக்கு ஒரு முடிவு கண்டாக வேண்டும். அது மட்டும்தான் அவளது நோக்கமாக இருந்தது. ஆனால்...

அவள் வேகமாக பல் விளக்கி, குளித்துவிட்டு வெளியே வந்தாள். பிரவீண் குளியலறைக்குச் சென்றான்.

"பாலிருக்கா ஜகன். நான் டீ போடறேன்."

"மன்னி குழந்தையை வச்சிண்டு உட்காருங்க. டீ நான் போடறேன்."

அவள் சமையல் கட்டில் நுழைந்து ஒரு சிறு அலுமினியப் பாத்திரத்தில் தண்ணீர் சூடாக்கினாள். பிரவீண் குளித்துவிட்டு வெளியே வந்ததும் குழந்தையைக் குளிப்பாட்டினாள்.

அதற்குள் ஜகன் தேநீருடன் வந்தான்.

"டீ நன்னாருக்கு. ஜகன் எல்லாமே படிச்சுண்டே போலிருக்கு."

"அடுத்த மாசம் முதல் நானே சமைச்சுடலாம்னு இருக்கேன். எப்பவும் ஹோட்டல்ல சாப்பிட்டா கட்டுப்படியாகாது."

"அதுக்கு இன்னொரு வழியிருக்கு ஜகன். நல்ல ஒரு மாட்டுப்பொண்ணைக் கண்டுபிடிச்சுட வேண்டியதுதான்."

"மன்னி, இது அம்மா காதுல விழுந்துடாமப் பாத்துக்குங்கோ. லோபாவுக்கும் தீபாவுக்கும் கல்யாணமாறதுக்கு முன்ன உன் கல்யாணத்தைப் பற்றி நினைச்சுப் பாத்துடாதேன்னு சொல்லி யிருக்கா."

"அம்மா சொல்றது சரிதானே? குழந்தைகள் வளர்ந்துட் டாங்களே?"

பிரவீண் சொன்னான்.

"லோபாவுக்கு இப்பதான் பன்னெண்டு வயசு. தீபா பத்தாம் வகுப்பு பரீட்சை எழுதியிருக்கா. இது என்ன கல்யாண வயசா?" சில்பா கேட்டாள்.

"பெண் குழந்தைள். பாத்துட்டிருக்க வளர்ந்துடுவாங்க." பிரவீண் சொன்னான்.

"அவாளைப் படிக்க வைக்க வேண்டாமா?"

"படிக்க வைக்க வேண்டாம்னு நான் சொல்லலை. லேட்டாச்சுன்னா நல்ல வரன் கிடைக்காம போயிடுமேன்னு அம்மா நினைக்கிறாங்க. நீங்க ரெண்டு பேருமே அம்மாவைச் சரியாப் புரிஞ்சுக்கலை."

ஹோட்டலில் இருந்து காலை உணவுகள் வந்தபோது அவர்களிடையிலான உரையாடல் நின்றது.

சூடான பூரியும் குழம்பும் சாப்பிட்டுக்கொண்டிருக்கும்போது பிரவீண் விஷயத்துக்கு வந்தான்.

“பிபின் சேடியைப் பற்றி பிறகு ஏதாவது தகவல்கள் வந்ததா?”

“இல்லை. நேற்றைக்கு வாசிச்ச செய்தி மட்டும்தான். அதைப் பற்றி இன்னைக்கு பேப்பர்ல எந்தச் செய்தியும் இல்லை. யார்கிட்ட கேட்டா தெரியும்?”

“வேண்டாம் ஜகன். நீ யார்கிட்டயும் விசாரிக்க எல்லாம் வேண்டாம். அது போதும் போலீஸ் உன்னையும் சந்தேகப்படறதுக்கு. நீயும் அவனும் நண்பர்கள்னு யாராவது போலீஸ்ல சொல்லிடவும் கூடும்.”

“இல்லை மன்னி, நான் விசாரிக்கணும்னு எல்லாம் நினைக்கலை.”

“பாரு ஜகன், நாம இப்பதான் பேசிண்டோம். நமக்கு நிறையவே பொறுப்புகள் இருக்கு. சத்பதி குடும்பம் இப்பதான் ஏதோ கரையேறிண்டிருக்கு. உனக்கும் வேலை கிடைச்சுடுத்து. சீக்கிரமாக பூபேனுக்கும் கிடைச்சுடும். நரேனோட படிப்பு முடியறதுக்கு இன்னும் ரெண்டு வருஷம் இருக்கு. அதுவும் முடிஞ்சுடுத்துன்னா நாம தப்பிச்சுக்கலாம். இதுக்கிடையில எந்தப் பொல்லாப்பிலேயும் போய் தலை கொடுக்க வேண்டாம்.”

ஜகன் பதில் சொல்லவில்லை.

“போகட்டும். உன் கையில நக்சலைட் ஆதரவுப் புஸ்தகங்கள் ஏதாவது இருக்கா?”

“இல்லை மன்னி, ராவுர்கேலாவில வச்சி அவன்கிட்ட இருந்து சில புஸ்தகங்களை வாங்கி வாசிச்சிருக்கேன். அதையெல்லாம் திருப்பிக் கொடுத்துடவும் செய்துட்டேன்.”

“அப்படியே இருந்ததுன்னாலும் அழிச்சிடு.”

அவன் பதில் சொல்லவில்லை.

“ஜகன், பிபினோட விஷயத்தில எனக்கும் ஆதரவு நிலைப்பாடுதான். ஆனால், அதை நாம வெளியே காட்டிக்க முடியாது. அவனுக்கு ஆதரவாக இருக்குறவா எல்லாருமே தேசத்துரோகியா முத்திரை குத்தப்படுவா. அதோட பின்விளைவுகள் என்னன்னு நோக்கும் தெரியும்தானே? நோக்கு ஏதாவதொண்ணுன்னா அம்மா தாங்கிக்க மாட்டா. நானும் உன் அண்ணாவும்தான் தாங்கிக்குவோம்னு நினைக்கிறியா?”

“பிபினுக்கும் எனக்குமிடையில மன்னி நினைக்கிறதுபோல எந்த நட்பும் கிடையாது. நிறைய வாசிக்கிற சக உத்தியோகஸ்தன்கிற முறையில எனக்கு அவன்மேல மரியாதை இருக்கு. புஸ்தகங்களை இரவல் வாங்குறதும் திருப்பிக் கொடுக்குறதும் நடந்திருக்கு. அவன் ராவுர்கேலாவிலிருந்துப் போன பிறகு அவனைப் பற்றிய எந்தத் தகவலும் எனக்குத் தெரியாது. நேற்றைக்குப் பத்திரிகைச் செய்தியைப் படிச்ச பிறகு மட்டும்தான் அவன் அந்த வழியைத் தேர்வு செய்திருக்கான்னு எனக்குத் தெரியவே வந்தது.”

“இப்பதான் மனசுக்கு நிம்மதி.” பிரவீண் பெருமூச்செறிந்தான்.

சில்பா எழுந்து திறந்துகிடந்த ஜன்னல்களை மூடினாள். வைகாசி மாதத்தின் அனல்காற்று அறைக்குள் வீசியடிக்கத் தொடங்கியிருந்தது.

22

கணவனும் குழந்தையும் தூங்கிக்கொண்டிருந்தபோது சில்பா எழுந்தாள். ஜகனின் மேசையிலும் செல்ஃபிலும் இருந்த புத்தகங்கள் ஒவ்வொன்றாக எடுத்துப் பார்த்துக்கொண்டிருந் தாள். புரட்சிகர சிந்தனைகள் சார்ந்த எந்த புத்தகங்களும் அதில் இல்லை. அவளுக்கு ஆறுதலாக இருந்தது.

உடன்பிறந்த சகோதரர்கள் இல்லாத சில்பா, ஜகனைக் கணவனின் தம்பியாகப் பார்க்கவில்லை. தன்னுடைய இளைய சகோதரனாகவே பாவித்தாள். அவனுக்கு ஏதாவது ஆபத்துகள் நிகழ்வதைக் குறித்து அவளால் கற்பனைகூட செய்து பார்க்க இயலவில்லை. பிபின் சேடியை போலீஸ் கைது செய்தது என்பதை அறிந்த அவள் மனம் ஜகனைப் பற்றி மட்டுமே சிந்தித்துக்கொண்டிருந்தது.

ஸ்ரீதேவி ஆன்டி சொன்ன ஒரு தகவல் திடீரென்று அவளது நினைவு வந்தது. ஆன்டியின் சித்தப்பாவின் கதை. ஸ்ரீதேவி ஆன்டி அப்போது ஸ்கூலில் படித்துக்கொண்டிருந்தாள். கேரளத்தில் நக்சல்பாரி அழித்தொழிப்புகள் அரங்கேறிக்கொண்டிருந்த காலகட்டம். கேரளம் முழுவதிலும் பீதியை விதைத்தபடி நக்சலைட்டுகளை போலீஸ் வேட்டையாடிக்கொண்டிந்தது.

ஸ்ரீதேவி ஆன்டியின் சித்தப்பா கம்யூனிஸ்ட் அனுதாபி.

அப்பா அப்பழுக்கற்ற ஒரு காந்தியவாதி.

அண்ணனும் தம்பியும் நம்பிக்கை வைத்திருந்த கோட்பாடுகள் வேறுபட்டவையாக இருப்பினும் அவர்களது சகோதரத்துவத்தை அது பாதிக்கவில்லை. தம்பி குஞ்ஞிக் கிருஷ்ணன் நாயர் வேலை தேடி கல்கத்தாவுக்குப் போனபோது சிறகிழந்தப் பறவை போலானார் ஸ்ரீதேவி ஆன்டியின் அப்பா.

கல்கத்தாவில் வைத்து குஞ்ஞிக்கிருஷ்ணன் நாயருக்குக் கிடைத்த சாருமஜூம் தாருடனான அறிமுகம் நாயரை நக்சலைட் அனுதாபியாக மாற்றியது. வேலையை உதறித் தள்ளிவிட்டு முழுநேர நக்சலைட்டாக செயல்பட்டார் நாயர். இது எதுவுமே ஊரிலுள்ளவர்களுக்குத் தெரியாது.

ஒருநாளிரவு குஞ்ஞிக்கிருஷ்ணன் நாயர் திடீரென்று வீட்டுக்கு வந்தபோது அம்மாவுக்கும் அண்ணனுக்கும் பெருமகிழ்ச்சி. நீண்ட காலத்துக்குப் பிறகு திரும்பி வந்த அவர் வெளியில் எங்குமே போகாமல் அறைக்குள்ளேயே இருந்தார்.

கல்கத்தாவுக்குப் போவதற்கு முன், ஊரில் சாயங்கால நேரத்தில் வாசிப்பு சாலையில் கூடுகிற நண்பர்களில் குஞ்ஞிக்கிருஷ்ணன் நாயரும் ஒருவர். ஒரு நல்ல நண்பர்கள் வட்டம் அவருக்கிருந்தது. அவர் வந்திருப்பதை அறிந்து, பார்க்க வந்த நண்பர்களுடனும் அவர் அதிகமாகப் பேசவில்லை.

“குஞ்ஞிக்கிருஷ்ணா, நீ ஏன் வந்ததிலேருந்து ஒரு மாதிரியா இருக்கே?”

அம்மா கேட்டாள்.

“ஒண்ணுமில்லை.”

“அந்த கல்யாண ஆலோசனைக்கு நான் சம்மதிக்கலேன்னா?”

இதற்கும் அவர் மௌனமாகவே இருந்தார்.

நாற்பது வயதைக் கடந்த தம்பிக்கு அண்ணன் பெண் பார்க்கத் தொடங்கினார். சிறு வயதில் விதவையான ஒரு பெண். தொடக்கப் பள்ளி ஆசிரியை. அவளுக்கும் அவளது பெற்றோர்களுக்கும் சம்மதம் என்பதை அறிந்த அண்ணன், தம்பியிடம் கேட்டார்.

ஆனால், குஞ்ஞிக்கிருஷ்ணன் நாயர் சம்மதிக்கவில்லை.

"நாற்பத்திரெண்டு வயசுல கல்யாணமா? வேண்டாம். நான் இப்படியே இருந்துடறேன்."

அண்ணன் தன்னாலியன்ற வரைக்கும் அறிவுரை சொல்லிப் பார்த்தார். அம்மா அழுது மன்றாடினாள். குஞ்ஞிக்கிருஷ்ணன் நாயர் அசையவே இல்லை.

சிறுவயதில் அவருக்கு ஒரு காதல் தொடர்பிருந்தது. கல்லூரியில் படிக்கும்போது உருவான காதல். அன்று அது மிகப் பெரிய கொந்தளிப்பை உருவாக்கியது. வேறு சாதிப் பெண்ணை மருமகளாக ஏற்றுக்கொள்ள அம்மா தயாராக இல்லை. பெண் வீட்டாருக்கும் விருப்பமில்லை. பெண்ணின் தந்தை தனது சகோதரி மருமகனுக்கு மகளைக் கட்டி வைப்பதாக ஏற்பாடுகளில் ஈடுபட்டார். காதலியுடன் எங்காவது ஓடிப்போய் விடுவதாக முடிவு செய்தார் குஞ்ஞிக்கிருஷ்ணன் நாயர். ஆனால், அதற்கு அவள் தயாராக இல்லை. இறுதியில் அப்பா முடிவு செய்தவனையே அவள் கணவனாக ஏற்றுக்கொண்டாள். திருமணத்துக்கும் முந்தைய நாள் கல்கத்தாவுக்கு வண்டியேறினார் குஞ்ஞிக்கிருஷ்ணன் நாயர்.

புதிய நட்புகளும் மனவருத்தங்களும் அவரைத் திசை மாற்றிப் பயணிக்க வைத்தன.

ஒருநாள் மாலை, குஞ்ஞிக்கிருஷ்ணன் நாயரைப் பார்ப்பதற்காக ஒருவர் வீட்டுக்கு வந்தார். மூட்டுவரை தொங்கும் பழைய ஜிப்பாவும் பைஜாமாவும், தோளில் தொங்கிய சாந்தி நிகேதன் பையுமாக வந்த அவரைப் பார்த்த ஸ்ரீதேவியின் அப்பா, சஞ்சாரியான ஏதோ அறிவுஜீவியாக இருக்குமென்று நினைத்தார். மலையாளம் தெரியாத அவர் இங்கிலீஷில் பேசினார். குஞ்ஞிக்கிருஷ்ணன் நாயருடன் கல்கத்தாவில் வேலை பார்த்தவர் என்றும் அவரைப் பார்ப்பதற்கான வந்தவர் என்றும் தன்னை அறிமுகம் செய்துகொண்டார். இங்கிலீஷ் தெரியுமென்றாலும் பேசிப் பழக்கமில்லாத அண்ணன், தம்பியின் நண்பரிடம் எப்படியோ பேசி சமாளித்தார்.

தம்பியும் நண்பரும் தங்களுக்குள் வங்காள மொழியில் பேசிக்கொண்டனர். அவர்கள் பேசுவது எதுவும் அண்ணனுக்குப் புரியவில்லை.

அண்ணனின் மனைவி சமைத்த மீன்குழம்பு, புளிச்சேரி, பயறுத்துவரன், கடுகு மாங்கா கூட்டுக்கறிகளுடன் வங்காளி

சரோஜினி உண்ணித்தான் | 129

விருந்தினர் ருசித்துச் சாப்பிட்டார். இரவு உணவை முடித்துக்கொண்ட நண்பர்கள் இருவரும் அறைக்குள் சென்று கதவை மூடிக்கொண்டனர்.

மறுநாள் பொழுது விடிந்து வீட்டிலுள்ளவர்கள் எழுந்தபோது அறைக்கதவு திறந்துகிடந்தது. உள்ளே யாருமில்லை. ஆற்றுக்குக் குளிக்கப் போயிருப்பார்கள் என்று முடிவு செய்த அம்மாவும் அண்ணியும் காப்பியும் சிற்றுண்டியும் தயாரித்துக் காத்திருந்தார்கள். நீண்ட நேரமாகியும் அவர்கள் திரும்பி வரவில்லை. அண்ணன், தம்பியின் அறைக்குள் சென்று பார்த்தார். வந்தவரின் தோள் பையைக் காணவில்லை. கல்கத்தாவிலிருந்து தம்பி வந்த அன்று முதல் சுவர் ஆணியில் தொங்கிக்கிடந்த தம்பியின் தோள் பையையும் காணவில்லை.

இருவரும் எங்கோ போய்விட்டார்கள் என்பதை மட்டும் அவரால் புரிந்துகொள்ள முடிந்தது. எங்கே போயிருப்பார்கள்? ஏன் சொல்லிக்கொள்ளாமல் போக வேண்டும்?

உறவினரான ஒரு போலீஸ்காரர் மறுநாள் காலையில் மஃப்டியில் வந்தார். அவர் சொன்ன தகவலைக் கேட்ட அண்ணன் நடுங்கிப்போய்விட்டார். நக்சலைட்டுகள் புல்பள்ளி போலீஸ் ஸ்டேஷனைத் தாக்கிய சம்பவம் தொடர்பாக குஞ்ஞிக்கிருஷ்ணன் நாயரை போலீஸ் தேடுகிறது. எப்போது வேண்டுமானாலும் போலீசார் வந்து வீட்டை சோதனை யிடக்கூடும்.

அப்பா தளர்ந்துபோய்விட்டார். பாட்டியிடம் எதையும் சொல்லவில்லை. எச்சரிக்கையுடன் இருப்பதற்காக அம்மாவிடமும் பிள்ளைகளிடமும் விவரத்தைச் சொன்னார். போலீஸ் வந்து விசாரணை செய்யும்போது அவர்கள் பதறி விடக்கூடாது என்பதற்காக. இங்கே வரவே இல்லை என்று சொல்லிவிட முடியாது. அவர் வந்த விஷயம் அக்கம் பக்கங்களில் உள்ளவர்களுக்குத் தெரியும். வந்து ஒரு வாரம் தங்கியிருந்தார். பிறகு போய்விட்டார். அவ்வளவுதான். வேறெதுவும் தெரியாது. குடும்பத்துடனான அவரது தொடர்பு அவ்வளவுதான்.

அதுதான் உண்மையும்கூட!

அப்பா, சித்தப்பாவின் கட்டிலுக்குக் கீழே இருந்த இரும்புப் பெட்டியை இழுத்து வைத்து திறக்க முயற்சித்தார்.

முடியவில்லை. பெட்டி பூட்டப்பட்டிருந்தது. உடைப்பதைத் தவிர வேறு வழியில்லை. பூட்டு உடைக்கப்பட்டது. அதில் சில புத்தகங்களும், சில துண்டுப்பிரசுரங்களும், இரண்டு மூன்று ஜோடி பழைய உடுப்புகளும் இருந்தன. அப்பா புத்தகங்களை எடுத்துப் பார்த்தார். அதிலிருந்த ஷேக்ஸ்பியர் கதைகளையும் சந்துமேனோனின் இந்துலேகாவையும் எடுத்து நீக்கி வைத்தார். உடுப்புகளைப் பெட்டியிலேயே வைத்து கட்டிலுக்குக் கீழே தள்ளிவிட்டார். மிச்சமிருந்தவற்றை தோட்டத்தில் கூட்டி வைத்திருந்த சருகுகளில் போட்டு தீ வைத்தார்.

பாட்டி, சித்தப்பாவை ஒருதடவை பார்க்க வேண்டுமென்ற ஆசை நிறைவேறாத ஏக்கத்துடன் இறந்தாள். சித்தப்பா பெங்காளில் எங்கோ மனைவியுடனும் பிள்ளைகளுடனும் வாழ்ந்து வருவதாகவும், கல்கத்தாவுக்குத் திரும்பும் வழியில் போலீசாருடன் நடந்த மோதலில் கொல்லப்பட்டதாகவும் அவரவர் தனக்குத் தோன்றிய கற்பனைகளைச் சொல்லித் திரிந்தார்கள். சித்தப்பாவைப் பிறகு யாரும் பார்க்கவில்லை என்பது மட்டும் உண்மை.

சிறுமியான ஸ்ரீதேவி எல்லாவற்றையும் பார்த்தும் கேட்டும் பயந்துபோயிருந்தாள். பல இரவுகளில் அவள் போலீஸ் காரர்களைக் கனவு கண்டாள்.

யாரோ காலிங் பெல் அடிக்கும் சத்தம் கேட்டு சிறு பதற்றத்துடன் கதவைத் திறந்தாள் சில்பா. ஜகன் வேலை முடிந்து வந்திருந்தான்.

23

ஒருநாள் லீவில் அண்ணனையும் அண்ணியையும் பூரிக்கும் கொனார்க்கிற்கும் அழைத்துப் போக விரும்பினான் ஜகன். சில்பாவுக்கு அதில் விருப்பமில்லை.

“வேண்டாம் ஜகன். இந்த வெயில்ல குழந்தையும் தூக்கிண்டு அலைய வேண்டாம்.”

“குழந்தைக்கு இப்பதான் கொஞ்சம் உடம்பு தேறி வருது. தேவையில்லாம இப்ப அலைய வேண்டாம்தான்.” பிரவீண் மனைவிக்கு ஆதரவாகப் பேசினான்.

மறுநாளிரவு வண்டியில் அவர்கள் கட்டக்கிலிருந்துப் புறப்பட்டார்கள். ரெயில்வே ஸ்டேஷனில் விடை பெறும்போது அண்ணன் தம்பியின் தோளில் தட்டிக்கொடுத்துச் சொன்னான்:

"ஜகன், எல்லாத்தையும் பாத்தும் படிச்சும் வாழணும்."

அவன் தலையாட்டினான். ரயில் நகர ஆரம்பித்ததும் அதனுடன் சேர்ந்து ஜகனும் வேகமாக கொஞ்ச தூரம் நடந்தான். அண்ணாவும் மன்னியும் பார்வையில் இருந்து மறைந்ததும் திரும்பி நடந்தான்.

அதிகாலை ஐந்து மணிக்கு ஜார்சுகுடாவில் ரயில் நின்றது. பிரவீணும் சில்பாவும் இறங்கினார்கள். கிராமத்துக்குப் போகும் பஸ் ஐந்தரை மணிக்கு. சிறிது நேரம் ஸ்டேஷனில் உட்கார்ந்திருக்க வேண்டும். காற்றில் இலேசான குளிர். சில்பா குழந்தையை நன்றாகப் போர்த்திவிட்டாள். அங்குமிங்குமாக படுத்துத் தூங்கும் பயணிகளை மிதித்து விடாமல் மிகுந்த கவனத்துடன் நடக்க வேண்டியதிருந்தது. வெயிட்டிங் ரூமில், சாய்வு பெஞ்சில் உட்காரும்போது ஒரு குரல்.

"பிரவீண் பாபு..."

தலையையும் காதுகளையும் மப்ளரால் மூடிக்கட்டிய ஒரு மெலிந்த உருவம். அவர்கள் அவனைக் கூர்ந்து பார்த்தார்கள்.

"பிரவீண் பாபு, நான்தான் முராரி."

"முராரியா? நீ என்ன இந்நேரத்துல இங்க?" பிரவீண் கேட்டான்.

"நான் இப்ப டாக்சி ஓட்டுறேன். நம்ம பாரீக் பாபுவை விடுறதுக்காக வந்தேன்."

"அப்போ, தால்சரில வேலை?"

"அதை விட்டுட்டேன். பாபு எங்க போறீங்க, கிராமத்துக்கா?"

"ஆமா."

"இருங்க. நான் வண்டி எடுத்துட்டு வரேன்."

முராரி டாக்சி கொண்டு வருவதற்காகச் சென்றான். பிரவீணும் சில்பாவும் வெயிட்டிங் ஷெட் வராந்தாவில் நின்றிருந்தார்கள்.

டாக்சி வந்தது. சில்பாவும் பிரவீணும் பின் இருக்கையில் ஏறிக்கொண்டார்கள். முராரி காரை ஓட்டுவதனிடையே ஊர் விசேஷங்களைப் பகிர்ந்துகொண்டான்..

"பிரவீண் பாபுவுக்குத் தெரியுமா? நம்ம வைத்தியரோட மனைவி இறந்துட்டாங்க. மஞ்சள் காமாலை. முத்தின பிறகுதான் மஞ்சள் காமாலைன்னு தெரியுமாம்."

"பிள்ளைங்க?" சில்பா கேட்டாள்.

"மூணு பேர். மூத்தவன் ஊமை. காதும் கேட்காது. பேசவும் வராது."

"கர்ம பலன்" என்றான் பிரவீண்.

"அடுத்தவா யாராக இருந்தாலும் துன்பம்னு ஒண்ணு வரச்சே அப்படிச் சொல்லக் கூடாதுன்னா" என்றாள்.

சத்பதி வீட்டின்முன் கார் நின்றது. பிரவீண் கொடுத்த பணத்தை மடியில் சொருகினான் முராரி.

அதிகாலை சோர்வை நெட்டி முறித்தபடி முற்றத்துக்கு வந்த ஹரிசரண், சத்பதி வாசலைக் கடந்து வரும் தம்பியையும் குடும்பத்தையும் சில நொடிகள் ஆச்சரியத்துடன் பார்த்தான். உடனே உள்ளே பார்த்துச் சத்தமாகச் சொன்னான்:

"அம்மா யார் வர்றாங்கன்னு பாருங்கோ."

சேலைத்தலைப்பால் தலையையும் முகத்தையும் அவசரமாக மறைத்துக்கொண்ட சில்பா திண்ணையில் ஏறினாள்.

அம்மாவும் காந்திமதியும் இறங்கி வந்தார்கள்.

"இந்நேரத்தில எங்கிருந்து வர்றீங்க?" ஹரிசரண் கேட்டான்.

"கட்டக்குக்குப் போயிண்டு வரோம்" என்றான் பிரவீண்.

"ஜகனைப் பாத்தீங்களோ?" அம்மா கேட்டாள்.

"அதுக்காகத்தானே போனோம்."

"க்ஷேமமா இருக்கானோ?"

"க்ஷேமமா இருக்கான். ரொம்பக் கெட்டிக்காரன் ஆயிட்டான்."

சில்பாவின் கையிலிருந்த குழந்தையைப் பாட்டி வாங்கிக்கொண்டாள்.

சில்பா, அக்காவின் கால்களையும் அத்தையின் கால்களையும் தொட்டுக் கும்பிட்டாள்.

லோபாவும் தீபாவும் எழுந்து வந்தார்கள். அஞ்சனாவை யார் முதலில் எடுப்பது என்று அவர்களிடையே போட்டி.

குளியலையும் காலை உணவையும் முடித்துவிட்டு கட்டக்கிலிருந்து வாங்கி வந்த அன்பளிப்புகளை பிரவீணும் ஜிப்பாவும் அவரவரிடம் கொடுத்தார்கள். அண்ணாவுக்கு ஜுப்பா, அம்மாவுக்கும் அண்ணிக்கும் சேலை, லின்னிக்கு உடுப்பு, லோபாவுக்கும் தீபாவுக்கும் ஒரு வருட உத்தரவாதமுள்ள முத்துமாலை. சன்னோவுக்கு ஒரு ஜோடி வெள்ளிக்கம்மல்.

மாமி தன்மீது கோபமாக இருப்பாளென்று நினைத்திருந்தாள் சில்பா. நடவடிக்கைகளைப் பார்த்தால் அப்படித் தெரியவில்லை.

"வேலைக்காரி ஆள் எப்படி?" மாமி கேட்டாள்.

"நல்லவ. குழந்தையை நன்னாக் கவனிக்கிறா. ரொம்பவே உதவியா இருக்கு."

"இருந்தாலும் கவனிக்கணும். இந்தக் காலத்தில யாரையும் முழுசா நம்புறதுக்கில்லை."

சில்பா பதில் சொல்லவில்லை.

அஞ்சனாவைக் கொஞ்சுவதில் பாட்டியும் பேத்திகளும் உற்சாகமாகிவிட்டதைக் கவனித்த சில்பா அக்காவுக்கு உதவியாக சமையல் கட்டுக்குள் நுழைந்தாள்.

"குழந்தையைப் பாக்கணும்னுட்டு மாமி தவியாத் தவிச்சுண்டிருந்தா. பிடிவாதம் அவாளைப் போகவிடலை."

காந்திமதி சில்பாவிடம் ரகசியமாகச் சொன்னாள்.

"அதனாலதான் நானே வந்துட்டேன்."

"அப்புறம்... ஒரு முக்கியமான விஷயம். லோபாவுக்கு ஒரு வரன் வந்திருக்கு. பையனுக்கு பேங்குல வேலை." என்றாள் காந்திமதி.

"அவளுக்கு இன்னும் கல்யாண வயசாகலையே?"

"ஆவணியில பதினெட்டு முடியறது?"

"இப்பல்லாம் இது கல்யாண வயசே இல்லக்கா. அவ நன்னா படிக்கிறவ. படிக்கட்டுமே அவ."

"ரொம்பப் படிச்சா அதுக்கேத்த வரன் பார்க்க வேண்டாமோ? இருக்குறதை வச்சிண்டு ஒப்பேத்த முடியுமோ? அவளுக்குக் கீழே இன்னும் ரெண்டு பெண் குழந்தைகள் இருக்கே?"

மாமி அங்கே வந்ததும் அவர்களிடையிலான உரையாடல் நின்றது.

சாயங்காலம் லோபாவைத் தனியாகப் பார்த்தபோது சில்பா கேட்டாள்:

"பரீட்சை எல்லாம் எப்படி எழுதியிருக்கே லோபா?"

"பரவாயில்லாம எழுதியிருக்கேன்."

"சரி, அடுத்த பிளான் என்ன?"

"படிக்கணும்னு ஆசை. ஆனா..."

"என்ன ஆனா? ஆசையிருந்தாப் படிச்சுட வேண்டியதுதான்."

"அதுக்கில்லை சின்னம்மா, அப்பாவும் பாட்டியும் எனக்குக் கல்யாணம் பண்ணி வைக்க அவசரப்படுறாங்க. என்னால என்ன பண்ண முடியும்?"

"சரி, இருக்கட்டும். நீ என்ன படிக்கறத்துக்கு ஆசைப்படறே?"

"ஆசையைச் சொல்லி என்ன ஆகப்போறது? ஒரு டிகிரியாவது..."

"என்ன அப்படிச் சொல்லிட்டே? உன்னோட ஆசை என்னான்னு எங்கிட்ட வெளிப்படையாச் சொல்லு."

"மெடிக்கல்..."

"டாக்டராகணும் இல்லையா?"

"அதையெல்லாம் கனவு காண மட்டும்தானே முடியும் சின்னம்மா?"

“கனவுகள்தான் யதார்த்தமாகும். நாமதான் முயற்சி பண்ணணும்.”

“ஆத்துல உள்ள நிலைமைகள் நேக்கு நன்னா தெரியும்.”

“அதை நினைச்சு நீ வருத்தப்பட வேண்டாம். முயற்சி பண்றதுக்கு நீ தயாரா? உன்னை டாக்டராக்குற பொறுப்பை நான் ஏத்துருக்கேன். டாக்டர் சுப்ரியா சத்பதிக்குப் பிறகு சத்பதி குடும்பத்தில இன்னொரு லேடி டாக்டர் லோபா சத்பதி.”

“சின்னம்மான்னா சின்னம்மாதான்.” சில்பாவைக் கட்டிப் பிடித்தாள் லோபா.

ஒரு வைகாசி மாலை. வீட்டுக்குள் அனல் பறக்கும் சூடு. முற்றத்து நாவல் மர நிழலில் கயிற்றுக்கட்டிலில் அமர்ந்து அம்மாவும் மகன்களும் பேசிக்கொண்டிருந்தார்கள். குழந்தைகள் முற்றத்தில் பனம்பாய் விரித்து அதில் உட்கார்ந்து கதை பேசினார்கள். சில்பாவும் காந்திமதியும் குழந்தைகளுடன் பாயில் சென்று அமர்ந்தார்கள். சில்பா, அத்திம்பேரின் பார்வையில் படாமல் மரத்தின் மறைவில் நகர்ந்து உட்கார்ந்தாள்.

அவர்கள் லோபாவின் திருமணத்தைப் பற்றி பேசிக்கொண்டிருக்கிறார்கள் என்பதை அறிந்த சில்பா, இலேசாக தொண்டையைக் கனைத்துவிட்டுச் சொன்னாள்:

“லோபா படிக்கறதுக்கு ஆசைப்படறா.”

“படிச்ச வரைக்கும் போதும். அதிகமா படிச்சா கல்யாணத்துக்கு அதிகமா செலவாகும். அதுக்கெல்லாம் பணம்?”

“மாமி சொல்றது சரிதான். ஆனாலும் படிக்க ஆசைப்படுற பிள்ளைகளைப் படிக்க வைக்கணும். அவ டாக்டருக்குப் படிக்கணும்னு ஆசைப்படறா.” சில்பா சொன்னாள்.

“டாக்டருக்கா?” ஹரிசரண் ஆச்சரியத்துடன் கேட்டான்.

“அண்ணா, அவ என்ட்ரன்ஸ் எழுதட்டும். கிடைச்சா எப்படியாவது நாம படிக்க வச்சுடலாம்.” பிரவீண் அண்ணனுக்குத் தைரியமூட்டினான்.

“பின்னால உள்ளவங்களும் எங்களுக்குப் பெரிய படிப்புதான் வேணும்னா?” அம்மா கேட்டாள்.

"அம்மா ஜகனுக்கு உத்தியோகம் ஆயிடுத்து. பூபேனும் இப்ப உத்தியோகத்துக்குப் போயிடுவான். நரேனோட படிப்பும் முடியப் போறது. எல்லாரும் சேர்ந்து துடுப்புப் போட்டா படகுக் கரையேறிடும்."

"எங்ககூட நாளைக்கு லோபாவும் வரட்டும். அங்கே என்ட்ரன்ஸ் எழுதுறதுக்கான வசதிகள் இருக்கு."

பிரபாவதி சத்பதிக்கு வார்த்தைகள் கிடைக்கவில்லை. அவள் கண்களைத் துடைத்துக்கொண்டாள்.

24

லோபா கோச்சிங் சென்டருக்குப் போக ஆரம்பித்தாள். சில்பா மட்டுமல்ல, அவளது படிப்பில் ஜசுமதியும் தனியாகக் கவனம் செலுத்தினாள். தனது சொந்தப் பேத்தியின்மீது காட்டும் அன்பையும் கரிசனத்தையும் லோபாவிடமும் அவள் காட்டினாள்.

லோபாவின் பன்னிரெண்டாம் வகுப்புத் தேர்வு முடிவு வந்தது. எழுபத்தைந்து சத விகித மதிப்பெண்கள். ஒரிசா ஸ்டேட் போர்டில் இவ்வளவு மதிப்பெண்கள் கிடைப்பது அரிதான விஷயம்.

"இவளைதான் சின்ன வயசுல கல்யாணம் பண்ணி அனுப்பி வைக்கப் பாத்தாங்க" சில்பா கணவனிடம் சொன்னாள்.

"பழைய ஆச்சாரங்கள் எதுவும் இன்னும் நம்மைவிட்டு மாறிடலை."

"நாமதான் மாற்றணும். முகுந்தபுரம் கிராமத்து சத்பதி குடும்பம் அதுக்கொரு முன் மாதிரியாக இருக்கணும்."

"அந்தக் குடும்பத்திலுள்ள ரெண்டாவது மருமகளே அதைத் தொடங்கி வைக்கலாம்."

"நேக்கு ஒத்தாசையா நீங்களும் இருந்தா என்னால சாதிச்சுக் காட்ட முடியும்."

ஒருநாள் கிராமத்துக்குச் சென்ற நரேனுடன் மாமியும் வந்தாள். மாமியின் வருகையில் சில்பாவுக்கும் மகிழ்ச்சி. மாமி

கொண்டு வந்த மாங்காயையும் கொய்யாக்காயையும் பெரிய வெங்காயத்தையும் அவள் எடுத்து வைத்தாள்.

“சில்பா, குழந்தைக்குப் பிடித்தமான ஒரு சாதனம் பையிலிருக்கு.”

சில்பா பையைத் திறந்து பார்த்தாள். ஒரு பிளாஸ்டிக் டப்பாவில் மாம்பழக்கட்டி. வீட்டுத் தோட்டத்தில் விளைந்த மாம்பழத்தைப் பிழிந்து உலர வைத்தது. ஒரு துண்டை எடுத்து வாயிலிட்டுப் பார்த்தாள். நல்ல சுவையாக இருந்தது.

சில்பாவின் மனதும் கண்களும் சேர்ந்து நிரம்பின.

ஜசுமதி மாஜியிடம் மாமி எப்படி நடந்துகொள்வாளோ என்ற பயம் அவளிடமிருந்தது. பயப்படுவதற்கு எதுவுமில்லை என்று சீக்கிரமாகவே உணர்த்தியது மாமியின் நடவடிக்கைகள்.

வந்த அன்றைய தினமே பிரபாவதி சத்பதி, ஜசுமதியின் சுகதுக்கங்களைக் கேட்டறிந்தாள்.

“எல்லாமே விதிதான் ஜசுமதி. ஒவ்வொரு மனுஷனும் எதை அனுபவிச்சாகணும்னு பகவான் விதிச்சிருக்கானோ அதையெல்லாம் அனுபவிச்சுதான் தீர்க்கணும்.”

தன் குடும்ப வரலாற்றை மாமி ஒரு வேலைக்காரியிடம் விவரித்துப் பேசுவதைக் கேட்ட சில்பாவுக்குத் திருப்தி.

ஒரு காலத்தில் முகுந்தபுரம் சத்பதி குடும்பத்தின் நிலைமை என்னவாக இருந்தது? கண்ணுக்கெட்டா தொலைவு வரைக்கும் தோட்டம் துரவுகள், குளம் குட்டைகள் மாந்தோப்புகள், கால்நடைகள், வேலையாட்கள். பிரவீணின் முப்பாட்டன் காலம் வரைக்கும் எல்லாமே இருந்தது. அவரது இறப்புடன் எல்லா ஐசுவரியங்களும் அகன்று போயின.

ஜசுமதியிடம் மாமி சொன்னாள். பிரவீணின் தாத்தா இறக்கும் போது அவனுடைய அப்பாவுக்கு பதினைந்தோ பதினாறோ வயது. குடும்பப் பாரம் முழுவதும் அப்பாவின் தோளுக்கு வந்தது. சகோதரிகளின் திருமணம், தம்பி மிருத்யூஞ் சயனின் படிப்பு என்று குடும்பச் சொத்துகளில் சிலவற்றை விற்க வேண்டியதாயிற்று.

தம்பி படித்து நல்ல நிலைக்கு வந்தால் தனக்கு ஊன்றுகோலாக நிற்பான் என்று அவர் நம்பினார். அவர்

ஆசைப்பட்டதுபோல் மிருத்யூஞ்சயன் நல்ல நிலைக்கு வந்தான். ஆனால், கடந்து வந்தப் பாதையை அவன் மறந்து விட்டான். இது பிரவீணின் அப்பாவை நிலைகுலையச் செய்தது. அவரது ஆரோக்கியம் சீர்கெட்டது. பெரியவன் ஹரிசரணுக்குப் பதினான்கு வயதிருக்கும்போது பகவான் அவரை அழைத்துக்கொண்டான்.

மாமி கண்களைத் துடைத்துக்கொண்டாள். பிறகு, படிப்பை நிறுத்திய ஹரிசரண் குடும்பப் பொறுப்பை ஏற்றுக்கொண்டதையும் சகோதரிகளுக்குத் திருமணம் செய்து வைத்ததையும் பிரவீணைப் படிக்க வைத்து எஞ்சினீயர் ஆக்கியதையும் விவரித்துச் சொன்னாள். ஏற்கனவே பலமுறை கேட்ட கதைகளாக இருந்தாலும் அதை செவி மடுத்து கேட்டுக்கொண்டிருந்தாள் சில்பா.

"ஆனா ஜசுமதி, பிரவீண் அவன் சித்தப்பாவைப்போல ஆயிடலை. தம்பியைப் படிக்க வச்சான். அண்ணா பிள்ளைகளைத் தன் பிள்ளைகளைப்போல கவனிக்கிறான். அவனுக்குன்னு வாய்ச்சவளும் நல்லவ. நீதான் பாக்குறியே, அத்திம்பேர் மகளை டாக்டருக்குப் படிக்க வச்சே ஆவேன்னு நிக்கிறதை..."

மாமி தன்னைப் பற்றி நான்கு நல்ல வார்த்தைகளைப் பேசிக்கேட்ட சில்பா உச்சிக் குளிர்ந்தாள். மாமியை இவ்வளவு காலம் நாம் சரியாகப் புரிந்துகொள்ளவில்லை என்ற குற்றவுணர்ச்சிதான் அவளுக்குள் உருவானது.

பெரிய மகனுக்கு இருக்கும் பொறுப்புகளை நினைத்து மிகவும் வேதனைப்பட்ட மனநிலையில் இருந்ததன் வெளிப்பாடுதான் மாமியின் குணத்தில் தென்பட்ட இறுக்கம். இப்போது எல்லாம் சரியாகி விடுமென்ற நம்பிக்கையில் மாமி மனம் நெகிழ்ந்திருக்கிறாள்.

மாமியைப் புரிந்துகொள்வதில் தோற்றுப்போய் விட்டோம். தன்னுடைய கருவை அழித்துவிடுவதற்கான மாமியின் நகர்வுகளைக் கண்ட பிறகுதான் வெறுப்பு அதன் உச்சகட்டத்தை அடைந்தது. சுயநலம் பிடித்தவள் என்றும் துர்க்குணமுள்ளவள் என்றும் தன்னுடைய மனம் மாமியை மதிப்பிட்டுவிட்டது. அது மகாபாவம். எந்தத் தீர்த்தத்தில் மூழ்கினால் இதற்குப் பிராயச்சித்தம் கிடைக்கும்?

தொலைபேசி மணியடித்தது. சில்பா ரிசீவரை எடுத்தாள். எதிர்முனையில் ஸ்ரீதேவி நாயர்.

"ஜெயாவுக்குக் குழந்தை பிறந்திருக்கு... ஆண் குழந்தைதான்."

ஆன்டியின் குரலில் நிராசை தென்பட்டது.

மகளுக்கு ஒரு ஆண் குழந்தைக்குப் பிறகு ஒரு பெண் குழந்தை. இதுதான் ஆன்டியின் எதிர்பார்ப்பு. எதிர்பார்ப்பது நிறைவேறுமென்ற கட்டாயமில்லை. ஆஸ்பத்திரியிலிருந்து ஜெயா வந்த பிறகு போய்ப் பார்க்க வேண்டும். ஸ்கூல் அடுத்த வாரம் திறக்கிறது. பிறகு எதற்குமே நேரமிருக்காது. மாணவர்கள் கிடைத்தால் டியூஷன் ஆரம்பிக்க வேண்டும்.

இலக்கியம் என்பதால் மாணவர்கள் அதிகம் வரமாட்டார்கள். கூடவே ஆங்கிலமும் எடுப்பதால் ஓரளவு நம்பலாம். இருந்தாலும் கணக்குக்கோ அறிவியலுக்கோ கிடைப்பது போல் அதிக மாணவர்களை எதிர்பார்ப்பதற்கில்லை.

கேட்டில் ஸ்கூட்டர் வந்து நின்றது. வேகமாக இறங்கிச் சென்று கேட்டைத் திறந்து ஹெல்மெட்டையும் பையையும் கையில் வாங்கிய சில்பா சொன்னாள்:

"அம்மா வந்திருக்கா."

"எப்போ?"

"ஒன்பது மணிக்கு. அம்மாவோட நடவடிக்கைகளில நிறைய மாற்றங்கள்."

"அம்மா மாறியிருக்க மாட்டா. அவாளைப் பற்றிய உன்னோட புரிதல்கள் மாறியிருக்குன்னு சொல்லு."

பேரக்குழந்தையை குளிப்பாட்டியபடி உட்கார்ந்திருக்கும் அம்மாவை பிரவீண் நிறைந்த மனதுடன் பார்த்தபடி நின்றான்.

"நான் கொஞ்ச நாள் உங்கூட தங்கியிருக்கப் போறேன்."

"அப்படியொரு விருப்பம் இப்பவாவது வந்ததே உங்களுக்கு."

"விருப்பக்குறைவு இல்லைடா. அங்க ஒருத்தி தனியாக் கிடந்து கஷ்டப்பட்டுண்டு இருக்கறச்சே நான் எப்படி இங்க வந்து சொகுசா உட்காந்திருக்குறது? நம்ம ஆத்துல பதினைஞ்சு வயசுல மாட்டுப்பொண்ணா வந்தேறினவ."

"பாத்தீங்களா, இங்க இருந்தாலும் உங்க மனசு பூரா இப்பவும் அங்கதான்."

"போடா, போயி உடுப்பை மாற்றவோ குளிக்கவோ பாரு. என்னா சூடு. ஊரில இதில பகுதிகூட இருக்காது."

"அங்கெல்லாம் நிறைய மரங்கள் இருக்கும்மா. போதாக்குறைக்கு இது இரும்பு நகரம் வேற. சூடில்லாம இருக்குமா?"

பிரவீண் உள்ளே சென்றான்.

அவன் நினைவுகூர்ந்தான். இவ்வளவு தெளிந்த முகத்துடன் சமீப காலங்களில் அம்மாவைப் பார்த்ததில்லை. குடும்பத்தின்மீது சில்பா வைத்திருக்கும் பற்றுதலை அம்மா புரிந்துகொண்டிருக்கிறாள். இதில் பாராட்டுக்குரியவள் சில்பாதான். கண்ணிகள் எதுவும் விடுபடாமல் கோர்த்துப் பிடித்திருக்கிறாள். அவளுக்குப் பொருத்தமான பெயர் சில்பா அல்ல ரஞ்சனா.

25

அதிகாலையில் தொலைபேசி மணியடித்தபோது சில்பாவுக்குச் சற்று எரிச்சலாக இருந்தது. ஃபோன் இல்லாதபோது தேவையாகத் தோன்றியது. இருக்கும்போது எரிச்சல் வருகிறது. தொடர்ந்து அழைப்புகள் வந்துகொண்டே இருப்பதால் ஏற்பட்ட எரிச்சல்.

அவள் ரிசீவரை எடுத்தாள்.

"ஹலோ!"

"நமஸ்காரம் மன்னி. ஆத்துல இருப்பேள்தானே?"

"இருப்பேன் பிரியா."

"நான் உங்காத்துக்கு வர்றேன். எனக்கு இன்னைக்கு ஆஃப் டே மன்னிகூட இருக்குறதுக்கு."

"ரொம்ப சந்தோஷம் பிரியா."

அவள் சமையல் கட்டுக்குச் சென்று ஜசுமதியிடம் சொன்னாள்:

“மார்க்கெட் வரை போகணும் மாஜி. கொஞ்சம் கிரீன் பீசும் சீஸூம் வாங்கணும். ஒரு விருந்து வருது.”

“யாரு சில்பா?” மாமி கேட்டாள்.

“பிரியா. டாக்டர் சுப்ரியா சத்பதி.”

மாமி பதில் சொல்லவில்லை. சில்பாவுக்குப் பயம் உருவானது. அவள் வரும்போது மாமி விருப்பமில்லாததுபோல் நடந்துகொள்ளவோ பேசவோ செய்தால்...?

பாட்டியை அனுசரணைக்குக் கொண்டு வரும் பொறுப்பை சில்பா, லோபாவிடம் ஒப்படைத்தாள்.

“பாட்டி, பிரியா மாமிகிட்டதான் நான் சந்தேகங்களைக் கேட்டுக்குறேன். கிடைக்காத புஸ்தகங்களை மாமிதான் கொண்டு வந்து தர்றா.”

“ம்... அவ தோப்பனாரை நான் எப்படி வளர்த்தேன்னு யாருக்காவது தெரியுமோ? ஆத்துக்காரா தம்பியா இல்லை, சொந்த மகனாப் பாத்தேன்.”

என்ன சொல்வதென்று தெரியாமல் நின்றிருந்தாள் சில்பா.

“அம்மா, பிரியாவோட தோப்பனாரைப் பற்றி நேக்குத் தெரியாது. ஆனா, பிரியா ரொம்ப அன்பானவ. அன்னைக்குக் குழந்தையும் கொண்டு நான் ஆஸ்பத்திரிக்குப் போனப்ப ரொம்ப உதவியா இருந்தா. என்னை அவளோட கூடப்பிறந்த அண்ணா பொஞ்சாதின்னே எல்லாருட்டயும் அறிமுகம் செய்து வச்சா. டாக்டர்களும் நர்சுகளும் அதனாலதான் ரொம்ப அக்கறையா கவனிச்சாங்க.”

“ஆங்... சேற்றிலேயும் செந்தாமரை பூக்கும்.”

சில்பாவின் மனம் அமைதியடைந்தது.

ஜசுமதி மார்க்கெட்டுக்குச் சென்றாள். சில்பா அவசர அவசரமாக குழந்தையைக் குளிப்பாட்டி மாமியிடம் கொடுத்தாள். லோபா சீக்கிரமாகக் குளித்து முடித்து டாக்டர் மாமியை எதிர்பார்த்திருந்தாள்.

கேட்டின் அருகில் வந்து கார் நிற்பதையும் டிரைவர் சீட்டிலிருந்து இறங்கும் சுப்ரியாவையும் ஜன்னலினூடே பார்த்த சில்பா வியப்பில் உறைந்துபோய் நின்றாள்.

லோபா வாசலைத் திறந்துகொடுத்தாள். அவளது தோளில் கைபோட்டு வீட்டுக்குள் வந்த சுப்ரியா, வரவேற்பறையில் சோபாவில் உட்கார்ந்திருந்த பெரியம்மாவைக் கட்டிப் பிடித்தாள்.

"பெரியம்மா."

பெரியம்மாவுக்கு இது பிடிக்கவில்லை என்றாலும் காட்டிக்கொள்ளாமல் கேட்டாள்:

"நீ எப்ப வந்தே?"

"மாமி கார்லதான் வந்தாங்க பாட்டி." லோபா பதில் சொன்னாள்.

"கார் வாங்கினயா பிரியா?" சில்பா கேட்டாள்.

"ஆமா. நேற்றைக்குத்தான் கிடைச்சுது. முதல் பயணம் இங்கயே இருக்கட்டும்னு முடிவு பண்ணிண்டு வந்தேன்."

"கோயிலுக்குப்போய் பூஜை பண்ணலையா?"

"குடும்பம்தான் கோயில்னு பெரியவா சொல்லியிருக்காளே?"

பதிலை அவள் கேள்வியாக மாற்றினாள்.

"காரைப் பாப்போம்."

சில்பா காரின் அருகில் சென்றாள். லோபாவும் சுப்ரியாவும் கூடவே சென்றார்கள்.

"மாருதி ஆல்ட்டோ. நல்ல கார்."

"மெட்டாலிக் ப்ளூ. நல்ல கலர்."

லோபா காரைத் தொட்டும் தடவியும் நின்றிருந்தாள்.

"நன்னா படிச்சேன்னா இதை விடவும் நல்ல கார் வாங்கிக்கலாம்." சுப்ரியா சொன்னாள்.

"என்ட்ரன்ஸ் பாஸாகணுமே?" லோபாவின் குரலில் நிராசை தென்பட்டது.

"லோபா, முயற்சி பண்ணினா எல்லாமே முடியும். 'கர்மண்யேவாதிகாரஸ்தே, மாஃபலேஷுகபாவன' ன்னு கீதையில இருக்கு. பலனை எதிர்பார்க்காம கர்மத்தைச்

செய்யணும். அதுக்கான பலன் நிச்சயமாக் கிடைச்சுடும். மன்னி, லோபாவுக்குக் கொஞ்சம் பகவத் கீதை சொல்லிக்கொடுங்க. அதாவது, லோபாவுக்கு நீங்க சாரதியா இருங்க."

"சரி... சரி... உள்ள வாங்க."

சில்பா அழைத்தாள்.

அவர்கள் உள்ளே வரும்போது குழந்தை விழித்திருந்தாள். பாட்டி குழந்தையை தூக்கச் செல்வதற்குள் சுப்ரியா தூக்கினாள்.

"பெரியம்மா, அஞ்சு யாரைப்போல இருக்கா சொல்லுங்கோ பாப்போம்."

"யாரைப்போல?"

"பெரியம்மாவையே போல. அதே மூக்கு, அதே தாடை."

"முகஸ்துதி பேசாதே."

"முகஸ்துதி இல்லை பெரியம்மா. நெஜமாவே சொல்றேன். சரி, இல்லேன்னா லோபா சொல்லட்டுமே."

"ஆமா பாட்டி, நேக்கும் அப்படித்தான் தோணறது."

அப்போது ஸ்ரீதேவி ஆன்டி சொன்னது சில்பாவின் நினைவுக்கு வந்தது.

"குழந்தை சத்பதி பாபுவோட அம்மா ஜாடைதான். குணமும் அப்படியே இல்லாம இருந்தால் நல்லது."

தன்னுடைய கருவைக் கலைக்கவும் குழந்தையைத் தன்னிடமிருந்து அகற்றவும் மாமி முயற்சி செய்த விஷயம் ஸ்ரீதேவி ஆன்டிக்கும் தெரியும்.

இப்போது தோன்றுகிறது. அதையெல்லாம் ஸ்ரீதேவி ஆன்டியிடம் சொல்லியிருக்க வேண்டாமோ என்று. குடும்ப விஷயங்களை குடும்பத்துக்குள் வைத்துக்கொள்வது நல்லது. ஆனால், அன்று தனக்கிருந்த ஒரே ஆறுதல் ஸ்ரீதேவி ஆன்டி மட்டும்தான். சோகங்களை இறக்கி வைப்பதற்கான ஒரு சுமைதாங்கி.

"பிரியா காலையில ஏதாவது சாப்பிட்டுதான் வந்தியா இல்லை?"

“சாப்பிட்டுதான் வந்தேன் மன்னி. ஆஸ்பத்திரிக்கு எதிர்ல உள்ள அன்ன பூர்ணா மசால் தோசை. எவ்வளவு டேஸ்ட் தெரியுமோ?”

“அப்படின்னா இந்தா இதைக் குடி. விளாம்பழ சர்பத்.”

“விளாம்பழ சர்பத் கிராமத்துக்குப் போனா மட்டும்தான் கிடைக்கும்.”

தம்ளரைக் கையில் எடுத்த பிரபாவதி சத்பதி சொன்னாள்:

“விளாம்பழ சர்பத் உடம்பு சூட்டுக்கு நல்லது. அது இங்க எங்க கிடைக்குது? அதனால நான் வரும்போதெல்லாம் நாலஞ்சு பழம் கொண்டு வந்துடுவேன்.”

சில்பா சொன்னாள்: “பிரியாவும் லோபாவும் பேசிண்டிருங்கோ. நான் சமையல் கட்டுக்குப் போறேன்.”

“லோபா படிக்கட்டும். சமையல் கட்டுக்கு நானும் வர்றேன்” என்றாள் சுப்ரியா.

ஜசுமதி மசால் அரைத்துக்கொண்டிருந்தாள். சில்பா வெண்டைக்காயைக் கழுவி சுத்தம் செய்து வைத்தாள். மசால் புரட்டி, எண்ணெயில் வறுத்த வெண்டைக்காய் மாமிக்கு ரொம்ப பிடிக்கும்.

“மட்டர் பனீர் நான் பண்றேன்.”

சுப்ரியா பால்கட்டியை உதிர்க்கத் தொடங்கினாள்.

“நோக்கு சமைக்கவும் தெரியுமா?”

“மன்னியோட சந்தேகத்தை இப்ப நான் தீர்த்து வைக்கிறேன். இன்னிக்கு இங்க என் சமையல்.”

சுப்ரியா சமையலில் கைதேர்ந்தவள்போல் வேலை செய்ய ஆரம்பித்தாள். இடையிடையே தேவைப்பட்ட பொருட்களை சில்பாவிடம் கேட்டு வாங்கினாள். மட்டர் பனீருடன் பேரீச்சம்பழ, தக்காளி சட்னியும் வைத்தாள். ஏற்கனவே ஜசுமதி சோறு வடித்து வைத்திருந்தாள்.

சாப்பாடு தயாரானதும் ஜசுமதி சமையல் கூடத்தில் பனம் பாய்கள் விரித்தாள்.

"மாமிக்கும் எனக்கும் மட்டும் தரையில பாய் போட்டா போதும். பிரியாவுக்கும் லோபாவுக்கும் மேசையில வைங்கோ" என்றாள் சில்பா.

"வேண்டாம் மன்னி. நானும் கீழயே உட்காந்துக்குறேன்."

"கீழ உட்காந்துப் பழக்கமில்லாதவாளுக்கு சிரமமா இருக்குமே பிரியா" என்றாள் சில்பா.

"நானும் ஒடியாகாரிதானே? நம்மோட கல்ச்சர் மறந்து போயிடவா செய்யும்? பெரியம்மா உட்காருங்கோ. நான் பரிமாறுறேன்."

"எல்லாரும் உட்காருங்க. நான் பரிமாறுறேன்" என்றாள் ஜசுமதி.

அவள் சோற்றுப் பாத்திரத்தையும் அகப்பையையும் கையிலெடுத்தாள்.

"ஆமா, அதுதான் சரி. எல்லாரும் உட்காருங்கோ. ஜசுமதி பரிமாறட்டும்."

மாமி சொன்னதைக் கேட்ட சில்பாவின் முகத்தில் பழைய அதே மாமிதான் என்ற அர்த்தம் பொதிந்த சிறு புன்னகை இழையோடியது.

"பிரியா சட்னி ரொம்ப நன்னாருக்குடீ."

பெரியம்மா தனது பாராட்டைத் தெரிவித்துக்கொண்டாள்.

லோபா சொன்னாள்: "சட்னி மட்டுமில்லை பிரியா மாமி, மட்டர் பன்னீரும் ரொம்ப நன்னாருக்கு."

"பாத்துப் படிச்சுக்கோ. எவ்வளவு பெரிய டாக்டரா இருந்தாலும் பொம்மனாட்டின்னா சமைக்கவும் தெரிஞ்சிருக்கணும்." பாட்டி சொன்னாள்.

"மட்டர் பன்னீரைப் பெரியம்மாவும் சாப்பிடலாம். அதுல வெங்காயம் சேர்க்கலை."

"வேண்டாம். நேக்கு பருப்பும் சட்னியுமே போதும்."

பிரபாவதி சத்பதி சாப்பிட்டுவிட்டு வழக்கம்போல் மதிய ஓய்வுக்காக அறைக்குச் சென்றாள்.

“மன்னியும் படுத்துக்குங்களேன்” என்று சொல்லிவிட்டு பிரியா, சில்பாவின் அறையில் அடுக்கி வைத்திருந்த புத்தகங்களில் தேர்வு செய்து ஒன்றை உருவினாள்.

“கங்காதர் மேஹரின் தபஸ்வினி. கவிதைப் போட்டியில் முதல் பரிசு பெற்ற தொகுப்பு. அப்ப, மன்னி ஒரு கவிதா யிணியும்கூட, இல்லையா?”

“படிக்கிற காலத்தில எதையாவது கிறுக்கினதுதான். பிறகு அதுக்கெல்லாம் நேரமே கிடைக்கலை.”

“அது போதாது மன்னி. எழுத்துத் திறமைங்குறது வரப்பிரசாதம். எல்லாருக்கும் அது வாய்ச்சுடாது. பகவானோட அனுக்கிரகத்தைப் பயன்படுத்திக்கணும்.”

சில்பா வெறுமனே சிரித்து வைத்தாள். அதனுள் நிராசையின் வலி ஒளிந்திருந்தது.

26

ஸ்ரீதேவி ஆன்டியின் மகள் ஜெயஸ்ரீ ஆஸ்பத்திரியிலிருந்து வந்துவிட்டாள். குழந்தையைப் போய்ப் பார்க்க வேண்டும். லோபாவையும் உடன் அழைத்துச் செல்வதாக முடிவு செய்த சில்பா, மாமியிடம் சொன்னாள்.

“இன்னைக்கு புதன்கிழமையோன்னா? நோயாளிகளையும் குழந்தைகளையும் பாக்குறதுக்கு சனியும் புதனும் சரிப்படாது. வித்யாரம்பத்துக்கு மட்டும்தான் புதன் நல்ல நாள். திங்களும் வியாழனும் மங்கள காரியங்களுக்கு உத்தமம். ஞா யிற்றுக்கிழமைன்னா பரவாயில்லை.”

ஒவ்வொன்றுக்கும் இப்படி நாளும் கிழமையும் பார்ப்பதில் சில்பாவுக்கு உடன்பாடில்லை. இதெல்லாம் மனிதர்கள் ஏற்படுத்தி வைத்த மூடநம்பிக்கைகள் என்று அவள் நம்பினாள். முன்னோர்கள் செய்து வைத்த ஏற்பாடுகளை நிந்திக்கும் நோக்கம் அவளிடமில்லை. அறிவுக்குப் பொருந்தாததை அவளது மனம் ஏற்க மறுத்தது.

காலங்கள் மாறிவிட்டன. வாழ்க்கையின் வேகம் அதிகரித்துவிட்டது. நாளும் திதியும் பார்த்து வாய்ப்புகளைத்

தள்ளிப்போடுவதற்கு யாருக்கும் இன்று நேரமில்லை. என்றைக்கு விடுமுறை கிடைக்கிறதோ அன்று பயணம் மேற்கொண்டாக வேண்டும். டிக்கெட் கிடைக்கிற நாள் ரெயில் பயணத்துக்கும் விமானப் பயணத்துக்கும் உகந்த நாள்.

முன்னோர்கள் ஏற்படுத்தி வைத்த நியதிகளை முற்றிலுமாக அவள் புறக்கணித்து விடுவதில்லை. அதில் பல நியதிகளுக்கு வேறுசில காரணங்களுமிருக்கும். முற்றத்தை சாணி தெளித்து மெழுகுகிறோம். அதன் நோக்கம் உடல் ஆரோக்கியம் தொடர்பானது. புழுதியை சுவாசிப்பதால் சுவாசக்கோளாறுகள் ஏற்படும். அதிகாலையில் எழுந்து குளித்து, முற்றத்தில் கோலமிடுவது வெறுமனே அழகு சார்ந்த விஷயம் மட்டுமல்ல. எறும்புபோன்ற சிற்றுயிர்களுக்கு உணவிடுவது. உணவு சாப்பிடுவதற்கு முன் ஒரு கவளம் உணவை பூத கணங்களுக்கு சமர்ப்பிப்பது, மனிதர்களுக்கும் பிற ஜீவஜாலங்களுக்குமான தொடர்பைக் குறிப்பிடுகிறது. இதுதான், 'இதம் நமம' என்னும் உபநிஷத் சொல்லின் நடைமுறை வெளிப்பாடு.

வேறு சில ஆச்சாரங்களும் அவளுக்கு ஏற்புடையதல்ல. குறிப்பாக, திருமணமான மகளின் வீட்டில் தாய் உணவருந்துவது பாவம் என்பதும் அப்படி சாப்பிட நேர்ந்தால் அதற்கான விலையைக் கொடுத்துவிட வேண்டும் என்பதும் கடைந்தெடுத்த மூடநம்பிக்கைதானே தவிர வேறென்ன?

“சில்பா என்ன யோசிச்சுண்டிருக்கே?” மாமி கேட்டாள்.

“ஒண்ணுமில்லைம்மா.”

சில்பா பயணத்தைத் தள்ளிவைத்தாள். கிழமை பார்த்து அல்ல. மாமியின் சொல்லுக்கு மதிப்பளிக்க வேண்டும் என்பதற்காக!

மறுநாள் லோபாவையும் அழைத்துக்கொண்டு ஸ்ரீதேவி ஆன்டியின் வீட்டுக்குச் செல்ல பஸ் ஏறினாள். மார்க்கெட்டின் முன்னால் பஸ் இறங்கினாள். ஃபேஷன் சென்டரிலிருந்து சிறு ஜான்ஸன் பவுடரும் சோப்பும் வாங்கினாள். முதல் முதலாக குழந்தையைப் பார்க்கும்போது ஏதாவது கொடுக்க வேண்டும்.

மார்க்கெட்டின் அருகில்தான் ஆன்டியின் வீடு. சில்பாவும் லோபாவும் வரும்போது முன்புற வராந்தாவில் பத்திரிகை வாசித்துக்கொண்டிருந்த அங்கிள் வரவேற்றார்.

"யாரு... சில்பாவா? வா... வா..."

அவருக்கு வணக்கம் தெரிவித்துவிட்டு இருவரும் வீட்டுக்குள் சென்றார்கள். ஸ்ரீதேவி நாயர், மகள் இருக்கும் அறைக்குள் அவர்களை அழைத்துச் சென்றாள். ஜெயஸ்ரீ எழுந்து உட்கார்ந்தாள்.

அப்போது வெளிவராந்தாவில் குழந்தையின் அழுகுரல் கேட்டது.

"கல்யாணியம்மா குழந்தையைக் குளிப்பாட்டுறா" என்றாள் ஸ்ரீதேவி ஆன்டி.

தோழிகள் இருவரும் பேசிக்கொண்டிருந்தார்கள். லோபா வராந்தாவுக்குச் சென்று குழந்தையைக் குளிப்பாட்டுவதைப் பார்த்துக்கொண்டு நின்றாள்.

"ஜித்து எங்கே?" சில்பா கேட்டாள்.

"வர்க்கீஸ் அங்கிள் வீட்டுக்குப் போயிருக்கான். அவன் எப்பவுமே அங்கேதான். அங்கே அவனுக்கு நிறைய ஃப்ரெண்ட்ஸ் இருக்காங்க."

குளிப்பாட்டிய குழந்தையைக் கொண்டுவந்து ஸ்ரீதேவி ஆன்டியின் கையில் கொடுத்தாள் கல்யாணியம்மா. குழந்தையின் கழுத்திலும் மடிப்புகளிலும் மீண்டுமொரு முறை துடைத்து விட்டு பவுடர் தூவினாள் ஆன்டி.

"கல்யாணியம்மா, இதுதான் நான் சொல்வேனே அந்த சில்பா" என்று சில்பாவைக் கல்யாணியம்மாவுக்கு அறிமுகம் செய்து வைத்தாள் ஸ்ரீதேவி ஆன்டி.

சில்பாவுடன் பேசுவதற்கான மொழி தெரியாது என்பதால் வெறுமனே சிரித்து வைத்துவிட்டு சமையல் கட்டுக்குச் சென்றாள் கல்யாணியம்மா.

ஸ்ரீதேவி நாயர் சொன்னாள்: "வயசு எழுபதைத் தாண்டியாச்சு. பாவம், என் விருப்பத்தைத் தட்டிக் கழிக்க முடியாம வந்திருக்காங்க. அவங்க இங்க வர்றதை அவங்க பிள்ளைகள் விரும்பலை."

"இந்தச் சூட்டை எப்படித் தாங்கிக்கிறாங்க?" சில்பா கேட்டாள்.

சரோஜினி உண்ணித்தான் | 149

“சிரமம்தான். எப்படியோ சமாளிக்கிறாங்க.”

ஸ்ரீதேவி நாயர், கல்யாணியம்மாவின் கதையைச் சொன்னாள்.

கல்யாணியம்மாவின் அம்மா, ஸ்ரீதேவி நாயரின் இல்லத்தில் சமையல்காரியாக இருந்தாள். கல்யாணியம்மாவும் அதே வீட்டில்தான் வளர்ந்தாள். அம்மா இறந்த பிறகு, அதே வேலையை கல்யாணியம்மா ஏற்றுக்கொண்டாள். அங்கே விவசாய வேலைகளைப் கவனித்துக்கொண்டிருந்த ஒரு இளைஞனுக்கும் கல்யாணியம்மாவுக்கும் திருமணமானது. இருவரும் அதிகாலையில் சேர்ந்து வருவார்கள். வேலைகள் முடிந்து இரவில் சாப்பிட்டுவிட்டு சேர்ந்து வீட்டுக்குப் போவார்கள்.

பிரசவத்தின்போதுதான் கல்யாணியம்மா சமையல் வேலையை விட்டு விலகினாள். இருந்தாலும், வேலை அதிகமிருக்கும் நாட்களில் வந்து விடுவாள். ஸ்ரீதேவி ஆன்டியின் பிரசவத்தின்போது கவனித்துக்கொண்டதும் கல்யாணியம்மாதான்.

கல்யாணியம்மாவுக்கு மூன்று பிள்ளைகள். முதல் இரண்டும் பெண்கள். மகன் சுகர் ஃபேக்டரியில் வேலை பார்க்கிறான். ஸ்ரீதேவி நாயரின் அப்பாவின் முயற்சியில் கிடைத்த வேலை. அந்த நன்றியுணர்வு அவனுக்கும் இருக்கிறது. அதனால்தான் அம்மாவைத் தொலைதூரத்துக்கு அனுப்ப விருப்பமில்லை என்றாலும் அவனே அழைத்துக்கொண்டு வந்தான்.

“ரொம்ப நல்லது. திங்கள்கிழமை முதல் ஆன்டிக்கு ஸ்கூலுக்குப் போகணுமே? இனி, நிம்மதியாகப் போகலாம் இல்லையா?” என்று கேட்டாள் சில்பா.

“உட்காரு. டீ போட்டுட்டு வந்துடுறேன்.” ஸ்ரீதேவி நாயர் எழுந்தாள்.

“வேண்டாம் ஆன்டி. இந்நேரத்துல டீ குடிக்கிற வழக்கமில்லை. லோபா டீ குடிக்கவே மாட்டாள். குளிர்ந்த தண்ணீரே போதும்.”

“சரி, அப்படின்னா லெமன் ஜூஸ் போடுறேன்.”

ஸ்ரீதேவி நாயர் சமையல்கட்டுக்குச் சென்றாள்.

“உன் குழந்தை எப்படியிருக்கா?” ஜெயஸ்ரீ கேட்டாள்.

“நல்லாருக்கா.”

“குப்புற விழுந்து தவழத் தொடங்கியிருப்பாளே?”

“உம்... கொஞ்சம் கொஞ்சம்...”

“போறதுக்கு முன்னால நான் ஒரு நாள் அங்கே வர்றேன்.”

“எப்ப போறே?”

“இன்னும் முடிவு பண்ணலை. எப்படியும் ஒரு மூணு மாசமாயிடும்.”

“அவ்வளவு நாள் லீவு கிடைக்குமா?”

“லீவு ஒரு வருஷம் வேணும்னாலும் கிடைக்கும். சம்பளம்தான் கிடைக்காது.”

“பரவால்லையே?”

“அப்படித்தானே ஒவ்வொருத்தரும் நாலஞ்சு வருஷ லீவுல கல்ஃப் நாடுகளுக்குப் போய் சம்பாதிச்சுட்டுத் திரும்பி வர்றாங்க. இங்குள்ள வேலையும் கைவிட்டுப் போகாது.”

“செய்லில அதிகபட்சமாக மூணு மாச லீவுதான் கிடைக்கும். எங்க வேணாலும் போய்க்கலாம். ஆனால், வேலையை ரிஷைன் பண்ணிடணும். ஒரு வகையில இதுவும் சரி தான். நிறைய பேர் வேலையில்லாம இருக்குற நம்ம நாட்டுல யாருக்காவது வேலை கிடைக்குமே.”

ஸ்ரீதேவி நாயர் சாப்பாட்டு மேசையில் லெமன் ஜூசும் உப்பேரியும் வைத்துவிட்டு அழைத்தாள். சில்பாவும் லோபாவும் எழுந்து சென்றார்கள்.

“கல்யாணியம்மா கொண்டுவந்த உப்பேரின்னு நினைக்கிறேன்.”

“ஆமா. உப்பேரியைப் பாத்ததும் எனக்கு உன் ஞாபகம்தான் வந்தது. அங்க கொண்டு வர்றதுக்கு முடியலை.”

“பரவால்லை ஆன்டி.”

“லோபாவுக்கு உப்பேரி பிடிக்குமா?” ஸ்ரீதேவி ஆன்டி கேட்டாள்.

"ம்..." லோபா தலையாட்டினாள்.

"உப்பேரியை என்ன எண்ணெயில வறுக்குவாங்க தெரியுமோ?"

சில்பா லோபாவிடம் கேட்டாள்.

"தெரியலை. ஆனா, கடுகெண்ணெய் இல்லைன்னு மட்டும் தெரியும்."

"தேங்காயெண்ணெயில."

இலேசாக முகம் சுளித்த லோபா வியப்புடன் கேட்டாள்:

"அது தலைக்குப் புரட்டுற எண்ணெயோன்னா?"

"ரெண்டுக்குமே பயன்படும். நாம கடுகெண்ணெயை உபயோகிக்கிறதுபோல கேரளத்தில சமையலுக்குத் தேங்காயெண்ணெய் உபயோகிக்கிறாங்க. இங்க நமக்குக் கிடைக்குற தேங்காயெண்ணெய் தலையில புரட்டுறதுக்கானது மட்டும்தான். கேரளத்தில தேங்காயெண்ணெய் பாக்கெட்டுல எடிபிள் ஆயில்னு குறிப்பிட்டிருக்கும். ஆன்டி வீட்டில தேங்காயை வெட்டிக் காயப்போட்டு, மில்லில கொடுத்து அரைச்சு வாங்கின எண்ணெயை உபயோகிப்பாங்க."

"உப்பேரி டேஸ்ட் லோபாவுக்குப் பிடிக்கலைன்னு நினைக்கிறேன்?" ஸ்ரீதேவி நாயர் கேட்டாள்.

"இல்லை ஆன்டி. நல்ல டேஸ்ட். எனக்கு ரொம்பப் பிடிச்சிருக்கு."

அவர்கள் விடைபெற்று வெளியே வரும்போது ஸ்ரீதேவி நாயர், லோபாவின் கையில் ஒரு பார்சலைக் கொடுத்தாள். "கொஞ்சம் உப்பேரி."

"தாங்க்ஸ் ஆன்டி."

சில்பாவும் லோபாவும் ஸ்ரீதேவி நாயரிடமும் கல்யாணியம்மாவிடமும் ஜெயஸ்ரீயிடமும் விடைபெற்று வெளியே வந்தார்கள். வாசல்வரை வந்து அவர்களை வழியனுப்பிவைத்தாள் ஸ்ரீதேவி நாயர்.

27

"பப்பு, நாளைக்கு ஞாயிற்றுக்கிழமையோன்னா? என்னைக் கிராமத்தில கொண்டு விட்டுடேன்."

"கொஞ்சநாள் இங்கயே இருக்கப் போறதா சொன்னேள்?"

"உங்க மன்னியோட நிலைமையைக் கொஞ்சம் யோசிச்சுப் பாரேன். நாளை மறுநாள் ஸ்கூல் திறக்கப்போறது. பிள்ளைகளுக்கு ஏதாவது செய்து கொடுக்கணும். உங்க அண்ணாவைக் கவனிக்கணும். வேலைக்காரங்களுக்கு வெள்ளைச்சோறு கொடுக்க கத்தரிக்காயோ கருவாடோ வறுக்கணும். அப்புறம்..."

"அக்காதான் மீன் சாப்பிட மாட்டாங்களே, கருவாடு வறுப்பாங்களா?" சில்பாவுக்கு சந்தேகம்.

"வேலைக்காரங்களுக்கு ஏதாவது கொடுக்க வேண்டாமா? சிந்தாமணிக்கும் உடம்புக்கு முடியலை. இல்லேன்னா அவளாவது இதையெல்லாம் பாத்துப்பாள். நான் இருந்தா காந்திமதிக்கு ஒரு ஒத்தாசையா இருக்கும்."

பிரவீண் பேசாமல் இருந்தான்.

"நோக்கு சிரமமாக இருந்தால் என்னை பஸ்சேற்றி விட்டாகூட போதும்."

"வேண்டாம். நானும் வரேன்."

மறுநாள் அதிகாலையில் புறப்படும்போது மாமி கேட்டாள்:

"சில்பா இனி அங்க எப்ப வர்றதா இருக்கே?"

"இப்பல்லாம் முடியும்னு தோணலை. பூபேனையோ நரனையோ இங்க விட்டுட்டு வர்றாப்ல லோபாவை விட்டுட்டு வரமுடியுமோ?"

"சரிதான். நானே அப்பப்ப வந்துடறேன்."

தூங்கிக்கொண்டிருந்த அஞ்சனாவின் தலையை வருடிக்கொடுத்த பாட்டி லோபா விடம் சொன்னாள்:

"இங்கப் பாரும்மா லோபா. சின்னம்மாவுக்கு அதிகமாக சிரமம் கொடுத்துடாதே. வேண்டாத நட்புகள் வச்சுக்காதே! வந்த காரியத்தை மட்டும் எப்படியாவது நிறை வேற்றிடணும்."

சரோஜினி உண்ணித்தான் | 153

நரேனுக்கும் தேவையான அறிவுரைகள் சொன்னாள்.

"தங்கையைக் கவனிச்சிக்கோப்பா. நீயும் அனாவசியமா பொழுதைப் பாழாக்கிக்காதே."

பாட்டி சொல்வதற்கெல்லாம் 'உம்' கொட்டியபடி தலையாட்டினான் நரேன்.

ஜசுமதியை அழைத்து மருமகளையும் குழந்தையையும் நன்றாகக் கவனித்துக் கொள்ளச் சொன்னாள்.

"நேக்குப் போகாம முடியாது. எம் மருமகளையும் பேத்தியையும் உன்னை நம்பி ஒப்படைச்சுண்டுப் போறேன்."

"மாஜி வருத்தப்படாம போயிட்டு வாங்க. அவங்களை நான் கவனிச்சுக்கிறேன்."

சில்பா நினைத்துக்கொண்டாள். இதுபோன்ற மகிழ்ச்சியான தருணங்களுக்காகவே ஜகந்நாதன் தன்னை சோதித்தானா?

வெளியே புறப்பட்ட மாமியின் பாதங்களைத் தொட்டு வணங்கினாள் சில்பா. கட்டிப்பிடித்து விடைகொடுத்த லோபாவைப் பாட்டி உச்சி முகர்ந்தாள்.

அம்மாவும் மகனும் ஆட்டோவில் ஏறுவதை அவர்கள் பார்த்துக்கொண்டு நின்றார்கள். ஆட்டோ பார்வையிலிருந்து மறைந்தபோது சில்பா கண்களைத் துடைத்துக்கொண்டாள்.

"பாட்டி பாவம் சின்னம்மா. மனசு நிறைய அன்பிருக்கு. ஆனா, அதை வெளிக்காட்டிக்க மாட்டேங்குறா." லோபா சொன்னாள்.

"ஆமா சில்பா. நானும் புரிஞ்சுண்டேன்."

"எங்க அஞ்சு பேரையும் அப்பா எப்படிக் கரையேத்தப்போறான்னுப் பாட்டிக்குப் பயம். அதனாலதான் அப்படி நடந்துக்கிட்டாங்க. உங்களுக்குன்னு ஒரு குழந்தைப் பிறந்தா எங்களைக் கவனிக்க மாட்டீங்களோங்குற பயம். என் படிப்பு விஷயத்தை சின்னம்மாவே ஏத்துக்கிட்டீங்கன்னதும் பாட்டிக்கு ரொம்ப சந்தோஷம்."

"எல்லாத்தையும் நானும் புரிஞ்சுண்டேன் லோபா. நான்கூட முதல்ல பாட்டியைத் தப்பா நினைச்சேன். எல்லாக் கடமைகளையும் நிறைவேத்தின பிறகுதான் நீ குழந்தைப்

பெத்துக்கணும்னு சொன்னபோதும், என் குழந்தையைக் கருவிலேயே அழிச்சுட நினைச்ச போதும் பாட்டியை நான் வெறுக்க ஆரம்பிச்சேன். ஆனா அது மகாபாவம்னும் புரிஞ்சுண்டேன்."

"சின்னம்மாவைத் தவிர வேற யாரா இருந்தாலும் இதை மன்னிக்கவே மாட்டாங்க. உங்க இடத்துல நான் இருந்து என் மாமி இப்படி நடந்துட்டாங்கன்னா நிச்சயம் கூண்டுல ஏத்தியிருப்பேன். அந்த ஆத்துக்குத் திரும்ப போயிருக்கவும் மாட்டேன்."

"சரி, அதை விடு. நீ போயிருந்துப் படி."

காலைக்கடனுக்காக குளியலறைக்குச் சென்ற சில்பா, லோபாவைப் பற்றி சிந்தித்தாள். வயதுக்கு மீறிய அறிவும் விவேகமும். இவளுக்காக சிறிது சிரமங்களை ஏற்பதால் நாம் எதையும் இழந்துவிடப் போவதில்லை. குடும்பப் பெருமையை உயர்த்தும் அளவுக்குத் திறமையுள்ளவள் என்பதில் சந்தேகமில்லை. குடும்பம் மட்டுமல்ல, ஊரே பெருமைப்படும் அளவுக்கு.

உயரத்தை எட்ட நினைக்கும் லோபாவுக்கு உறுதுணையாக இருப்பது ஒரு புனித கர்மம். இது புண்ணியம் தேடுவதற்கான குறுக்கு வழியல்ல. கிடைத்த வாய்ப்பு.

படிக்கவும் உயரத்தை அடையவும் பெருமளவு ஆசைப்பட்டவள் நான். என்னுடைய ஆசை வேர்களில் நீரூற்ற அம்மாவைத் தவிர யாருமில்லை. அதற்கான பொறுப்பில் இருந்த பெரியப்பா வரைக்கும் முளையில் கிள்ளி எறிந்துவிடவே முனைப்புக் காட்டினார்.

தம்பியின் மகளை தன் மகளாகப் பார்க்காமல் ஒரு சுமையாகப் பாவிக்க மட்டுமே பெரியப்பாவால் முடிந்தது. சுமையை எப்படியாவது இறக்கி வைத்துவிட வேண்டுமென்ற அவசரம் மட்டும்தான் அவரிடமிருந்தது.

அர்த்தமற்ற, மரபார்ந்த பல்வேறு நம்பிக்கைகளையும் ஆச்சாரங்களையும் பற்றிப் பிடித்திருந்த பெரியப்பா ஒன்றை மட்டும் வசதியாக மறந்துவிட்டார். ஒடியா பிராமணக் குடும்பத்தில் சகோதர வாரிசுகளுக்குக் கிடைக்கும் சரி சம முக்கியத்துவம் காரணமாக சகோதரர்கள் அனைவரும் ஒன்று

சேர்ந்து வாரிசுகளின் முன்னேற்றத்துக்கு உதவுவார்கள். பெண் வாரிசுகளின் திருமணங்களைச் சேர்ந்து நடத்துவார்கள். ஒரு வாரிசுக்குச் செலவு செய்யும் அதே அளவு பணம் எல்லா வாரிசுகளுக்கும் செலவு செய்யப்படும்.

அந்தப் பண்பாட்டை மாமி வலுவாகப் பற்றிக்கொண்டாள். மூன்று ஆண்வாரிசுகளும் ஒற்றுமையாக இருந்தால் குடும்பம் செழிப்புறும்.

பெரியப்பா ஏன் இதை மறந்துவிட்டார்? வேண்டாம். கடந்து போனதை மீண்டும் நினைவுகூரக்கூடாது. சிலநேரங்களில் மனதின் பிடி கைவிட்டுப்போகிறது.

ஒன்பதாம் வகுப்பு அரையாண்டுத் தேர்வு முடிவுகள் வந்த அன்று. சாயங்காலம் அப்பா வருவதை எதிர்பார்த்து சில்பா அமர்ந்திருந்தாள். வண்டி வருவதற்கு முன்பே கேட்டைத் திறந்து வைத்திருந்தாள். அப்பா உடுப்புகளை மாற்றுவதற்குள் அவரது கையில் புரோக்ரஸ் ரிப்போர்ட்டைக் கொடுத்தாள்.

அதை மேலோட்டமாகப் பார்த்த அப்பா அவளைக் கட்டிப் பிடித்தார்.

"சமர்த்து. இந்த முறையும் என் பொண்ணுதான் ஃபர்ஸ்ட். நீ வேணாப் பாரு, என் பொண்ணை நான் டாக்டராக்குறேனா இல்லையான்னு?"

ஆனால்...

சில இனிமையான நினைவுகளையும் நிறைய வேதனைகளையும் பரிசாகக் கொடுத்துவிட்டு அப்பாவும் போய்ச் சேர்ந்தார். அதற்குப் பிறகு டாக்டராக வேண்டும் என்ற எண்ணம் சில்பாவின் மனதில் உருவாகவே இல்லை. அது எட்டாக் கனியென்ற புரிதல் மட்டுமல்ல. இலக்கியத்தின்மீது அவளுக்கிருந்த பெரும் ஆர்வமும்தான்.

கல்லூரிப் பேராசிரியை ஆக வேண்டும்; நிறைய எழுத வேண்டும் என்பதெல்லாம்தான் அவளது கனவுகள்.

தன்னைப் படிக்க வைக்க வேண்டுமென்பதற்காக வறுமையுடன் மல்லுக்கட்டும் அம்மாவைப் பார்த்த அவளது மனம் திசை மாறிப் பயணிக்க ஆரம்பித்தது. முதலில் எப்படி யாவது ஒரு வேலை கிடைப்பதற்கான அறிவைத் தேடிக்கொள்ள

வேண்டும். அதனால் தான் டிகிரி படித்த பிறகு பி.எட். சேர்ந்தாள்.

பி.எட். முடித்த பிறகும் அவளால் படிப்பை விட்டுவிட இயலவில்லை. பகலில் டியூஷன், இரவில் மேற்படிப்புக்கான பாடங்கள். அப்போதும் அவள் இலக்கியத்தைதான் தேர்வு செய்தாள்.

உயர்நிலைப்பள்ளி ஆசிரியை என்பதைத் தாண்டி அவளால் செல்ல இயலவில்லை. திருமண உறவில் சிக்காமல் இருந்திருந்தால் ஒருவேளை இலட்சியத்தை அடைந்திருக்கக் கூடும்.

ஆனால், பெண் மக்களைத் தகுந்த வரன்கள் கையில் ஒப்படைக்காத தாய் தந்தையரின் ஆன்மாக்களுக்கு விமோட்சனம் கிடையாது என்ற நம்பிக்கை அம்மாவுக்குள் ஆழமாக வேரூன்றிக் கிடந்தது. அம்மாவின் நம்பிக்கையை சில்பாவால் மீற இயலாமல் போனது.

ஆகவேதான் மேனோன் அங்கிள் திருமண யோசனையுடன் வந்தபோது அதிகமாக எதையும் அவள் யோசிக்கவில்லை.

அதுதான் காரணமா? பிரவீண் குமார் சத்பதி என்னும் இளைஞன் முதல் பார்வையிலேயே தன்னை வசீகரித்துக்கொண்டான் என்பதும் ஒரு காரணம் அல்லவா?

குழந்தையின் அழுகுரல் சில்பாவின் சிந்தனைகளுக்கு முற்றுப்புள்ளி வைத்தது. அவள் குழந்தையை நோக்கி நடந்தாள்.

28

அஞ்சனாவுக்கு ஒரு வயது பூர்த்தியானது. பிறந்த நாளுக்கு கிராமத்திலிருந்து எல்லாரும் வந்திருந்தார்கள். சன்னாவையும் அழைத்துக்கொண்டு வந்திருந்தார்கள். ஜகன் முதல் நாளே வந்திருந்தான். பூபேனுக்கு மட்டும் வர முடியவில்லை. அவன் அப்போதுதான் வேலையில் சேர்ந்திருந்தான். எவ்வளவோ முயற்சி செய்து பார்த்த பிறகும் வர இயலாமல் போனதாம். அவன் வரவில்லை என்பது ஒரு குறையாகவே அனைவருக்கும் தோன்றியது.

சில்பா இரண்டு நாள் விடுமுறை எடுத்திருந்தாள். ஜசுமதியும் சில்பாவும் சமையல் வேலைகளில் ஈடுபட்டிருந்தனர். தடுத்தும் கேட்காமல் காந்திமதியும் அவர்களுடன் சேர்ந்துகொண்டாள். சாயங்கால விருந்துக்கு சேனாபதியின் பலகாரக் கடையில் ஆர்டர் கொடுத்தார்கள்.

விருந்துக்கு நெருங்கிய நண்பர்களும் அக்கம் பக்கத்திலுள்ள வர்களும் மட்டுமே அழைக்கப்பட்டிருந்தனர். சில்பாவின் சக ஊழியர்களில் அதிகம் பேரும் குடும்பத்துடன் வந்திருந்தார்கள். ஸ்ரீதேவி நாயரும் கணவரும் சீக்கிரமாகவே வந்துவிட்டார்கள்.

கோலு சந்த் மார்வாடியின் கடை ஆட்கள் வந்து முற்றத்தில், புல்தரையில் சேர்களையும் மேஜைகளையும் விரித்துவிட்டுச் சென்றார்கள்.

ஏழு மணிக்கு சுப்ரியா வந்து சேர்ந்தாள். கையிலிருந்த பாக்கெட்டை உள்ளே வைத்துவிட்டு பெரியம்மா, பெரியண்ணாவின் பாதங்களைத் தொட்டுக் கும்பிட்டாள். லோபாவின் கையிலிருந்த அஞ்சனாவை வாங்கி முத்தமிட்டாள்.

"மன்னிச்சுடுங்க மன்னி. கொஞ்சம் லேட்டாயிடுத்து. இன்னிக்கு நோயாளிகள் கூட்டம் வழக்கத்தை விடவும் அதிகமாக இருந்தது."

தாமதமாக வந்ததற்கு சுப்ரியா வருத்தம் தெரிவித்தாள்.

"டாக்டர்களோட பொறுப்பு எங்களுக்கும் தெரியும்."

சில்பா சிரித்தபடியே அவளுக்கு ஆறுதல் சொன்னாள்.

சுப்ரியாவை மற்றவர்களுக்கு அறிமுகம் செய்து வைத்தாள் சில்பா.

"டாக்டரை ஏற்கனவே நாங்க பாத்திருக்கோம். சத்பதி பாபுவோட சகோதரின்னு இப்பதான் தெரியும்."

ஒன்றிரண்டு பேர் சொன்னார்கள்.

விருந்தினர்கள் அனைவரும் பத்து மணிக்கெல்லாம் புறப்பட்டுவிட்டார்கள். சுப்ரியாவும் தயாரானாள்.

"இந்நேரத்தில தனியாவா போகப்போறே?" பெரியம்மா கேட்டாள்.

"அப்படின்னா ஒண்ணு பண்ணுவோம் பெரியம்மா. யாராவது மூணு நாலுபேர் எங்கூட வரட்டும். இங்கே எல்லாரும் படுக்கவும் சிரமம்தானே?" என்றாள் சுப்ரியா.

"ஜகனும் நரேனும் லோபாவும் பிரியாகூட போகட்டுமே ஹரி?"

"அம்மாவோட விருப்பம்."

அவர்கள் மூன்று பேரும் சுப்ரியாவுடன் சென்றார்கள்.

"அதுக்கான தேவையில்லை. அம்மா சொன்னதுனால நான் ஒத்துண்டேன்."

"ஹரி, நாம நினைச்சதுபோலில்லை. பிரியா நல்ல பாசமுள்ளவ."

"உம்."

அவன் முனகி வைத்தான்.

அகன்றுபோயிருந்த குடும்பங்களிடையே சுப்ரியா இணைப்புப் பாலமாக இருந்தாள். அப்படித்தான் இருக்க வேண்டும். அண்ணன் தம்பி குடும்பங்கள் எவ்வளவு காலம்தான் இப்படிப் பிரிந்து வாழ்வது? அதுவும் அருகருகில் இருந்தபடி. சில்பாவும் இதையே சிந்தித்தாள்.

மறுநாள் அதிகாலையிலேயே மூன்று பேரையும் திரும்ப அழைத்துக்கொண்டு வந்து சேர்த்த சுப்ரியா, காலை உணவு சாப்பிட்டுவிட்டுத் திரும்பினாள்.

சாப்பிட உட்கார்ந்திருக்கும்போது ஹரிசரண் சத்பதி சொன்னான்:

"நான் ஒரு விஷயம் சொல்றேன். எல்லாரும் கேட்டுக்குங்கோ."

என்ன விஷயத்தைச் சொல்லப் போகிறான் என்ற எதிர்பார்ப்புடன் அனைவரும் அவனது முகத்தைப் பார்த்தனர்.

"ஒரு நல்ல புரப்போசல் வந்திருக்கு."

"யாருக்கு?"

"லோபாவுக்கும் ஜகனுக்கும் ஒரு மாற்றுக் கல்யாணம். ஜகத்சிங்பூர் கோபிநாத் ஆச்சாரியார் குடும்பத்திலேருந்து

சரோஜினி உண்ணித்தான் | 159

அவரோட மூத்த மகன் ஹோமியோபதி டாக்டராக இருக்கார். கோபிநாத் ஆச்சாரியருக்கும் அரசாங்க உத்தியோகம்தான். மகள் பிஏ படிச்சிருக்காள். இளைய மகனோட கல்லூரிப் படிப்பு இன்னும் முடியலை. நல்ல வசதி யான குடும்பம்."

"அப்படீன்னா லோபாவோட படிப்பு?" பிரவீண் கேட்டான்.

"இப்படி நல்ல வரனா அமையறச்சே மாட்டோம்னு சொல்ல முடியுமோ?"

"பெரியண்ணா, லோபாவுக்கு அலோபதி டாக்டரே வரனாக் கிடைப்பார். முதல்ல அவ படிச்சு டாக்டராகட்டும்." சுப்ரியா சொன்னாள்.

சில்பாவும் அதை ஆமோதித்தாள்: "ஆமா, பிரியா சொல்றதுதான் சரி."

"இல்லேன்னாலும் நேக்கு இப்ப கல்யாணம் தேவையில்லை. நரேனோட படிப்பு முடிஞ்சு அவனுக்கும் ஒரு உத்தியோகம் கிடைக்கட்டும். இன்னொரு விஷயம். நான் கல்யாணம் பண்ணிக்கறதா இருந்தா சில்பா மன்னியைபோல, உத்தியோகம் பண்றவளாக இருக்கணும். இனியுள்ள காலங்கள்ல ஒருத்தரோட வருமானத்தை வெச்சுக் காலந்தள்ள முடியாது" என்றான் ஜகன்.

மதியத்திற்குப் பிறகு ஹரிசரண் சத்பதியும் குடும்பமும் புறப்பட்டார்கள். அவர்களுடன் அம்மாவும் விடைபெற்றாள். ஜகன் இரவு வண்டிக்கு டிக்கெட் புக் செய்தான்.

ஜகன் தனியாக கிடைத்தபோது சில்பா கேட்டாள்: "என்ன ஜகன் உத்தியோகம் பாக்குற யாரையாவது பாத்து வச்சிருக்கயா?"

அவன் இலேசாக சிரித்து வைத்தான்.

"இது ஒரு கள்ளச் சிரிப்பா தோண்றதே?"

சில்பா விடவில்லை.

"மன்னி, அதைச் சொன்னால் பிரளயமே வந்துடும். அதனால இப்ப யாரும் அதை அறிய வேண்டாம்."

"என்மேலயும் நம்பிக்கையில்லையா?"

"நம்பிக்கையிருக்கு. ஆனா, வாய் தவறி எப்பவாவது விழுந்துடுத்துன்னா?"

“பிரளயம் உருவாகுற அளவுக்கு என்ன இருக்கு? ஹரிஜன் பொண்ணா?”

“ஹரிஜனான்னு எல்லாம் நேக்குத் தெரியலை. ஈஸாவோட நெருங்கின ஆள்.”

“கிறிஸ்டியனா?”

“ஆமா... என்கூட வேலை பாக்குறா. பேரு, சீமா செபாஸ்டியன்.”

“எந்த ஊர்க்காரி?”

“கேரளா.”

“ஆள் எப்படியிருப்பா?”

“மன்னியைப்போல ரொம்ப அழகில்லை. வெளுப்பா, ஒல்லியா இருப்பாள்.”

“எதுவா இருந்தாலும் நேக்கு வேலையை உண்டாக்கி வச்சுட்டே”

“மன்னிதான் இதை எப்படியாவது சமாளிக்கணும்.”

சில்பா பதில் சொல்லவில்லை. இது அவ்வளவு சுலபமாக சமாளிக்கிற பிரச்சினை இல்லை என்பது அவளுக்குத் தெரியும்.

மாமியும் அத்திம்பேரும் கடைந்தெடுத்த பழைமைக்காரர்கள். அவர்களைச் சொல்லிப் புரிய வைப்பது மிகவும் சிரமமான வேலை. ஓடிய பிராமண குடும்பத்துப் பெண்ணைத் தவிர இன்னொருத்தியை மாட்டுப்பெண்ணாக ஏற்றுக்கொள்வார்கள் என்பதை நினைத்துப் பார்க்கவும் முடியாது. வேற்று மொழியாக இருந்தால்கூட ஒரு வேளை சம்மதிக்கலாம். ஆனால், இது வேறொரு மதம். கிறிஸ்டியன்.

பகவானே, இது பிடித்திருக்கவோ விடவோ முடியாத புலிவாலாகி விடுமே? ஒரு சிக்கல் தீர்ந்தால் இன்னொரு சிக்கல் வந்து விடுகிறது.

ஸ்ரீதேவி நாயர் சொன்னதை வைத்துப் பார்க்கும்போது கேரளக் கிறிஸ்தவர்களும் பழமைவாதிகள்தான். திருமணம் சர்ச்சில் நடக்க வேண்டுமென்றால் பிற மதத்தைச் சேர்ந்த ஆணோ பெண்ணோ கிறிஸ்தவராக மதம் மாற வேண்டும். ஜகன், ஜானாகவோ ஜோஸஃபாகவோ மாற வேண்டும்.

மாமிக்கும் அத்திம்பேருக்கும் இது பேரிடியாகி விடும். இதற்கு நான் எப்படி உதவியாக இருப்பது? மிகப்பெரிய சோதனை.

ஜாதி, மத பாகுபாடுகள் எதுவும் சில்பாவின் மனதில் இல்லை. அன்பு செலுத்தும் இரு உள்ளங்களை ஜாதியின், மதத்தின்பேரால் பிரிக்க நினைப்பது பெரும்பாவம். ஒரு வேளை தனது கணவனை வேண்டுமானால் அவளால் புரிய வைக்க இயலும்.

ஆனால், மாமியையும் அத்திம்பேரையும் புரிய வைக்கும் முயற்சியின்போது ஒருவேளை என்னை அவர்களது மனதிலிருந்து அப்புறப்படுத்தி விடவும் கூடும்.

"மன்னி இதில ரொம்ப யோசிக்கிறதுக்கு எதுவுமில்லை. இது இப்பவே நடந்துடப் போறதுமில்லை. சீமாவுக்கும் நிறைய பொறுப்புகளிருக்கு. அப்பா கிடையாது. பெரிய அளவில பணவசதியுள்ளவாளும் இல்லை. குடும்பத்தில அவதான் மூத்தவ. வீட்டுப் பொறுப்பு மொத்தமும் அவளுக்குத்தான். மூத்த தம்பி எம்.சி.ஏ. கடைசி வருஷம் படிக்கிறான். இளையவன் எம்.பி.பி.எஸ். மூணாவது வருஷம். இதெல்லாம் முடிஞ்சு வர்றதுக்கு எப்படியும் மூணு வருஷம் ஆயிடும்."

"அதுவரைக்கும் ஆறுதல்தான்."

"முக்கியமா, இந்த விஷயத்தை பெரிய மன்னி அறிய வேண்டாம். என் வேண்டுகோள் இது."

"ஒத்துக்கிறேன்."

"மன்னின்னா மன்னிதான்."

மிகுந்த மகிழ்ச்சியுடன் அவன் சொன்னான். அவனது பாராட்டில் சில்பா உச்சிக் குளிர்ந்தாள்.

29

ஒரு சாயங்கால நேரம். சுப்ரியா அழைத்தாள்.

"சின்னண்ணா, ஞாயிற்றுக்கிழமை எல்லாரும் கிராமத்துக்குப் போவோமா? கார்லேயே போயிடலாம். அவ்வளது தூரம் தனியா போறதுக்குக் கொஞ்சம் பயமாயிருக்கு.

“உன் மன்னிகிட்ட கேட்டுச் சொல்றேனே?” என்ற பிரவீண் சில்பாவிடம் கேட்டான்.

“பிரியா ஞாயிற்றுக்கிழமை கிராமத்துக்குப் போறாளாம். நம்மையும்கூட கூப்பிடறா. கார்லேயே போயிடலாம்கிறாள். போவோமா?”

“போவோம். அங்கே போய் கொஞ்ச நாளாகுதே. லோபாவையும் அழைச்சுண்டுப் போகலாம். அவளுக்கு ரெண்டு நாள் ஹோலி பண்டிகை லீவிருக்கு.”

“போறதா இருந்தால் அதிகாலையில புறப்பட்டாகணும். அப்பதான் டிராஃபிக் குறைவா இருக்கும்.”

பிரவீண், சுப்ரியாவை அழைத்து சம்மதம் தெரிவித்தான்.

சனிக்கிழமை சாயங்காலத்துக்குப் பிறகு சுப்ரியாவின் கார் கேட்டைக் கடந்து உள்ளே நுழைந்தது. படிக்க வேண்டியது இருந்ததால் நரேன் விலகிக்கொண்டான்.

“மாஜி வர்றீங்களா? எங்க கிராமத்தைப் பார்க்கலாம்.”

சில்பா ஜசுமதியிடம் கேட்டாள். அவளும் ஒப்புக்கொண்டாள். நரேனுக்கு இரண்டு நாட்களுக்கான உணவைத் தயாரித்து ஃபிரிட்ஜில் வைத்தாள்.

அதிகாலை ஐந்து மணிக்குப் புறப்பட்டார்கள். மார்ச் முற்பகுதி கடந்திருந்தாலும் காற்றில் சிறு குளிர் இருந்தது. சில்பா குழந்தையின்மீது ஷாலைப் போர்த்தினாள்.

நகரத்தைத் தாண்டியதும் மாம்பூவின் வாசம் புரண்ட காற்று அவர்களைத் தழுவ ஆரம்பித்தது.

“நல்ல வாசனை” என்றாள் ஜசுமதி.

“அதுதான் கிராமத்து வாசனை” கார் ஓட்டுவதினிடையே சுப்ரியா சொன்னாள்.

“எங்க கிராமத்திலேயும் மாந்தோப்பு இருந்தது. விதவிதமாக மாமரங்கள். மாம்பழக்காலம் ஆரம்பிச்சா அங்கதான்போய் விளையாடுறது. அதெல்லாம் இன்னைக்கு வெறும் ஞாபகங்களாக மாறிடுச்சு.”

“மாஜி கிராமத்துக்குப்போய் எத்தனை வருஷமாகுது?”

“நிறைய வருஷமாகுது. கல்யாணமான பிறகு ஒரே ஒரு தடவைதான் போயிருக்கேன். என் மகன் அப்ப ஆறு மாச கைக்குழந்தை. இப்ப அவனுக்கு வயசு நாப்பத்து மூணு.”

ஜசுமதி பெருமூச்சுவிட்டாள்.

ஆகாயப்பரப்பில் மெல்ல மெல்ல சிவப்புப் படர ஆரம்பித்தது. விருட்சங்களினூடே தலை காட்டிய இளம் சூரியனின் முகத்தைப் பார்த்த சில்பாவின் கவிமனம் விழித்துக் கொண்டது. அவள் சுற்றுச்சூழலை மறந்த ஆனந்த லஹரியில் லயித்தாள்.

“தூங்கிட்டேளா மன்னி?”

“இல்லை... இல்லை...”

“சூரியோதயத்தைப் பார்த்ததும் கவிதை துளிர்த்திருக்கும். எனக்கும் நாலு வரி கவிதை நினைவுக்கு வருது.”

அவள் கங்காதர் மேஹரின் உதயகால வர்ணனையைப் பாட ஆரம்பித்தாள்.

‘மங்களே ஆயிலா உஷா, விகச ராஜீம்பொ த்ருசா

ஜானகீ தர்சன த்ருஷா ஹ்ருதயே பஹீ

கடவல்லபே நீஹார முக்தாதரி உபஹாரொ

ஸதீங்கபாஸபாஹாரோ ப்ராம்கணேரஹீ

களகண்டகண்டே கஹிலா தர்சனொ தியொசதீ ராத்ரி பாஹிலா’

(மங்களவேளைதனில் மலர்ந்த பங்கய விழியிதழாள் புலரிப் பெண்

மனத்துள் தரிசன ஆசையுமாய் ஜானகிதன் தவச்சாலை முன்நின்று

மஞ்சுத்துளியாம் முத்துமணிகளேந்தி தன் இன்குரலில் மொழிந்தாள்,

மாசறுப்பெண்ணே தரிசனமருள், அல்லிருள் அகன்று விட்டது.)

“எவ்வளவு அற்புதமான கற்பனை! அதனாலதான் கங்காதர் மேஹர் இன்னைக்கும் அன்பான மனங்கள்ல வாழ்ந்துண்டிருக்கார்” சில்பா சொன்னாள்.

“நாத்தனாரும் மன்னியும் இலக்கிய விசாரத்தில இறங்கிட்டேளா? வேண்டாம், சுப்ரியா கையில ஸ்டீயரிங் இருக்கு, சொல்லிட்டேன்.” பிரவீண் எச்சரித்தான்.

“சரி, நான் விட்டுட்டேன். எஞ்சினீயர் மனசுல எப்பவும் சில கூட்டல்களும் கழித்தல்களும்தான் இருக்கும்.” சுப்ரியா கேலி செய்தாள்.

“நோயாளிகளைப் பரிசோதிக்கிறச்சே டாக்டர் கவிதை பாடினா எப்படியிருக்கும்?”

பிரவீண் கேலி செய்தான்.

“நோயாளிக்குக் கவி மனசிருந்தா நோவுக்கு ஆறுதல் கிடைக்கும். மியூசிக் தெராபி பற்றி சின்னண்ணா கேள்விப்பட்டிருக்கியோ?”

“சரி, சரி. பேசாம நீ வண்டியை ஓட்டு.”

விவாத உற்சாகம் அனைவரது முகங்களிலும் புன்னகையை வரவழைத்திருந்தது.

பொழுது விடிந்தது. இருபுறமும் கிராமம் விழித்திருந்தது.

சுப்ரியா கிட்டத்தட்ட ஒரு மணி நேரம் காரோட்டிய பிறகு, பிரவீண் ஓட்ட ஆரம்பித்தான்.

கார் கிராமத்தை அடைந்தது. தபால் நிலைய சந்திப்பிலிருந்து வீடு வரைக்குமான ரோடு முன்பு குண்டும் குழியுமாகக் கிடந்தது. ஒரே மாதத்தில் ரோட்டை விரிவுப்படுத்தி தார் போட்டிருந்தார்கள். பிரவீணுக்கு மிகுந்த மகிழ்ச்சி. மனத்துக்குள் அவன் புதிய பஞ்சாயத்துத் தலைவர் நிரஞ்சன் பஹுரியாவைப் பாராட்டினான்.

பிரவீணின் வீட்டு வாசலில் சுப்ரியாவின் கார் வந்து நின்றது. எல்லாரும் இறங்கியதும் டிரைவர் சீட்டுக்கு மாறிய சுப்ரியா, “பிறகு பாப்போம்” என்று சொல்லிவிட்டு காரை ஓட்டிச்சென்று பக்கத்திலுள்ள தனது வீட்டின் முன் நிறுத்தினாள்.

இரண்டு வீடுகளுக்குமிடையில் காட்டுக்கம்புகளும் முட்செடிகளும் கோர்த்துக் கட்டிய வேலியைப் பார்த்தபடி ஒரு நிமிடம் நின்றிருந்த சில்பா, முற்றத்தில் ஏறினாள்.

"எல்லாருமா சேந்து வந்துட்டேள்?" பிரபாவதி சத்பதிக்கு ஆச்சரியம்.

"பிரியா கார்ல வரும்போது எங்களையும் அழைச்சுண்டு வந்தா."

வழக்கம்போல் சில்பா மாமியின், அக்காவின் கால்களைத் தொட்டு வணங்கினாள்.

அத்திம்பேர் எதிரில் வரக்கூடாதென்பதால் சில்பா, தலையில் கிடந்த சேலைத் தலைப்பை இழுத்து முகத்தை மறைத்தபடி தொலைவில் நின்று கும்பிட்டாள்.

ஜசுமதி திண்ணையில் ஏறுவதற்குத் தயங்கி முற்றத்திலேயே நின்றாள். கிராமம். கேள்விப்பட்ட வரைக்கும் ஆச்சார அனுஷ்டானங்களில் ஊறிப்போன குடும்பம்.

"ஜசுமதி என்ன அங்கயே நின்னுட்டே? உள்ளே ஏறி வா."

பிரபாவதி சத்பதி அழைத்தாள்.

தயக்கத்துடன் வீட்டுக்குள் ஏறிய ஜசுமதி வீட்டை சுற்றி கண்களை ஓட்டினாள். ஓடுவேய்ந்ததாக இருந்தாலும் பெரிய பெரிய விட்டங்களும் நிறைய அறைகளுமுள்ள பெரிய வீடு. பழைய பிரதாபத்தை வெளிக்காட்டுவதுபோல்.

கையிலிருந்த பையுடன் சமையல் கட்டுக்குச் சென்ற ஜசுமதி அதை ஒரு ஓரமாக வைத்துவிட்டு ஒதுங்கி நின்றுகொண்டாள்.

"வர்றதாகத் தெரிஞ்சிருந்தா சாப்பிட ஏதாவது செய்துருக்கலாம். சில்பாவுக்குத் தெரியுமே, பத்து மணி ஆயிடுத்துன்னா மதிய போஜனத்துத் தயாராயிடணும். அதனால, நாஸ்தாவுக்குப் பொரியும் பழமும் போதும்னுட்டா."

காந்திமதி மன்னிப்புக் கேட்பதுபோல் சொன்னாள்.

"அதுபோதுமே. நாங்க என்ன விருந்தினரா?" என்று கேட்டபடியே சில்பா டீ போடத் தயாரானாள்.

"சன்னாவோட அம்மாவுக்கு எப்படியிருக்கு?"

காந்திமதியிடம் கேட்டாள் சில்பா.

"முதுகு வலி. வைத்தியரோட எண்ணெயிலும் லேகியத்திலும் ஓடுது. சன்னோ வோட அப்பா உதைச்சது. அவருக்குத்தான் குடிச்சா சுய உணர்வு இருக்காதே?"

"கஷ்டம். சன்னா இப்ப வர்றதில்லையா?"

"எப்பவாவது. அம்மாவைக் கவனிக்கணுமே?"

அனைவரும் வாழைப்பழமும் அரிசிப்பொரியும் சாப்பிட்டுத் தேநீர் அருந்தினார்கள். அஞ்சனாவைப் பிள்ளைகள் தூக்கிக்கொண்டு நடந்தார்கள். காந்திமதிக்கு உதவியாக சில்பாவும் சமையல் கட்டுக்குள் நுழைந்தாள். சமையல் கட்டின் பின்வராந்தாவில் காய்கறி நறுக்கிக்கொண்டிருந்தாள் ஜசுமதி.

திண்ணையில் சுப்ரியாவின் குரல் கேட்டு எட்டிப் பார்த்த காந்திமதியும் சில்பாவும் உறைந்துபோய் நின்றுவிட்டார்கள். சுப்ரியாவுடன் அவளது அப்பாவும் அம்மாவும்.

"பெரியண்ணா, இவா யாருன்னு தெரியறதோ?"

திண்ணையில் சேரில் அமர்ந்திருந்த ஹரிசரணிடம் அப்பா அம்மாவைச் சுட்டிக் காட்டிய சுப்ரியா கேட்டாள். திடீரென்று இப்படிக் கேட்டதும் அவனுக்குப் பதில் சொல்ல வரவில்லை. இருந்தாலும், துள்ளியெழுந்தான்.

கற்சிலைபோல் நின்றிருந்த பெரியண்ணாவிடம் தொடர்ந்து அவள் சொன்னாள்:

"தெரியலைன்னா நானே சொல்றேன். இவா, மிஸ்டர் மிருத்யூஞ்சயன் சத்பதி. பீதாம்பர் சத்பதியோட தம்பி. இவங்க மிஸஸ் மிருத்யூஞ்சயன் சத்பதி எனப்படும் லீலாவதி சத்பதி."

சுப்ரியாவின் பேச்சும் பாவனையும் கண்ட பிரவீணுக்குச் சிரிப்பு வந்தது. திடீரென்று ஹரிசரண் சத்பதி, சித்தப்பாவின் சின்னம்மாவின் கால்களைத் தொட்டு வணங்கினான். பிரவீணும் அதன்படியே செய்தான். சுப்ரியாவின் அப்பாவும் அம்மாவும் பிரபாவதி சத்பதியின் கால்களைத் தொட்டு வணங்கினார்கள்.

"மீத்து இந்த முற்றத்தில நீ கால் பதிச்சு எவ்வளவு காலமாகுதுன்னு நோக்கு நினைவிருக்கோ?" குரலை இழந்தவர்போல் நின்றிருந்தார் மிருத்யூஞ்சயன் சத்பதி.

“அடேய், உன்னைப் பிரசவிச்சது உங்கம்மாவா இருக்கலாம். ஆனா, வளர்த்தினவ நான்தான்.”

பிரபாவதி சத்பதி தனது ஆற்றாமைப் பொட்டலத்தைப் பிரித்தாள்.

மிருத்யூஞ்சயன் சத்பதி அப்போதும் அமைதியாகவே நின்றிருந்தார்.

“பெரியம்மா, நடந்ததையெல்லாம் கெட்ட கனவாக நினைச்சுடுங்கோ. சத்பதி குடும்பத்துக்குள்ள இனி வேலி தேவை யில்லை.”

“உன் மகளைப் பாத்துப் படிடா.”

பிரபாவதி சத்பதியின் கண்கள் நிரம்பி வழிந்தன.

ஹரிசரண் தள்ளி வைத்த சேரில் மிருத்யூஞ்சயன் சத்பதி அமர்ந்தார்.

“லீலாவதி இங்க வா.”

அக்கா, தங்கையை அழைத்து அருகில் உட்கார வைத்து விட்டு, உள்ளே பார்த்துச் சொன்னாள்:

“சில்பா மதிய போஜனத்துக்கு ஒரு கூட்டாங்கறிகூட தயார் பண்ணிடு. மீத்துவுக்கு கூட்டாங்கறி ரொம்பப் பிடிக்கும்.”

அப்போது அருகிலிருந்த ஒரு வேலி தகர்ந்து விழுந்தது.

30

லோபாவுக்கு நுழைவுத் தேர்வு முடிந்தது. நரேன் அவளை கிராமத்தில் கொண்டு வந்து விட்டுவிட்டு அன்றே திரும்பினான். பேரனுடன் பாட்டியும் வந்தாள்.

இரவுச் சாப்பாடு முடிந்த பிறகு அம்மாவும் மகனும் மருமகளும் கூடத்தில் ஒன்று கூடினார்கள்.

“பப்பு, ஜகனுக்கு இப்பவும் ஒரு கல்யாண ஆலோசனை வந்திருக்கு. புவனேஸ்வரத்திலேருந்து. ஒரு வக்கீலோட பெண் மக்கள்ல மூத்தவ. டாக்டரா இருக்கா. நல்ல குடும்பம். அவன் என்னடான்னா இப்ப கல்யாணமே வேண்டாங்குறான்.

நீ அவன்கிட்ட கொஞ்சம் பேசிப்பாரேன். நீ சொன்னா அவன் மறுக்க மாட்டான்."

"பேசிப் பாக்குறேம்மா."

"பாத்தா போதாது. ஒத்துக்க வைக்கணும். இப்ப அவனுக்கு வயசு இருபத்தஞ்சு முடிஞ்சுடுத்து."

சில்பா எதுவும் பேசாமல் எல்லாவற்றையும் கேட்டுக்கொண் டிருந்தாள். "சில்பா, என்ன எதுவும் சொல்ல மாட்டேங்கிற?" மாமி கேட்டாள்.

"சொல்றதுக்கு என்ன இருக்கு. தம்பிகிட்ட அண்ணாவே பேசிப் பாக்கட்டும்."

ஜகன் சொன்னது அப்போது அவளுக்கு நினைவுக்கு வந்தது.

'மன்னிதான் இதை எப்படியாவது பேசிச் சமாளிக்கணும்.'

எப்படி சமாளிப்பது? எவ்வளவு யோசித்தும் ஒரு பிடியும் கிடைக்கவில்லை. சீமாவின் பொறுப்புகளை நிறைவேற்றிய பிறகு, திருமணம் செய்துகொள்வதாக அவர்கள் முடிவு செய்திருக்கிறார்கள். அதுவரைக்கும் மற்றொரு திருமணத் திலிருந்து அவனைப் பாதுகாப்பதுதான் தனக்கு அளிக்கப்பட்ட பொறுப்பு.

சம்பிரதாயங்களைப் பேணுவதில் மிகக் கறாராக இருக்கும் மாமி இதை அறிந்தால் என்னென்ன பிரச்சினைகள் உருவாகும் என்பதை முன்கூட்டி அனுமானிக்கவே முடியாது.

"எப்படியாவது அது நடந்துட்டா போதும்" அம்மா சொன்னாள்.

"புவனேஸ்வரத்தில எனக்குத் தெரிஞ்ச ரெண்டுபேர் இருக்கா. முதல்ல நான் விசாரிச்சுப் பாக்குறேன். ஜகன்கிட்ட நமக்குப் பிறகு சொல்லிக்கலாம்."

மகன் அம்மாவுக்கு ஆறுதல் சொன்னதுடன் கூட்டம் கலைந்தது.

தூங்குவதற்காகப் படுத்திருந்த பிரவீண் சொன்னான்: "எதுக்கும் நான் புவனேஸ்வரம்வரை போய் வந்துடறேன். பொண்ணைப் பற்றிய முழு விவரங்களையும் விசாரிச்ச பிறகு

சரோஜினி உண்ணித்தான் | 169

ஜகன்கிட்ட நேர்ல பேசிக்கலாம். ஃபோன்ல பேசுறதை விடவும் நேர்ல பேசுறதுதானே சரியாக இருக்கும்?"

"அது வேணுமான்னு யோசிச்சுக்குங்கோ. முதல்ல ஜகன் கல்யாணத்துக்குத் தயாரா இருக்கானான்னு தெரிஞ்ச பிறகு பொண்ணைப் பற்றி விசாரிக்கலாமே?"

"நாம பொண்ணைப் பற்றி இப்ப அவன்கிட்ட சொல்லி, அவனும் ஒத்துண்ட பிறகு, பொண்ணு சம்பந்தமா ஏதாவது குறையைக் கேள்விப்பட்டா பின்வாங்க வேண்டியதாயிடும். அது மனவேதனை." சில்பாவால் இதற்குப் பதில் சொல்ல முடியவில்லை. அது நடக்காமல் இருப்பதைத்தான் அவன் விரும்புகிறான் என்று எப்படிச் சொல்ல முடியும்?

மறுநாள் காலையில் பிரவீண் வேலைக்குப் போன பிறகு சில்பா ஜகனைத் தொலைபேசியில் தொடர்புகொண்டாள்.

"என்ன மன்னி இந்த நேரத்தில?"

அவள் தகவலைச் சொன்னாள்: "சின்னண்ணா இப்ப உன்னைக் கூப்பிடுவார். அவருட்ட சொல்றதுக்கான ஏதாவது காரணத்தை யோசிச்சு வச்சுக்கோ."

மாமி அந்தப் பக்கமாக வரவே அவள் ரிசீவரை வைத்து விட்டு, ஸ்கூலுக்குப் புறப்படத் தயாரானாள். ஜசுமதி டிஃபனை எடுத்து வைத்தாள். மருமகள் சாப்பிட உட்கார்ந்ததும் மாமியும் பக்கத்தில் வந்து உட்கார்ந்துகொண்டாள்.

"சில்பா, இப்படிக் கொறிச்சா எப்படி? சாயங்காலம்வரைக்கும் வாயடிக்கணுமோ இல்லையோ? போதாதுன்னுத் திரும்பி வந்த பிறகும் அதைச் செய்யணும். வயிறு நிறைய ஏதாவது சாப்பிட்டுண்டுப்போ."

"மதியச் சாப்பாட்டுக்குப் பரோட்டா ரெண்டு கொண்டு போறனே?"

"நானும் பாத்தேன். மெல்லிசான பரோட்டா."

பழைய மாமிதானா இது? சில்பாவுக்கு ஆச்சரியம். அவளது மனம் மட்டுமல்ல, கண்களும் நிரம்பின. ஜகனுக்கு ஆதரவாக இருந்தால் மாமியின் இந்தப் பரிவை இழந்து விடுவோமே என்ற யோசனையுடன் அவள் எழுந்தாள்.

ஸ்கூலில் அன்று ஓய்வு நேரத்திலும் சில்பாவின் சிந்தனை ஜகனின் திருமணத்தைப் பற்றியதாகவே இருந்தது.

புவனேஸ்வரம் பெண் குடும்ப அந்தஸ்துக்குப் பொருத்தமானவளாக இருப்பாள். ஆனால், பரஸ்பரம் அன்பு செலுத்தும் இரண்டு உள்ளங்களைப் பிரிக்கும் பாவச்செயலை அவளால் நினைத்துப் பார்க்கவும் இயலவில்லை. சேர்ந்து வாழ வேண்டிய அவர்கள், கோயிலுக்கோ தேவாலயத்துக்கோ எங்கே வேண்டுமானாலும் போகட்டும். எந்தக் கடவுளை வேண்டுமானாலும் கும்பிடட்டும். அதெல்லாம் அவர்களது தனிப்பட்ட விருப்பங்கள்.

ஆனால், எத்தனை பேர் இப்படி சிந்திக்கிறார்கள்? அறிவியல் முன்னேற்றங்களுக்கு நிகராக மனிதர்களிடையே மூடத்தனங்களும் அனாச்சாரங்களும் அதிகரித்துக் கொண்டிருக்கின்றன. மதச்சார்பற்ற தேசமென்று போற்றப்படும் நம் நாட்டில் மதத்தின் பேரால் இன்றும் படுகொலைகள் நிகழ்கின்றன. தீட்டும் தீண்டாமையும் நம்மை விட்டு இன்றும் அகன்று விடவில்லை.

இரவில் ஜகனைத் தொலைபேசியில் தொடர்புகொண்ட பிரவீண் ரிசீவரை வைத்துவிட்டு, "அவன் கல்யாணத்துக்கு இப்ப தயாராக இல்லையாம்" என்றான்.

"என்ன காரணம் சொல்றான்?"

"கம்பெனி நாலுபேரை அமெரிக்காவுக்கு டிரெய்னிங்குக்கு அனுப்பி வைக்கப் போகுதாம். அந்த லிஸ்டுல ஜகன் பேரும் இருக்கு. அப்படியொரு வாய்ப்புக் கிடைச்சா அவன் போயிடுவானாம். திரும்பி வர்றதுக்கு எப்படியும் ஒரு வருஷமா யிடுமாம்."

'இப்போதைக்குத் தப்பிச்சான்.' சில்பா மனதுக்குள் நினைத்துக்கொண்டாள்.

மறுநாள் காலையில் தகவலை அறிந்த மாமி இன்னும் அதிகமாக ஆவலாதிப்பட்டாள்.

"அப்படின்னா கல்யாணத்தைப் பண்ணிண்டு அவன் அமெரிக்காவுக்குப் போகட்டும். திரும்பி வர்றச்சே ஏதாவது வெள்ளைக்காரியைக் கூட்டிண்டு வந்தா என்ன பண்றது?"

சரோஜினி உண்ணித்தான்

"அம்மா, அவன் உங்க மகன். அப்படியெல்லாம் எதுவும் நடந்துடாது. நிம்மதியா இருங்க."

சில்பா மாமிக்கு ஆறுதல் சொல்ல முயன்றாள்.

கூடவே, தன்னையும் ஆறுதல் படுத்திக்கொண்டாள். கொஞ்ச நாட்கள் பிடித்து நிற்பதற்கு ஒரு பிடிமானம் கிடைத்திருக்கிறது.

"பப்பு, ஒரு நல்ல குடும்பத்திலேருந்து பொண்ணு கிடைச்ச இந்த நிலைமையில நிச்சயதார்த்தம் பண்ணி அனுப்புறதுதான் நல்லதுன்னு நேக்குப்படறது."

"அம்மா, பொண்ணைப் பற்றி எதுவும் விசாரிக்க வேண்டாமா? இந்தக் காலத்துப் பொண்ணுங்க. அவசர அவசரமாக முடிவுகள் எடுக்குறது சரியில்லை."

"அதுவும் சரிதான். நம்ம நிர்மல் சாகுவுக்கு நடந்ததை கேள்விப்பட்டியோ?"

"நிர்மல் சாகுவுக்கு என்ன?"

"அவரோட மருமக கோபிச்சுண்டுப் போயிட்டாள். கல்யாணமாகி ரெண்டே மாசம்தாம் ஆகுது. டைவர்ஸ் நோட்டீஸ் அனுப்பியிருக்காளாம்."

"ஏன், என்ன காரணம்?"

"பட்டிக்காட்டில வந்து அவளால வாழ முடியாதாம். பட்டணத்துல பிறந்து வளர்ந்தவ இல்லையோ. கூடவே, பண அகம்பாவமும் இருக்கும். அவளைச் சொல்லி எதுக்கு? நிர்மல் சாகுவைச் சொல்லணும். பண ஆசையில சின்னப் பையனுக்குப் போய் கல்யாணம் பண்ணி வச்சான். இப்ப, கோர்ட் கேசுன்னு அலையறான்."

"காலமும் சட்டதிட்டங்களுக்கும் மாறிடுத்தும்மா. ஒரு பொம்பளை போய் போலீஸ்ல புகார் கொடுத்துட்டா போதும். ஆண்கள் உள்ள போயிடுவாங்க."

"சில ஆம்படையான்களுக்கு இது தேவையும்தான். கிடைக்கிறதை எல்லாம் குடிச்சுத் தீர்த்துட்டு பொஞ்சாதி பிள்ளைங்களைப் பட்டினி போடவும் அடிக்கவும் உதைக்கவும் செய்றவங்களைத் தண்டிக்க வேண்டாமோ?" சில்பா கேட்டாள்.

"அது சரிதான். இருந்தாலும், சட்டம் ஒரு தரப்புக்கு மட்டுமே சாதகமாக மாறிடக் கூடாதில்லையோ?"

"அதெல்லாம் பிறத்தியாரோட காரியங்கள். ஜகன் விஷயத்துல நாம உடனடியாக ஒரு முடிவுக்கு வந்தாகணும்." அம்மா தனது மகனின் விஷயத்துக்கு வந்தாள்.

"என்ன முடிவுக்கு வர்றதுக்கு? அவன் அமெரிக்காவுக்குப் போயிட்டு வரட்டும். அப்ப, இதை விடவும் நல்ல பொண்ணுக் கிடைப்பா."

"பப்பு, என் ஆசை வேறொண்ணுமில்லப்பா. அவனுக்குக் கிடைக்கிற வரதட்சணையை வச்சு, நம்ம பிள்ளைகள்ல ஒண்ணையாவது...?"

"அம்மா எதுக்கு அவாளை நினைச்சு வருத்தப்படறேள்? இன்னும் ஒரு மூணு வருஷம் போனா லோபா டாக்டரா யிடுவா."

"டாக்டராயிட்டா கல்யாணம் பண்ணிக்க வேண்டாமா?"

"அதெல்லாம் நடக்கும்மா. ஜகனும், நரேனும், பூபேனும் உத்தியோகம் பாக்குறா. லோபாவோட படிப்பு முடிஞ் சுடுத்துன்னா எங்களுக்கும் செலவு குறைஞ்சுடும். தீபாவோட படிப்புக்குப் பெரிய பணமெல்லாம் தேவைப்படாது. லின்னி இப்ப குழந்தை. எல்லாரும் ஒண்ணா இருந்தா, சத்பதி குடும்பத்தோட பழைய அந்தஸ்து திரும்பவும் வரும். அம்மா அமைதியாக இருங்கோ."

சில்பா மாமிக்கு ஆறுதல் சொன்னாள்.

"சில்பா..." மாமி, மருமகளைச் சேர்த்தணைத்து உச்சி முகர்ந்தாள். மாமியின் கண்ணீர்த் துளிகளில் சில்பா மனம் குளிர்ந்தாள்.

31

காலம்தான் எவ்வளவு வேகமாகக் கடந்துபோகிறது? பிரவீண் சில்பா தம்பதியின் மகள் அஞ்சனா அருகிலுள்ள நர்சரி ஸ்கூலில் சேர்ந்தாள். அவளை ஸ்கூலுக்கு அழைத்துச் செல்வதும் வருவதும் ஜசுமதிதான். சில்பா சொல்வதைக் கேட்டு

சரோஜினி உண்ணித்தான் | 173

அஞ்சனாவும் ஜசுமதியை மாஜி என்றுதான் அழைத்தாள். ஜசுமதியும் தனது பேரக்குழந்தைபோல் அஞ்சனாமீது அன்பு காட்டினாள். அஞ்சனாவைப் பொறுத்தவரைக்கும் மாஜி இன்னொரு பாட்டி.

லோபா இப்போது, புர்லா வீரசுரேந்திரசாயி மருத்துவக் கல்லூரியில் எம்.பி.பி.எஸ். இரண்டாம் வருட மாணவி.

பூபேன் பெங்களூரில் இருக்கிறான். நரேனுக்கும் அங்கேயே நல்ல ஒரு கம்பெனியில் வேலை கிடைத்து அவர்கள் ஒன்றாகத் தங்கியிருந்தார்கள். ஜகன் தனது ஆசைப்படி அமெரிக்காவுக்குச் சென்றான்.

வீட்டுக்குள் மௌனம் குடிகொண்டிருப்பதுபோல் சில்பாவுக்குத் தோன்றியது. இருட்ட ஆரம்பித்து ஏழு மணியானதும் வீடே உறங்கி விடுகிறது. அஞ்சனா ஸ்கூலுக்குப் போகத் தொடங்கிய பிறகு சீக்கிரமாக அவளைத் தூங்க வைத்து விடுவாள். டியூஷனுக்கு வரும் மாணவர்களை ஆறரை மணிக்குள் அனுப்பி விடுவாள்.

பிரவீணுக்கு ஆஃபீஸ் ஃபைல்களைப் பார்க்க வேண்டியதிருக்கும். ஏதாவது குறிப்புகள் எழுதியும் கணக்குப் பார்த்துக்கொண்டும் இருப்பான். அந்நேரங்களில் சில்பா புத்தக உலகில் சஞ்சரித்துக்கொண்டிருப்பாள். முன்பெல்லாம் வாசிப்பதற்கு நேரம் கிடைக்காமல் இருந்தது. இப்போது தனிமையில் உட்கார்ந்து வாசிப்பதற்கு ஏனோ ஒரு மனத்தடை.

திருமணமாகி இங்கே வந்த காலத்தை அவள் நினைவு கூர்ந்தாள். திருமணம் முடிந்ததும் முதலில் அவள் கிராமத்துக்குச் சென்றாள். அங்குள்ள சடங்குகள் எல்லாம் முடிந்து பத்து நாட்களுக்குப் பிறகுதான் இங்கே வந்தாள். கூடவே, லின்னியும் மாமியும். லின்னிக்கு அப்போது ஐந்து வயதுகூட இருக்காது. அவளுக்குப் பாட்டியுடன் இருப்பதுதான் பிடிக்கும்.

அம்மாவுடன் தனியாக இருந்த வீட்டிலிருந்து இங்கே வந்த சில்பாவுக்கு ஏதோ திருவிழாவுக்கு வந்திருப்பதுபோன்ற உணர்வு. வீடு நிறைய ஆட்கள். தனியாக ஒரு அறைக்குள் புதுமணத் தம்பதிகள். இன்னொரு அறையில் மாமியும் லின்னியும். கூடத்தில் அகலம் குறைந்த ஒரு கட்டிலில் ஜகன். கீழே பாயும் அதில் பழைய துணிகளைச் சேர்த்துப் பொதிந்த

மெத்தையில் பூபேனும் நரேனும். அதில்தான் அவர்கள் தூங்கவும் செய்வார்கள்.

பிறகுதான் முற்றத்தில் ஒரு சாய்வறை கட்டப்பட்டது. பிறகு, ஜகனின் தூக்கமும் இருப்பும் அந்த அறைக்கு மாறியது. மகள் வீட்டுக்கு வரும் சில்பாவின் அம்மா அதே அறையில்தான் சமையல் செய்து சாப்பிடுவாள். இன்று அது ஜசுமதியின் அறை.

செக்டர் ஐந்தில் இன்னும் சற்று வசதியுள்ள வீடு கிடைக்குமென்று பிரவீண் சொல்லியிருந்தான். ஆனால், இந்த வீட்டை விட்டுப் போவதில் சில்பாவுக்கு விருப்பமில்லை. இங்குள்ள தூண்களுடனும் துரும்புகளுடனும் ஏதோ ஒரு ஆத்ம பந்தம் இருப்பதுபோல்.

செக்டர் ஐந்திலிருந்து செக்டர் பதினைந்தில் இருக்கும் ஸ்கூலுக்கு நடந்து செல்லும் தூரம்தான். எதிரில் மார்க்கெட்டும் கடைகளும். அருகில்தான் தீபிகா இங்கிலீஷ் மீடியம் ஸ்கூல். கே.ஜி. முதல் பன்னிரண்டு வயது குழந்தைகள்வரை அங்கேயே படிக்கலாம். அஞ்சனாவையும் அங்கேயே அனுப்பலாம்தான். ஆனாலும் சிறு தயக்கம்.

ஸ்ரீதேவி ஆன்டி இருந்திருந்தால் யோசிக்க வேண்டிய தேவை ஏற்பட்டிருக்காது. ஆன்டி, ராவுர்கேலாவிலிருந்து சென்று ஆறு மாதங்கள் கடந்திருந்தது. விருப்ப ஓய்வில் சென்று விட்டாள். அங்கிள் ஓய்வு பெற்று நான்கைந்து வருடங்களாக வீட்டில்தான் இருக்கிறார். பிள்ளைகளில் ஒருவன் பெங்களூரிலும் இன்னொருவன் கோழிக்கோட்டிலும்.

இங்கிருந்து போவது ஆன்டிக்கு விருப்பமே இல்லை. பிள்ளைகளில் யாராவது ஒருவன் அவர்களுடன் இருந்திருந்தால் ஆன்டி நிச்சயம் போயிருக்க மாட்டாள்.

தனது இருபத்து மூன்றாவது வயதில் இங்கு வந்தவள் ஸ்ரீதேவி ஆன்டி. வந்த ஆறு மாதத்தில் வேலையில் சேர்ந்துவிட்டாள். இப்போது ஐம்பத்தாறு வயது. இங்கே எங்கு சென்றாலும் ஆன்டியிடம் பயின்ற மாணவர்களும் மாணவிகளும்தான். ஆன்டி திரும்பும் இடங்களில் எல்லாம் நல்ல வரவேற்புக் கிடைக்கும்.

நான்கு வருட வேலையை விட்டு விருப்ப ஓய்வு பெற்றது ஆன்டியின் முழு விருப்பத்துடன் அல்ல. அங்கிளின்

வற்புறுத்தலில் ஆன்டி வி.ஆர். பெற்றாள். தனது சொந்த ஊரில் முதுமையைக் கழிக்க வேண்டுமென்பது அங்கிளின் ஆசை. பழைய வீட்டைப் புதிதாக மாற்றி மிச்ச காலத்தையாவது பிறந்த மண்ணில் மன அமைதியுடன் கழிக்க வேண்டும்.

அமைதியான ஒரு வாழ்க்கை சாத்தியமா? ஆன்டி அவ்வப்போது தொலைபேசியில் தொடர்பு கொள்வாள். அப்போதெல்லாம் அந்தக் குரலில் ஏதோ வருத்தம் தொனிப்பதை சில்பா கவனித்திருக்கிறாள்.

சில்பா காலமாற்றம் எங்கள் ஊரின் கோலத்தை மாற்றிவிட்டது. இங்கே இப்போது அன்புறவுக்கோ இரத்த உறவுக்கோ எந்த மதிப்புமில்லை. பணத்துக்கு மட்டும்தான் மதிப்பு. கையில் கள்ளப்பணம் வைத்திருப்பவர்களும் வளைகுடா நாடுகளில இருந்து சம்பாதித்து வருகிறவர்களுக்கும்தான் இங்கே மரியாதை. அவர்களால் மட்டும்தான் பணத்தை அள்ளிச் செலவிட முடிகிறது. அப்படிச் செலவு செய்வதற்கு நம்மிடம் பணம் கிடையாது. பென்ஷனில் வாழ்பவர்கள் என்ற பெயர் மட்டும் இருக்கிறது. ஆனால், பென்ஷன் கிடையாது. வயதான காலத்தில் பிள்ளைகளுக்குப் பாரமாகி விடக்கூடாது என்ற எண்ணத்தில் கிடைத்த பணத்தை வங்கியில் சேமித்து அந்த வட்டியில் ஏதோ வாழ்ந்து வருகிறோம்.

இதைக் கேட்கும்போது சில்பாவுக்கு வருத்தமாக இருந்தது. ஸ்ரீதேவி ஆன்டியின் குரலில் ஒருபோதுமே நிராசை தொனித்து அவள் கேட்டதில்லை. ஆன்டியின் தன்னம்பிக்கையூட்டும் குரல் அவளுக்கு உற்சாகத்தை மட்டுமே இதுவரை அளித்திருக்கிறது.

பத்மினி ஆன்டியும் தனது ஊரில் மனஅவஸ்தையுடன்தான் வாழ்ந்து கொண்டிருக்கிறாள். சில்பா ஒருநாள் தொலைபேசியில் அழைத்தபோது பத்மினி ஆன்டி சொன்னாள்:

"அங்கே எங்காவது ஒரு வீடெடுத்து வாழ்ந்திருக்கலாமோன்னு இப்ப தோணுது. எங்க ஊரும் ஊர்க்காரங்களும் ரொம்பவே மாறிட்டாங்க. யாருக்கும் யாரும் தேவையில்லை. ஒவ்வொருத்தருக்கும் அவங்களுக்கான தேவைகள் மட்டும்தான். பரஸ்பரம் உதவி செய்து வாழ்றதுக்கு யாருக்கும் இங்கே நேரமில்லை. எல்லாருக்கும் எப்பவும் அவசரம். அங்குள்ள வாழ்க்கை முறையைப் பற்றி நான் நினைக்காத நாளே கிடையாது."

மேனோன் அங்கிளின் ஆரோக்கியம் ரொம்பவும் சீர்குலைந்துவிட்டது. ஏற்கனவே டயப்படீஸ். இப்போது இரண்டு கிட்னியும் கோளாறு. அவ்வப்போது டயாலிஸிசும் ஆஸ்பத்திரி வாழ்க்கையுமாக வாழ்க்கை நகர்ந்துகொண்டிருக்கிறது. நிறைய உறவினர்கள் இருக்கிறார்கள். கொஞ்ச நேரம் ஆஸ்பத்திரியில் இருக்கவோ வந்துப் பார்க்கவோ யாருமில்லை. இடையிடையே வந்து இயந்திரத்தனமாக விசாரித்துவிட்டுப் போவார்கள். எல்லாருக்குமே அறிவுரை சொல்லத் தெரிந்திருக்கிறது. ஆனால், எந்த இழப்புமில்லாத சிறு உதவி செய்வதற்கு மட்டும் யாரும் தயாராக இல்லை.

மேனோன் அங்கிள் பத்மினி ஆன்டியின் ஒரே மகள் ராஜி. அவளும் கணவனும் குவைத்தில் இருக்கிறார்கள். அவர்களது மகன் ஸ்கூலுக்குப் போக ஆரம்பித்துவிட்டான். ராஜிக்கும் குவைத்தில்தான் வேலை. அவள் மட்டும் அவ்வப்போது லீவில் வந்து போவாள்.

யாராவது ஒரு கிட்னி தானம் செய்தால் அங்கிள் பிழைத்துக் கொள்வார். ஆன்டி அதற்குத் தயார்தான். ஆனால், பரிசோதனை செய்து பார்த்தபோது பொருந்தவில்லையாம். இப்போது பத்திரிகையில் விளம்பரம் செய்துவிட்டு தானம் செய்பவர்களை எதிர்பார்த்திருக்கிறார்கள்.

இங்கிருப்பவர்களும் நண்பர்கள்தான். ஆனால், பரஸ்பர உதவிகளில் எல்லாருக்குமே ஆர்வமிருக்கும். யாராவது ஒருவர் ஆஸ்பத்திரியில் சேர்க்கப்பட்டுவிட்டால், துணையாக இருக்கவும் சாப்பாடு கொண்டு கொடுக்கவும் முழு மனதுடன் முன் வருவார்கள். இப்படியான வட்டத்தில் வாழ்ந்ததும் ஒரு காரணமாக இருக்கலாம், ஆன்டிக்கும் அங்கிளுக்கும் வருத்தம் ஏற்படுவதற்கு.

அப்பா விபத்தில் சிக்கியபோது மேனோன் அங்கிளும் ஆன்டியும்பட்ட சிரமங்கள் கொஞ்சமல்ல. பிறகு, குடியிருக்க வாடகை வீடு பிடிக்கவும், தனக்கு வரன் தேடவும் எல்லாம் அங்கிள் எவ்வளவு நேரம் ஒதுக்கினார்.

"ஸ்ரீமதிக்கு என்ன யோசனை?"

பிரவீணின் குரலைக் கேட்டபோதுதான் சில்பாவுக்கு தன்னிலை உணர்வு வந்தது.

சரோஜினி உண்ணித்தான் | 177

"இதோ பார்."

பிரவீண் நீட்டிய காகிதத்தை சில்பா விரித்துப் பார்த்தாள். குவார்ட்டர்ஸ் ஒதுக்கீட்டு உத்தரவு. செக்டர் ஐந்தில் 'பி' பிளாக்கில்.

"நாளை ஞாயிற்றுக்கிழமைதானே? வீட்டைப் போய் பாப்போமா?"

"சரி."

கணவனிடம் சம்மதம் தெரிவித்தாலும் வீட்டை மாற்றுவது குறித்து இரவு நீண்ட நேரம் அவள் யோசித்தபடியே படுத்திருந்தாள். எதற்கு இதெல்லாம்?

இவ்வளவு காலத்திற்குள் எத்தனை வீடுகள் மாறி யிருக்கிறோம்? முதலில் செக்டர் இரண்டில் சந்தையின் அருகிலுள்ள சிறு வீடு நினைவுக்கு வந்தது. பிறகு செக்டர் பதினெட்டில் அப்பா, அம்மா, அக்காவுடன் மகிழ்ச்சியாக வாழ்ந்த வீடு. அங்கிருந்து வெளியேறும்போது மனம் மிகவும் வேதனைப்பட்டது. அங்கிருந்து நேராக கிராமத்திலுள்ள குடும்ப வீட்டுக்கு. பிறகு, செக்டர் ஒன்றில் சீப் டைப் குவார்ட்டர்ஸ். கொஞ்ச காலம் அங்கேயே கழிந்தது. பிறகு, இங்கே செக்டர் ஒன்பதில். இதோ இப்போது மீண்டுமொரு மாற்றம். காலம் ஒவ்வொரு குடும்பத்தையும் ஒரு இடத்திலிருந்து மற்றொரு இடத்துக்குத் தன்னிச்சையாக பிடுங்கி நட்டுக்கொண்டிருக்கிறது. வாழ்க்கை என்னும் பெரும் பயணத்தினிடையே ஒவ்வொரு சத்திரங்களிலாக.

32

திருமணத்திலிருந்துத் தப்பிப்பதற்காகவே ஜகன் அமெரிக்கா கதையைச் சொன்னான். ஆனால், சொன்ன வாக்கு அப்படியே பலித்துவிட்டது. ஜகத் குமார் சத்பதியை இரண்டு வருட மேற்படிப்புக்காக கம்பெனி அமெரிக்காவுக்கு அனுப்பி வைத்தது.

லோபாவுக்கு கையெட்டும் தொலைவில்தான் இருந்தது எம்.பி.பி.எஸ். இன்னும் ஒன்றரை வருடம் பாக்கி. தீபா

சித்தப்பா, சின்னம்மாவுடன் ராவுர்கேலாவில் தங்கியிருந்து எம்.எஸ்.சி படிக்கிறாள். லின்னி பத்தாம் வகுப்பில்.

வெளிப்படையாகக் காட்டிக்கொள்ளவில்லை என்றாலும் பிரபாவதி சத்பதிக்கு இப்போதும் மனத்தாங்கல்கள் இருந்தன. ஒன்றுபோல் வளர்ந்துகொண்டிருக்கும் மூன்று பேத்திகள். என்னதான் காலமாற்றம் ஏற்பட்டாலும் பெண்குழந்தைகளை யார் கையிலாவது பாதுகாப்பாக ஒப்படைத்துதானே ஆக வேண்டுமே?

பிரபாவதி சத்பதியின் மனம் சமீப காலமாக, மைத்துனரின் மகள் சுப்ரியாவைப் பற்றியும் யோசிக்க ஆரம்பித்திருந்தது. சுப்ரியா மீண்டும் படிக்கச் சென்றாள். டெல்லியில் இரண்டு வருட எம்.டி. படிப்பு முடியும்போது அவளுக்கு இருபத்தெட்டு வயது முடிவடைகிறது. அதற்குப் பிறகு எங்கிருந்து வரன் பார்ப்பது? தனக்கென்று ஒரு குடும்பம் உருவாவதை அவள் ஒருவேளை விரும்பவில்லையா?

“மீத்து, பிரியா இப்படியே இருந்தா போதுமா? வயசு இருபத்தாறு கழிஞ்சுடுத்தோ இல்லையோ?” மிருத்யூஞ்சயன் சத்பதியிடம் கேட்டாள் பிரபாவதி.

“நானும் இதையேதான் அவாளைக் கேட்டுண்டிருக்கேன் அக்கா” என்று தனது ஆதங்கத்தை வெளிப்படுத்திய லீலாவதி மீண்டும்,

“இனிமேல் கல்யாணம் பண்ணிண்டு... நான் சொல்லி யாரு கேட்க?”

“எம்.டி. முடிச்ச பிற்பாடுதான் கல்யாணம் பண்ணிப்பேன்னு அவதான் பிடிவாதமா இருக்காளே?” என்றார் மிருத்யூஞ்சயன் சத்பதி.

“அதுக்குப் பிறகு ஏதாவது ரெண்டாம் வரன்தான் கிடைப்பான். ஒரே பொண்ணுங்கிறதுக்காக அவ சொல்றதுக்கெல்லாம் தலையாட்டிண்டு...”

லீலாவதியின் குரல் தழுதழுத்தது.

“நான் சில்பாகிட்ட பேசுறேன். அவ சொன்னா பிரியா ஒருவேளை கேட்பாள்.”

அன்றே ஹரிசரணிடம் சொல்லி சில்பாவைத் தொலைபேசியில் அழைத்து மாமி விஷயத்தைச் சொன்னாள்.

"அவள் ஒத்துப்பாங்கிற நம்பிக்கை நேக்கில்லை. இருந்தாலும் பேசிப் பாக்குறேன்" என்றாள் சில்பா.

இன்னும் ஒன்றரை வருடத்தில் பிரியா, டாக்டர் சுப்ரியா சத்பதி எம்.டி. ஆகிவிடுவாள். அதற்கிடையில் அவளைத் தொந்தரவு செய்வது சரியில்லை. சில்பாவுக்கும் சுப்ரியாவின் முடிவு சரியென்றுதான் பட்டது. இதில், அப்பாவுக்கும் அம்மாவுக்கும் உருவாகும் அதிருப்தி இயல்பானதுதான். திருமண வயதைக் கடந்த ஒரு ஒடிய பிராமணப் பெண்ணுக்கு அதே சமூகத்திலிருந்து நல்ல வரன் கிடைப்பது சிரமம். பிராமணர்களில் மட்டுமல்ல, ஒடியாவின் எல்லா சமூகங்களைச் சேர்ந்த ஆண்களுக்கும் இருபத்தொன்றுக்கும் இருபத்தைந்துக்கும் இடைப்பட்ட வயதுக்குள் திருமணமாகிவிடும். பெரும்பாலான ஆண்களும் திருமணத்துக்குப் பிறகுதான் மேற்படிப்புக்குச் செல்வார்கள்.

அன்று சாயங்காலத்துக்குப் பிறகு சில்பா, சுப்ரியாவைத் தொலைபேசியில் தொடர்புகொண்டு பேசினாள். படிப்பு முடியாமல் திருமணத்தைப் பற்றி யோசிப்பதற்கு வாய்ப்பே இல்லை என்று முற்று முடிவாகச் சொல்லிவிட்டாள் சுப்ரியா. அந்த மனவுறுதி சில்பாவின் மனதில் அவள்மீதான மதிப்பை அதிகரிக்க மட்டுமே உதவியது. இருந்தபோதும் அவள் சொன்னாள்:

"நீ எடுத்திருக்கிற முடிவு சரியாக இருக்கலாம் பிரியா. ஆனா, அப்பா அம்மாவோட ஆதங்கம்...?"

"நேக்குன்னு ஒருத்தன் இனி கிடைப்பானாங்குறதுதானே? அந்த வருத்தம் தேவையில்லைன்னு சொல்லிடுங்கோ."

"பிரியா..."

"நேக்குன்னு ஒருத்தன் காத்திருக்கான் மன்னி."

"இதை உங்க அப்பா அம்மாகிட்ட நான் எப்படி சொல்றது?"

"அய்யோ, சொல்லிடாதீங்கோ. அதுக்கான நேரம் வரட்டும், சொல்லிக்கலாம். அப்பவும் மன்னிதான் இதைச் சொல்ல வேண்டியதிருக்கும்."

"ஆள் யாருன்னு எங்கிட்டயாவது சொல்லக்கூடாதா?"

"பயப்படாதீங்கோ, டாக்டர்தான். ஒரு கார்டியாலஜிஸ்ட்."

"பேரு?"

"அதைப் பிறகு நீங்க அறிஞ்சுக்குங்கோ." அவள் ரிசீவரை வைத்துவிட்டாள்.

சில்பா யோசிக்க ஆரம்பித்தாள். இவ்வளவு சொன்னவளுக்குப் பெயரைச் சொல்வதில் என்ன தயக்கம்? ஏதோ முக்கியமான ஒன்று. ஒருவேளை ஜகனைப்போல் இவளும்..."

எதுவாயினும் இந்த விஷயத்தை அப்பா அம்மாவிடம் சொல்ல சுப்ரியா பயப்படுகிறாள். ஆகவேதான் அதற்கான நேரம் வரும்போது மன்னிதான் அதைச் சொல்ல வேண்டுமென்கிறாள்.

மறுநாள் மீண்டும் சுப்ரியாவை அழைத்தாள் சில்பா.

"மன்னி என்னைப் பற்றியே நினைச்சுண்டு ராத்திரி தூங்கி யிருக்க மாட்டேள்னு நினைக்கிறேன். பயப்படாதீங்கோ, நான் கட்டிக்கப்போறது வெளிநாட்டுக்காரனையோ, வேறு மதத்தைச் சேர்ந்தவனையோ இல்லை."

அப்போதும் அவள் பெயரைச் சொல்லவில்லை. அவளை மேலும் தொந்தரவு செய்ய சில்பாவுக்கும் விருப்பமில்லை.

ஒருவேளை அந்த டாக்டர் நான்பிராமினாக இருக்கலாம். அதனால்தான் பெயரைச் சொல்ல தயங்குகிறாள். பழமை வாதிகளான அப்பாவுக்கும் அம்மாவுக்கும் அதை ஏற்றுக்கொள்கிற பக்குவம் இல்லையென்று அவள் நினைக்கலாம்.

இந்தக் காலத்திலும் பிராமணீயத்தைப் பற்றிப் பிடித்திருப்பதில் என்ன அர்த்தமிருக்கிறது. பிராமணன் என்றால் பிரம்ம ஞானம் பயின்றவன் என்று பொருள். இன்று அந்த ஞானத்தைப் பெற்றவர்கள் எத்தனை பேர் இருப்பார்கள்?

இப்போது பூஜாகர்மங்களைக் குலத்தொழிலாகக்கொண்டு உபஜீவனம் மேற்கொள்ளும் பிராமணர்கள் எத்தனை பேர்? பெரும்பாலும் எல்லாரும் பொதுவான தொழில்களைச் செய்துதான் வாழ்கிறார்கள். இருந்தாலும், அந்தண அகந்தை மட்டும் அகன்றபாடில்லை.

பழையகாலத்தில் ஏராளம் பிராமணர்கள் நிலவுடைமை யாளர்களாக இருந்தார்கள். ஆனால், அவர்கள் விவசாயத்தை தொழிலாகக்கொள்ளவில்லை. விவசாய வருமானத்தில் வாழ்பவர்களை அவர்கள் பிராமணர்களாக ஏற்பதில்லை என்றும் அவள் கேள்விப்பட்டிருந்தாள்.

தன்னுடைய புகுந்த வீட்டிலுள்ளவர்கள் வயலிலோ நிலத்திலோ இறங்கி வேலை பார்ப்பதில்லை என்றாலும் விவசாயத்தை நம்பிதான் வாழ்ந்தார்கள். அப்பா பார்த்த விவசாயத்தை இப்போது மகன் பார்க்கிறார்.

இருந்தபோதும், அவர்களும் இந்த ஜாதிய சிந்தனையைப் போற்றி வளர்க்கிறார்கள். தன்னுடைய குடும்ப நிலைமையும் இதிலிருந்து மாறுபட்டது அல்ல! தலைமுறை தலைமுறைகளாக இரத்தத்தில் கலந்துபோய்விட்ட கலாசாரத்தை அவ்வளவு எளிதில் மாற்றிவிட இயலாதுதான்.

எதுவாயினும் தனக்கான பொறுப்புகள் அதிகரித்துள்ளன. ஜகனின் பிரச்சினையை எப்படிக் கையாள்வது என்று ஒரு முடிவுக்கு வராத நிலையில் இப்போது சுப்ரியாவின் பிரச்சினையும்.

இதில், மிகவும் சிக்கலானது ஜகனின் பிரச்சினைதான். சீமா செபாஸ்டியன் வேறு மதத்தைச் சேர்ந்தவள் என்பது மட்டுமல்ல, வேற்று மொழி பேசுபவளும்கூட! மொழி என்பது பண்பாடு சார்ந்தது. வேற்று மொழி பேசுகிறவள் என்றால் வேற்று பண்பாட்டை வாழ்க்கை நெறியாகக்கொண்டவள் என்று பொருள். அவளை மாட்டுப்பொண்ணாக ஏற்றுக்கொள்ள வேண்டுமென்றால் அனைத்தையும் கற்றுக்கொடுக்க வேண்டியதிருக்கும். அந்தப் பொறுப்பையும் ஜகன் தன்மீது சுமத்திவிட்டான்.

ஜகன் படிப்பு முடிந்து வந்ததுமே அவனது திருமணத்தை நடத்திவிட வேண்டுமென்ற எண்ணத்தில் இருக்கிறார்கள் அம்மாவும் சகோதரர்களும். அதை தன்னால் எப்படித் தடுத்து நிறுத்த முடியும்? உண்மையை வெளிப்படையாகச் சொல்வதைத் தவிர வேறு வழியில்லை. திடீரென்று அதை அறியும்போது ஏற்படுகிற அதிர்ச்சியைத் தவிர்க்க வேண்டுமென்றால் அவர்களது மனங்களில் பதிந்து கிடக்கும் ஜாதிய எண்ணங்களைப் படிப்படியாகவாவது அகற்றியாக வேண்டும். அது சாத்தியமா?

ஜகனின் சின்னண்ணா மனதை மட்டும் தன்னால் ஒருவேளை மாற்றி விட முடியும். மாமியின், அத்திம்பேரின் மனங்களில் மாற்றத்தை உருவாக்க அவரும் சேர்ந்து முயற்சி செய்யட்டும்.

மாமி நாளைக்கே அழைப்பாள். சுப்ரியாவிடம் பேசிய விவரத்தை அறிவதற்காக. மாமிக்கு என்ன பதில் சொல்ல? அவளைக் கட்டிக்கொள்ள ஒருவன் காத்திருக்கிறான் என்றா? யாரென்று கேட்டால்?

பிரியாவின் பிரச்சினையை பிரவீணிடம் சொன்னால் என்ன? இரண்டு பேரும் சேர்ந்து யோசித்து ஒரு முடிவுக்கு வரலாமே? அதுதான் சரி.

இவ்வளவு பெரிய பாரத்தைத் தான்மட்டும் சுமப்பது எப்படி சாத்தியம்? அதில் ஒரு பகுதியைப் பிரவீணுடன் பகிர்ந்துகொள்ளலாம். வேறு வழியெதுவும் அவளுக்குத் தெரியவில்லை.

சில்பாவின் மனம் சிக்கலுக்குள்ளாகித் தவித்துக் கொண்டிருந்தது.

33

கணவனை அனுப்பி வைத்துவிட்டு சில்பா வேகமாக மகளைக் குளிப்பாட்டித் தயாராக்கத் தொடங்கினாள். ஜசுமதி இல்லாத சிரமத்தை அவள் உணர்ந்துகொண்டாள்.

ஜசுமதி மூன்று நாள் லீவில் வீட்டுக்குச் சென்றிருந்தாள். நேற்று அவளது பெரிய பேத்திக்கு நிச்சயதார்த்தம். இன்று சாயங்காலம் வந்து விடுவாள்.

அஞ்சனாவைத் தான் வேலைபார்க்கும் பள்ளியில் சேர்த்தது நல்லதாகப் போய்விட்டது. இல்லை என்றால், காலையிலும் சாயங்காலமும் அதுவே ஒரு வேலையாக மாறியிருக்கும். நர்சரி ஸ்கூல் முடிந்ததும் அஞ்சனாவை தீபிகா இங்கிலீஷ் மீடியம் ஸ்கூலுக்கு அனுப்புவதாகத்தான் அவள் முடிவு செய்திருந்தாள். பிறகு, வேண்டாமென்று வைத்தாள். குழந்தை தன்னுடைய பண்பாட்டுச் சூழலில் வளர்வதுதான் நல்லது.

சிறுவயதிலேயே குழந்தைகள் வெள்ளைக்காரனின் பாஷையைத்தான் பேச வேண்டுமென்று எதற்காக இவ்வளவு பிடிவாதம்? நமது உள்மனங்களில் இருக்கும் பழைய அடிமை உணர்வு இன்னமும் அகலவில்லை என்றுதானே இதற்கு அர்த்தம்? ஆங்கிலம் உலக மொழிதான். வளமான மொழியும்தான். அதற்காக, தாய் மொழியை ஆங்கிலத்துக்கு அடிமையாக்கி வைக்க வேண்டுமா என்ன?

ஆங்கிலம் என்னும் மொழியை சில்பா எதிர்க்கவில்லை. உலகம் தழுவிய தற்போதைய வர்த்தகச் சூழலில் அதற்கேற்ப மாற வேண்டுமெனில் ஆங்கிலமும் படித்தாக வேண்டும். சில்பாவுக்கு, தாய்மொழியுடன் ஆங்கிலமும் சரளமாகத் தெரியும். அஞ்சனாவும் ஆங்கிலம் பயில வேண்டும். அதைக் கொஞ்சம் வளர்ந்த பிறகு பார்த்துக்கொள்ளலாம் என்பது அவளது எண்ணம். பிரவீணுக்கும் இதில் உடன்பாடுதான்.

தன்னுடைய கல்வியின் தொடக்கமும் நர்சரி ஸ்கூலில் இருந்துதான் என்பதை அவள் நினைவுகூர்ந்தாள். வீட்டின் அருகிலிருந்தது அந்த நர்சரி ஸ்கூல். ஒரு மலையாளி ஆன்டி நடத்திக்கொண்டிருந்த ஸ்கூல் அது. கிறிஸ்துமஸ் லீவு முடிந்து ஸ்கூல் திறக்கும் நாளில் ஆன்டி குழந்தைகளுக்கெல்லாம் கேக் தருவாள். அதன் சுவை இன்றும் நாக்கில் நிற்கிறது. ஆன்டியே தயாரிக்கும் கேக் அது.

வீட்டுக்குச் சென்ற சில்பா அம்மாவிடம் கேட்டாள்:

“அம்மா ஏன் டீச்சர் ஆன்டிபோல கேக் செய்ய மாட்டேங்கறேள்?”

“நாம கோழிமுட்டை சாப்பிடக்கூடாது. கேக்குல முட்டை சேர்ப்பாங்க.”

ஏன் சாப்பிடக்கூடாதென்ற கேள்வி மட்டும் நீண்ட நாட்களாக சில்பாவின் மனதுக்குள் தங்கி நின்றது.

நர்சரி ஸ்கூல் முடிந்த பிறகு செக்டர் பதினெட்டிலுள்ள கம்பெனி ஸ்கூலில் படித்தாள் சில்பா. அதனால் எந்தக் கேடும் நிகழ்ந்துவிடவில்லை. அவளது ஜென்ம வாசனையான இலக்கியத் தாகத்துக்கு உரமிட்டு வளர்த்ததும் தாய்மொழிதான். அந்த வாசனையை அவளால் பயன்படுத்திக்கொள்ள இயலாமல்போனது.

சிறுவயதில் மனதுக்குத் தோன்றியதை எல்லாம் இராகமாகப் பாடுவதையும் அதில் சிலவற்றை நோட் புத்தகத்தில் எழுதி வைப்பதையும் வழக்கமாகக்கொண்டிருந்தாள். தனக்குள் ஒளிந்திருக்கும் கவிதாயிணியை அவள் உணர்ந்துகொண்டது ஏழாம் வகுப்பில் படிக்கும்போதுதான்.

அவள் காகிதத்தின் பின்பக்கத்தில் எழுதி வைத்திருந்த சிறு கவிதை ஒன்று பாரி சார் கண்களில் பட்டது. சார், சில்பாவை அருகில் அழைத்தார்.

"யார் எழுதினது இது?" பயத்தில் பதில் சொல்ல வரவில்லை.

"கேட்கிறது புரியுதா, இதை யார் எழுதினதுன்னு கேட்டேன்?"

"நான்."

எதையாவது பார்த்து எழுதினியா?"

அவள் மறுப்பதுபோல் தலையாட்டினாள்.

"கெட்டிக்காரி."

முதுகில் தட்டிக்கொடுத்த பாரி சார், அதை நல்ல பேப்பரில் எழுதித் தரச் சொன்னார்.

மதிய ஓய்வின்போது அதை இன்னொரு பேப்பரில் அழகாக எழுதிய சில்பா, தயக்கத்துடன் பாரி சாரிடம் கொண்டுபோய்க் கொடுத்தாள்.

மறுநாள், காலை பிரார்த்தனை முடிந்ததும் பாரி சார் அதை உரக்க வாசித்தார்.

'பிரஜாபதீரே பிரஜாபதி

சுந்தரொமோரோ பிரஜாபதி'

(பட்டாம்பூச்சே பட்டாம்பூச்சே என்

அழகிய வண்ணப் பட்டாம்பூச்சே)

பிறகு சதுர வடிவில் வரிசையாக நின்றிருந்த மாணவ மாணவிகளிடம் கேட்டார்: "இந்தக் கவிதையை யார் எழுதினா சொல்லுங்க பார்ப்போம்?"

"தெரியாது... தெரியாது..."

"சொல்றேன் கேட்டுக்குங்க. ஏழு ஏ பிரிவில படிக்கிற சில்பா மிஸ்ராதான் இதை எழுதினாள். சில்பாவைப் பாராட்டி எல்லாரும் ஒருமுறை கை தட்டுங்க."

கரவோசையைக் கேட்ட சில்பாவின் தலை பெருமிதத்தால் உயர்ந்தது.

அந்தக் கவிதை நீண்ட நாட்களாக ஸ்கூல் வராந்தாவில் நோட்டீஸ் போர்டில் தொங்கிக் கிடந்தது. அது அவளுக்குத் தூண்டுதலாகவும் இருந்தது. அப்பாவின் மரணத்துடன் எல்லாமே முடிவுக்கு வந்தன. பிறகு, கல்லூரியில் நடந்த இலக்கியப் போட்டியின் போது கவிதை எழுதினாள். அதில் முதல் பரிசும் கிடைத்தது. திருமணத்துடன் சில்பாவினுள்ளிருந்த கவிதாயிணிக்கு மூச்சுத்திணறல் ஆரம்பித்தது.

தொலைபேசி மணியடித்தது. சில்பா ரிசீவரை எடுத்தாள்.

"சில்பாம்மா, நான் ஜசுமதி பேசறேன்."

"சொல்லுங்க மாஜி, நிச்சயதார்த்தம் எல்லாம் நல்லபடியா நடந்ததா?"

"அது..." ஜசுமதி மாஜியின் தேம்பல் சத்தம் மட்டும்தான் எதிர் முனையில் கேட்டது.

"என்ன மாஜி என்னாச்சி?"

"நிச்சயார்த்தம் நடக்கலேம்மா. அவங்களுக்கு ஐம்பதாயிரம் ரூபாய் ரொக்கமாக் கொடுக்கணுமாம். அவ்வளவு பணம் எங்கிருந்து கொடுக்க?"

என்ன சொல்வதென்று தெரியாமல் திகைத்துப்போய் நின்ற சில்பா கேட்டாள்:

"அவங்க இதை முதல்ல சொல்லலையா?"

"சொல்லலை சில்பாம்மா. கல்யாணம் நின்னு போனதை அறிஞ்ச என் சமேலி.."

"சமேலி...?"

"விஷக்காயை அரைச்சுக் குடிச்சிட்டாம்மா." மாஜி தேம்பி அழுதாள்.

"அப்புறம்...?" சில்பா பதைப்புடன் கேட்டாள்.

"வைத்தியர் வந்து வாந்தியெடுக்க வச்சு, மருந்து கொடுத்து இப்பப் படுக்க வச்சிருக்கார்."

"ஏன் ஆஸ்பத்திரிக்குக் கொண்டு போகலை?"

"அது போலீசு, கேசுன்னு பிரச்னையாயிடுமேம்மா..."

"ஆமா, அதுவும் சரிதான்."

"சில்பாம்மா ஒரு விஷயம் சொல்றதுக்காகக் கூப்பிட்டேன். நான் இன்னைக்கு வர்றதாச் சொல்லியிருந்தேன்லே?"

"மாஜி, ஒண்ணு ரெண்டு நாள் கழிச்சு வந்தாலும்போதும்."

"சில்பாம்மாவுக்கு சிரமம்...?"

"ஒரு சிரமமும் இல்லை."

சில்பா ஸ்கூலுக்குப் போகத் தயாரானாள். அவளது மனதை விஷம் குடித்து மோசமான நிலையில் கிடக்கும் சமேலி ஆக்கிரமித்திருந்தாள்.

பாவம். மனதுக்குள் கணவனாக வரித்து வைத்திருந்த ஒருவன் திடீரென்று மறுத்தால்..? இப்படியான சூழலில் எந்தப் பெண்தான் துவண்டுவிடமாட்டாள்?

திருமணம் தை மாதமென்று முடிவு செய்யப்பட்டிருந்தது. பையனுக்குப் பெண்ணைப் பிடித்திருந்தது. சீக்கிரமாகக் கல்யாணத்தை நடத்திவிட வேண்டும் என்பதை மட்டும்தான் பையனின் தந்தை நிபந்தனையாக முன்வைத்தார். இரண்டு சவரன் நகையும் இருபதாயிரம் ரூபாய் ரொக்கம் கொடுப்பதாகவும் மாஜி ஒப்புக்கொண்டிருந்தாள். அதை அவள் ஏற்கெனவே தயாராக வைத்திருந்தாள்.

போலீசார் வழக்குப்போட வேண்டியது இதற்குக் காரணமான, பையனின் பெற்றோர் மீதுதானே தவிர, தற்கொலைக்கு முயற்சி செய்த பெண்மீது அல்ல.

வரதட்சணை வாங்குவதும் கொடுப்பதும் சட்டப்படி குற்றம். ஆனால், சட்டங்கள் காகிதங்களில் மட்டுமே உள்ளன. இதுதான் இன்று நம்முடைய நீதி நியாயங்களின் நிலை.

பெண்கள் ஆசிரியையாகவோ டாக்டராகவோ எஞ்சினியராகவோ ஆனால் மட்டும் போதாது. ஏழைப்பெண்களுக்கும் நீதி கிடைக்க வேண்டுமென்றால் அவர்களுக்காக உறுதியுடன் போராடுகிற வழக்கறிஞர்களாகவும் ஆகவேண்டும்.

சத்பதி குடும்பத்தில் ஆசிரியையும் டாக்டரும் இருக்கிறார்கள். ஒரு பெண் எஞ்சினியர் வர இருக்கிறாள். ஒரு நல்ல பெண் வழக்கறிஞரும் தேவை. பூபேனுக்கோ நரேனுக்கோ அப்படியான ஒருத்தியைக் கண்டுபிடிக்க வேண்டும். அல்லது லின்னியை அந்த வழிக்குத் திருப்பி விட வேண்டும்.

அஞ்சனாவுக்கு நல்ல பேச்சுத்திறன் இருக்கிறது. அவளை வேண்டுமானால் வழக்கறிஞர் ஆக்கலாம்.

அஞ்சனாவின் எதிர்காலத்தை முடிவு செய்கிற உரிமை அஞ்சனாவுக்கு மட்டும்தான். தனது தனித்திறமையை இனம்கண்டு அவளுடைய வழியை அவளேதான் முடிவு செய்துகொள்ள வேண்டும்.

34

புதிய குவாட்டர்ஸ் பிரபாவதி சத்பதிக்கு மிகவும் பிடித்துப் போனது. வீட்டை ஒட்டியிருக்கும் சிறு விவசாய நிலம்தான் அதற்குக் காரணமாக இருக்கவேண்டும்.

மா, பலா, கொய்யா, எலுமிச்சை, சீத்தா, பப்பாளி, முருங்கை, வாழை என அங்கு எல்லா வகை மரங்களும் நின்றன. முன்பு குவாட்டர்சின் அருகில் இருந்தவர்கள் நட்டு வைத்த வெண்டையும் கத்திரியும் காய்ந்து உலர்ந்திருந்தன. மதிலையொட்டிக் காலியாகக் கிடந்த புறம்போக்கு நிலத்தை முன்பு தங்கியிருந்த யாரோ வேலி கட்டி சொந்தமாக்கியிருக்கலாம். சிறிது முயற்சி செய்தால் காய்கறிகள் எதுவும் விலைக்கு வாங்காமல் விளைய வைத்து விட முடியும்.

“நல்ல ஐஸ்வரியமான வீடு” என்ற பிரபாவதி சத்பதி, மருமகளிடம் சொன்னாள்: “காய்ஞ்சுக் கிடக்குற அந்த வெண்டையையும் கத்திரியையும் பிடுங்கிப் போட்டுண்டு தரையை நன்னாக் கிளைக்கணும். பிறகு, பட்டாணி, முட்டைக்கோஸ், காலிஃப்ளவர், கேரட்னு எது வேணாலும் நடலாம்.”

“கூலிக்கு ஒரு ஆள் தேடிண்டிருக்கேன். கொஞ்சம் முயற்சி பண்ணினா காய்கறிகள் வெளியிலேருந்து வாங்க வேண்டாம். இப்ப, மார்க்கெட்ல கிடைக்கிற காய்கறிகள் எல்லாமே விஷமா மாறிடுத்து.”

“கெட்டுப்போகாம இருக்குறதுக்காக வியாபாரிகள் மருந்து கலந்த ஜலத்துல முக்கி எடுக்குறாங்க. பாவைக்காய்க்கும் கோவைக்காய்க்கும் நிறம் வர்றதுக்காக சாயம் புரட்டுற வேலையும் நடக்குதாம்.”

“உணவுப்பொருட்கள்ல விஷமம் பண்றவாளுக்கு தக்க தண்டனை கொடுக்க ணும்.”

சில்பா கேட்டாள்: “தண்டனையை யாரு கொடுக்கணும்குறேள்?”

“அரசாங்கம்தான். வேற யாரு?” என்றான் பிரவீண்.

“கீழேருந்து மேல வரைக்கும் ஊழல்ல திளைச்சிருக்குறச்சே யாரு, யாருக்குத் தண்டனை கொடுக்குறது? கையூட்டுக் கொடுத்தா, அழுகின பொருட்களைக்கூட அழகிய பேக்ல அடைச்சு புதுசா விற்பனை வந்துடும்.”

“நல்ல அரசாங்கம் வேணும்னா, அசோகனோ சாணக்கியனோ தான் புனர்ஜென்மம் எடுக்கணும்.”

“அரசியல் சர்ச்சைகளை அப்புறம் பாத்துக்கலாம். முதல்ல நேக்கொரு டீ போடு.”

சில்பா எழுந்து சமையல்கட்டுக்கும் பிரவீண் படுக்கையறைக்கும் சென்றார்கள்.

டீயைக் கொடுத்துவிட்டு பிரவீணிடம் கேட்டாள் சில்பா.

“வழக்கத்துக்கு மாறா இன்னைக்கு என்ன இந்நேரத்துல டீ?”

“உன்கிட்ட தனியாகப் பேசத்தான்.”

“என்ன பிரச்னை?”

“இந்த முறை துர்கா பூஜைக்கு எங்காவது ஒரு டூர் பிளான் பண்ணலாமே?”

“டூர் போறதுக்கா? காசு?”

“பயணச் செலவுக்கு எல்.டி.சி. கிடைக்கும். பாக்கி, கையிலேருந்துதான்.”

“எதுவாக இருந்தாலும் இந்த வருஷம் வேண்டாம். லோபாவோட படிப்பு முடியட்டும்.”

இதைச் சொல்லும்போது சில்பாவுக்கு ஸ்ரீதேவி ஆன்டி சொன்னது நினைவுக்கு வந்தது.

‘அலை ஓஞ்ச பிறகு தண்ணில இறங்கலாம்னு சொல்றது போலிருக்கு சில்பா பேசுறதைக் கேட்கும்போது. பொறுப்புகளை எல்லாம் நிறைவேத்தின பிறகு ஊர் சுற்றிப் பார்க்கலாம்னால் அதுக்குள்ள வயசாயிடும். அப்புறம் முதுகு வலி, கால் வலின்னு பயணம் துயரமாக மாறிடும்.’

அதற்காகப் பொறுப்புகளைத் துறந்துவிடவும் இயலாது.

கம்பெனி ஊழியர்கள் எல்லாருமே எல்.டி.சியைப் பயன் படுத்திக்கொள்கிறார்கள். அவர்களால் மட்டும் அன்றுவரை இயலவில்லை. இரண்டு வருடத்திற்கொரு முறை ஐநூறு கிலோ மீட்டருக்குக் குறையாமல் சுற்றுலா செல்வதற்கானப் பயணச் செலவு கிடைக்கும். சொந்த ஊரான முகுந்தபுரம் கிராமம் அதிகபட்சமே நூறு கிலோமீட்டர்தான். அப்புறம், நான்கு வருடங்களுக்கு ஒருமுறை கிடைக்கிற தரிசனத்துக்கான பயணச் செலவு. சுற்றுலா செல்வதற்கு வெறும் பயணச்செலவு மட்டும் போதாதே? பானர்ஜி பாபுவும் குடும்பமும் சென்ற வருடம் டேராடூனுக்குச் சென்றார்கள். அங்கே பானர்ஜி பாபுவின் ஒரு சகோதரி இருக்கிறாள். சுற்றுலாவையும் சொந்தங்களைச் சந்திப்பதையும் ஒரே பயணத்தில் முடித்துவிட்டுத் திரும்பினார்கள்.

குந்தலதா தாசும் குடும்பமும் கடந்த துர்கா பூஜை விடுமுறையின்போது தென்னிந்திய சுற்றுலாப் பயணம் மேற்கொண்டார்கள். ராமேஸ்வரம், மதுரை மீனாட்சியம்மன் கோயில், கன்னியாகுமரி என்று எல்லா புண்ணிய ஸ்தலங்களுக்கும் சென்று வந்தார்கள். குந்தலதா தாஸ் பல நாட்களாக கோவளத்தின், கன்னியாகுமரியின் இயற்கை அழகுகளை வர்ணித்துக்கொண்டிருந்தாள். விவேகானந்தர் நினைவுப் பாறைக்குச் சென்ற படகுப் பயணத்தை அவள் வர்ணித்தபோது அங்கே போகவேண்டும்போல் தோன்றியது.

கேரளாவுக்கு ஒரு சுற்றுப்பயணம் செல்ல வேண்டும் என்பது சில்பாவின் நீண்ட நாள் கனவு. பத்மினி ஆன்டியையும் மேனோன் அங்கிளையும் ராஜியையும் பார்க்க வேண்டும். அவர்களுடன் ஒருநாள் தங்கியிருக்க வேண்டும்.

இப்போது ஸ்ரீதேவி ஆன்டியும் கேரளாவில் இருக்கிறாள்.

ஸ்ரீதேவி ஆன்டி இங்கிருந்துப் போகும்போது சொன்னாள்:

"சில்பா எல்.டி.சி. எடுத்துட்டு ஒரு தடவை புறப்படு. கேரளாவுக்கு வந்தேன்னா பார்க்க வேண்டிய இடங்களுக்கு நாங்களே அழைச்சுட்டுப்போறோம்."

ஆனால்...

இந்த முறை துர்கா பூஜை விடுமுறையின்போது அக்காவின் கிராமத்துக்குப் போகவேண்டும். திருமணமாகி இவ்வளவு காலமாகியும் தன்னால் அங்கே போகமுடியவில்லை. அப்போது பூரிக்கும் கொனார்க்குக்கும் போய்வரலாம். பூரி ஜகந்நாதரைத் தரிசிக்கும் ஆசை மாமிக்கும் இருக்கும். மாமியை மட்டும் அழைத்துச் சென்றால் அத்திம்பேரின் மனைவி? தற்போதைய சூழ்நிலையில் எல்லாரையும் அழைத்துக்கொண்டு ஒரு பயணம் சாத்தியமில்லை. எதுவாயினும் பிரவீணுடன் யோசித்து ஒரு முடிவுக்கு வரலாம்.

கணவனிடம் தனது விருப்பத்தைச் சொன்னாள் சில்பா. "போறதுல பிரச்னை ஒண்ணுமில்லை. ஆனா, எல்லாரும் சேர்ந்து போனா செலவு ரொம்ப அதிகமாயிடுமேன்னு யோசிக்கிறேன்."

"அப்படின்னா, அம்மாவை மட்டும் கூட்டிக்குவோமே?" என்றாள் சில்பா.

மாமியிடம் சொன்னபோது அவள் மறுத்துவிட்டாள்.

"நீங்கோ போயிண்டு வாங்கோ. ஜகந்நாதன் என் மனசுக்குள்ள இருக்கார். அது போதும்."

விடுமுறை கிடைத்ததும் அம்மாவையும் அழைத்துக்கொண்டு அவர்கள் கிராமத்துக்குப் புறப்பட்டார்கள். ஜசுமதிக்குக் கொஞ்ச நாட்கள் லீவு கொடுத்தார்கள்.

கிராமத்துக்குச் சென்ற மறுநாள் அவர்கள் பூரிக்குப் புறப்பட்டார்கள். பூரியிலுள்ள நண்பன் கோதாவரீஸ் நந்தாவிடம்

பிரவீண் ஏற்கனவே தகவல் சொல்லியிருந்தான். அவன் காருடன் ரெயில்வே ஸ்டேஷனில் எதிர்பார்த்து நின்றிருந்தான்.

நந்தாவின் மனைவி பிஸ்வேஸ்வரி வெளியே நின்று வரவேற்று வீட்டுக்குள் அழைத்துச் சென்றாள். அவர்களது மகள் சாந்தினி விருந்தினரைத் தலைதாழ்த்தி வணங்கினாள். அங்கிளுக்கும் ஆன்டிக்கும் அஞ்சனாவும் வணக்கம் சொன்னாள்.

நந்தாவின் வேலையாள் காசி, விருந்தினர்களின் சுமைகளை அவர்களுக்கு ஒதுக்கப் பட்ட அறையில் கொண்டுபோய் வைத்தான். பிரவீணும் சில்பாவும் குளித்து உடை மாற்றி விட்டு வரும்போது காலை உணவு தயாராக இருந்தது.

சாப்பிட்டுக் கொண்டிருக்கும்போது பிரவீணும் நந்தாவும் கல்லூரி நாட்களுக்குக் கடந்து சென்றார்கள். பிஸ்வேஸ்வரியும் சில்பாவும் குடும்ப விஷயம் பேசிக் கொண்டிருந்தார்கள். அஞ்சனாவும் சாந்தினியும் அவசரமாகச் சாப்பிட்டுவிட்டு அவர்களுக்கான உலகுக்குச் சென்றனர். சாந்தினியின் அறைக்குள் விளையாட்டுச் சாமான்களின் நடுவே உட்கார்ந்து அவர்கள் விளையாடிக்கொண்டிருந்தனர்.

சாயங்காலம் அனைவரும் சேர்ந்து ஜகந்நாதர் கோயிலுக்குச் சென்று தரிசனம் செய்தனர். நுழைவாயிலின் அருகில் வரிசையாக வைக்கப்பட்டிருந்த ஒரு விநாயகர் விக்கிரகம் வாங்கினாள் சில்பா. மாமியின் பூஜையறையில் வைக்கலாம்.

ஜகந்நாதர் கோயில் முன், கடற்கரையில் நின்று சூரிய அஸ்தமனம் பார்த்தனர். பெரிய அக்னி கோளமாக மாறிய சூரியன் மெல்ல மெல்ல கடலில் மறைவதைப் பார்க்கும்போது கன்னியாகுமரிக்குச் சென்று சூரிய அஸ்தமனம் பார்க்கும் ஆசை மீண்டும் உருவானது. குந்தலதா தாஸ் சொன்னபோது உருவான ஆசை அது.

புண்ணிய தரிசனம் முடிந்த அவர்கள் அருகிலுள்ள பெரிய ஓட்டலில் உணவு சாப்பிட்டுவிட்டுத் திரும்பினார்கள்.

பூரியில் அவர்கள் மூன்று நாட்கள் தங்கியிருந்தனர். புவனேஸ்வரில் லிங்க ராஜ கோயிலைத் தரிசனம் செய்தனர். நந்தன், ஒரு மதியத்துக்குப் பிந்தைய நேரம் முழுவதையும் காட்டில் செலவிட்டான். பலவகைப் பறவைகள், மான்கள், முயல்கள் என அஞ்சனாவுக்குக் காண்பித்துக்கொடுத்தாள்

சில்பா. அவள் சாந்தினியுடன் ஓடி விளையாடினாள். வெள்ளைப் புலியைத் தொலைவில் நின்று பார்த்தார்கள்.

சில்பாவுக்கு எல்லாமே புதிய அனுபவங்களாக இருந்தன. அப்பா உயிருடன் இருக்கும்போது அதையெல்லாம் பார்த்ததான ஒரு நினைவு மட்டுமே மனதில் இருந்தது. தன்னுடைய அனுபவமின்மையை மாணவப் பருவத்தில் அவள் குறையாக பலமுறை உணர்ந்தாள்.

கொனார்க்கின் சூரியக்கோவிலும் அதற்கப்பால் கடற்கரையும் சில்பாவின் மனதில் தர்மபாதனின் நினைவுகளைத் தோற்றுவித்தது. அவளது கண்கள் பனித்தன. பிசுமஹாராணாவின் புதல்வன் தர்மபாதன் கோயில் கோபுரத்தில் கும்பக் கலசத்தை ஸ்தாபித்துவிட்டு சந்திரபாகா நதியும், வங்காள விரிகுடாவும் சங்கமிக்கும் இடத்தில் குதித்ததாகவும் கடல் அலைகள் அந்தச் சிற்பியை ஏற்று வாங்கியதாகவும் கதை. ஆனால், கடல் இப்போது நீண்ட தூரம் உள்வாங்கியிருக்கிறது.

அஞ்சனாவும் சாந்தினியும் கோயில் படிக்கற்களில் போட்டிப் போட்டு ஏறவும் இறங்கவும் செய்துகொண்டிருந்தார்கள்.

மறுநாள் அவர்கள் புறப்படும்போது அஞ்சனாவின் கண்களில் சாந்தினியை விட்டுப் பிரியும் வருத்தம் தென்பட்டது.

“அங்கிளும் ஆன்டியும் சாந்தினியை அழைச்சுண்டு ராவுர்கேலாவுக்கு வருவீங்களா?”

“கண்டிப்பா வருவோம் அஞ்சு.”

பிஸ்வேஸ்வரி அஞ்சனாவுக்கு ஆறுதல் சொன்னாள்.

அவர்கள் அங்கிருந்து கோபால் பாடாவுக்குச் சென்றனர். அம்மா இறந்த பிறகு சில்பா அன்றுதான் கல்பனா அக்காவைச் சந்திக்கிறாள். சகோதரிகள் இருவரும் கட்டித் தழுவிக்கொண்டனர். அவர்களது கண்களில் வடிந்த கண்ணீர் தாரையில் மகிழ்ச்சியும் சோகமும் கலந்திருந்தன.

அக்காவின் மாமா, மாமியின் கால்களை பிரவீணும் சில்பாவும் தொட்டு வணங்கினார்கள். மாமாவுக்கு ஜகந்நாதர் கோயில் பிரசாதமும் மாமிக்கு ஜகந்நாதரின் சிறு விக்கிரகமும் அன்பளிப்பாக வழங்கினார்கள். அக்காவுக்கு ஒரு சங்கு வளையலும் அத்திம்பேருக்கு ஒரு வேட்டியும் குழந்தைகள்

இருவருக்கும் ஆளுக்கொரு ஜோடி உடுப்புகளும் கொடுத்தாள் சில்பா.

கல்பனாவின் பிள்ளைகள் இருவரும் அஞ்சனாவை கிராமத்திலுள்ளவர்களுக்கு அறிமுகம் செய்து வைத்தார்கள். அஞ்சனாவுக்கு அருண் அண்ணாவையும் சீதள் அக்காவையும் மிகவும் பிடித்துப்போனது.

35

விஜயதசமியின் மறுநாள் கிராமத்திலிருந்து திரும்பிய சில்பாவை சோகச்செய்தி ஒன்று எதிர்கொண்டது. பள்ளிக் கூடத்தில் படிக்கும் ஒரு மாணவன் இறந்துபோய்விட்டான். எந்தப் பையன் என்று ஐசுமதிக்குக் குறிப்பாகச் சொல்லத் தெரியவில்லை.

தகவலறிந்த அடுத்த நொடி சில்பா, தொலைபேசியில் மிஸஸ் தாசைத் தொடர்புகொண்டாள்.

"நம்ம சின்ஹா சாரின் மகன் பரமானந்த்."

சில்பா நடுங்கிப்போய்விட்டாள்.

சின்ஹாஜியின் குடும்பத்திலுள்ள ஒரே ஆண் வாரிசு பரமானந்த். மூன்று சகோதரர்களின் குடும்பத்திலுமாக ஆறு பெண் மக்களிடையே பிறந்த ஒரே ஒரு ஆண். பெரியவருக்கு மூன்று மகள்களும், சின்னவருக்கு இரண்டு மகள்களும் சின்ஹா சாருக்கு ஒரு மகனும் ஒரு மகளும்.

ஆறு பெண் மக்களுடைய திருமணங்களை எப்படி நடத்துவதென்ற சிந்தனைதான் மூன்று சகோதரர்களுக்கும். பெரியண்ணன் ஊரில் விவசாயத்தைக் கவனித்து வருகிறார். சின்ஹா சகோதரர்களுக்கென ஏறத்தாழ முப்பது ஏக்கர் விவசாய நிலம் கங்கை நதியோரத்தில் இருந்தது. ஒருமுறை பாதை மாறிப் பாய்ந்த ஜாஹ்னவி நதியில் சின்ஹா சகோதரர்களின் நிலம் பெருமளவும் மூழ்கிவிட்டது. மிச்சமிருந்த நிலத்தில் பயிர் செய்து எப்படியோ வீட்டுச் செலவுகளை சமாளித்து வருகிறார்கள்.

வருமானமென்று சொல்வதானால் சின்னவருக்கும் சின்ஹா சாருக்கும் கிடைக்கும் மாதச்சம்பளம் மட்டும்தான்.

குடும்பச் செலவுகள் போக மிச்சமிருக்கும் பணத்தை அவர்கள் குடும்பத்துக்கென அனுப்பிவைப்பார்கள். பெண் மக்களின் மூன்று பேர் திருமண வயதைக் கடந்தவர்கள்.

ஆறு சகோதரிகளுக்குப் பிறகு, காசி விஸ்வநாதரின் அனுக்கிரகத்தால் பிறந்தவன் பரமானந்த். அவனது மறைவென்பது ஒட்டு மொத்தக் குடும்பத்தின் எதிர்பார்ப்புகளையும் தகர்த்துத் தரைமட்டமாக்குவதாக பொருள்.

சில்பாவுக்கு இரவு தூக்கம் வரவில்லை. மறுநாள் காலையில் அவள் சின்ஹா சாரின் வீட்டுக்குச் சென்றாள். உடல் இன்னமும் ஆஸ்பத்திரியில் இருந்து வரவில்லை. சின்ஹா சாரின் சகோதரர்களை அனைவரும் எதிர்பார்த்திருந்தார்கள்.

ஆசிரியர்களில் பலர் சின்ஹா சாரைச் சுற்றி நின்றிருந்தார்கள். சில்பா சிறிது நேரம் அவர் முன் நின்றுவிட்டு உள்ளே சென்றாள். பரமானந்தின் அம்மா அழுதழுது தளர்ந்துபோய் படுத்திருந்தாள். சில்பாவைக் கண்டதும் மீண்டும் வாய் விட்டு அழத் தொடங்கினாள். எதைச் சொல்லித் தேற்றுவதென்று சில்பாவுக்குத் தெரியவில்லை. மெல்ல அங்கிருந்து வெளியே வந்தாள்.

வெளிவராந்தாவில் கூடி நின்றிருந்தவர்களிடமிருந்து பரமானந்தின் மரணம் குறித்த மேலும் தகவல்களை அவள் அறிந்துகொண்டாள்.

விஜயதசமி அன்று சாயங்காலம் நேரு மைதானத்தில் ராவண வதம் பார்ப்பதற் காகச் சென்றிருக்கிறான் பரமானந்த். கூடவே நண்பர்களும். சாலையில் மக்களுடையவும் வாகனங்களுடையவும் தொடர் பிரவாகம்.

மைதானத்தில் ஒரு மூலையில் வைத்திருந்த ராவண உருவத்தின் அருகில் மக்கள் சென்று விடாமலிருக்க போலீஸ் பாதுகாப்புப் போடப்பட்டிருந்தது. ராவணப் பேருருவம் வெடித்துச் சிதறுவதைப் பார்க்க அருகிலுள்ள வீடுகளின் மொட்டை மாடிகளில் எல்லாம் மக்கள் கூட்டம். சிறுவர்கள், ராம ராவண யுத்தத்தின் வானரப்படைகள்போல் ரோட்டோரம் நின்றிருந்த மரக்கிளைகளில் தொற்றிக்கொண்டிருந்தனர்.

சூரியன் அஸ்தமித்து, இருள் படர்ந்தது. திடீரென ராவண உருவத்திலிருந்து ஒரு தீச்சுவாலை எழுந்தது. நிமிடங்களுக்குள்

காதை அடைக்கும் பேரோசையுடன் அதனுள் நிரப்பியிருந்த வெடிகள் வெடிக்க ஆரம்பித்தன. வானம் பல வண்ணங்களில் மின்னிக் காட்சியளித்தது. பூவாணமும் வெடிகளும் வெடித்துச் சிதறின.

வாண வேடிக்கைகளைக் கண்டு ரசித்தபடி இளைஞர்களும் சிறுவர்களும் அமர்ந்திருந்த மரக்கிளை ஒன்று திடீரென்று ஒடிந்து விழுந்தது. அதிலிருந்தவர்கள் கீழே விழுந்தனர். திடீரென்று நிகழ்ந்த இந்தக் களேபரத்தில் மக்கள் கலைந்தோடினர். கீழே விழுந்தவர்களில் பலர் எழுந்தோடினர். கூட்ட நெரிசலில் சிலரால் எழ முடியவில்லை.

உடனடியாக போலீஸ் வந்து சேர்ந்தும் கூட்ட நெரிசல் பாதுகாப்பு நடவடிக்கைகளுக்கு இடையூறாக இருந்தது. கீழே விழுந்துகிடந்தவர்கள் மைதானத்தின் எதிரிலுள்ள இஸ்பாத் பொதுமருத்துவமனையில் சேர்க்கப்பட்டனர். ஓரளவு காயம்பட்டவர்களுக்கு முதலுதவிகள் செய்து அனுப்பி வைத்தார்கள். மூன்று பேர்கள் ஆஸ்பத்திரியில் அட்மிட் செய்யப்பட்டனர். கழுத்திலும் முதுகிலும் பலத்த மிதிபட்ட ஒரு சிறுவனின் நிலைமை மிகவும் ஆபத்தான கட்டத்திலிருந்தது.

சின்ஹாஜியின் மனைவியும் மகளும் வீட்டு மொட்டை மாடியில் நின்று வானத்தில் நிகழும் வர்ணக் கோலாகலங்களை ரசித்துக்கொண்டிருந்தார்கள். கடைசி வெடியின் ஓசையும் அடங்கிய பிறகுதான் அவர்கள் கீழே இறங்கினார்கள்.

"ஆனந்த் எப்ப வருவானோ? ரோட்டுல ஆட்களே நடமாட முடியாதுபோலிருக்கு. இவ்வளவு கூட்டத்துக்கிடையில எதுக்கு அங்கெல்லாம் போகணும்? இங்க எங்காவது நின்னு பார்த்தா போதாதா?"

பரமானந்தின் அம்மா வேதனையுடன் சொன்னாள்.

"இந்துவோட அம்மா அவன் ஆண் பிள்ளைதானே? நண்பர்களோட சேர்ந்து போறதைத்தானே விரும்புவான்? பாத்துட்டு வருவான்."

"நீங்க ரொம்ப செல்லம் கொடுக்குறீங்க அவனுக்கு."

"என் பிள்ளை அதெல்லாம் நல்லாதான் வளருவான்."

"சரி போதும், பிள்ளையைப் புகழ்ந்தது."

சமையல் கட்டுக்குச் சென்ற பரமானந்தின் அம்மா கோதுமை மாவைக் குழைக்க ஆரம்பித்தாள். சின்ஹாஜி 'ராமசரித மானஸம்' நூலைக் கையிலெடுத்து அடையாளம் வைத்திருந்த யுத்த காண்டத்தைத் திறந்தான்.

'டோலி பூமி கிரத் தசகம்தர்
சதுபித் சிந்து ஸரிதிக்கஜ்புதர்
தரனி பரேஊ தௌவ்கண்டி படாயீ
சாபிபாலு மர்க்கட் சமுதாயி.'

(இராவணன் வீழ்ந்தபோது, பூமி அதிர்ந்தது. சமுத்திரங்களும் நதிகளும் எண் திசைகளைத் தாங்கி நிற்கும் யானைகளும் மலைகளும் கொந்தளித்தன. இராவணனின் உடல் இரு வேறு துண்டுகளாக கரடிகளின் மீதும், குரங்குகளின் மீதும் விழுந்தன.)

வாசிக்க ஆரம்பிக்கவும் தொலைபேசி மணியடித்தது. துளசி இராமாயணத்தைக் கீழே வைத்துவிட்டு சின்ஹாஜி எழுந்து ரிசீவரை எடுத்தான்.

"ஆங்... எப்படி? உடனே வந்துடுறேன்."

"என்ன, என்ன விஷயம்?"

ஸ்கூட்டர் சத்தம் கேட்ட பரமானந்தின் அம்மா வெளியே வந்தாள்.

"போயிட்டு வந்து சொல்றேன்."

கணவனின் முகத்திலும் குரலிலும் தென்பட்ட பதற்றத்தைக் கவனித்த அவளுக்கு சந்தேகம்.

"என் மகனுக்கு ஏதாவது.... காசி விஸ்வநாதா.."

அவள் நெஞ்சில் கை வைத்தாள்.

சின்ஹாஜி ஆஸ்பத்திரிக்கு வந்து சேர்ந்ததும் ஆனந்தின் இரண்டு நண்பர்கள் கேஷுவாலிட்டியின் முன் நின்றிருந்தார்கள். சாரைக் கண்டதும் அவர்கள் வாய் விட்டுக் கதறியழுதார்கள்.

மகனை உயிருடன் பார்க்க தந்தையால் இயலவில்லை.

ஸ்கூல் திறந்த அன்றுதான் பரமானந்த் சின்ஹாவின் உடல் தகனம் நடந்தது. வருகையைப் பதிவு செய்துவிட்டு ஸ்கூலுக்கு விடுமுறை விடப்பட்டது. ஆசிரியர்களும் மாணவர்களும் வரிசையாக சின்ஹா சாரின் குவாட்டர்சுக்குச் சென்றனர். மாணவர்களை அமைதிப்படுத்துவதற்கான தேவையெதுவும் ஆசிரியர்களுக்கு ஏற்படவில்லை.

சகமாணவனின் உடலைப் பார்த்து அழுகிற மாணவர்களை அமைதிப்படுத்தி வெளியே அனுப்பி வைக்க ஆசிரியர்கள் சிரமப்பட வேண்டியதாயிற்று.

மயானத்துக்குக் கொண்டு செல்வதற்காக உடலை டிரக்கில் ஏற்றியபோது எழுந்த பெரும் அழுகைச் சத்தம் வானத்தையே கலங்க வைத்தது. அந்தக் குரல்களினிடையே 'ராம் நாம் சத்யஹே' குரல் வெளியே கேட்கவில்லை.

பிண ஊர்தி கண்களிலிருந்து மறைந்த பிறகும் சில்பாவும் பிற ஆசிரிய ஆசிரியைகளும் மரச்சிற்பங்கள்போல் அப்படியே நின்றிருந்தனர்.

சில்பாவின் மனதுக்குள் அடங்கிக் கிடந்த சிந்தனைகள் மீண்டும் கொழுந்து விட்டெரிந்தன. அப்பா அம்மாவின் சிதைகள். அவர்களுடைய மரணமும் எதிர்பாராததுதான். ஆனால், அவர்கள் வாழ்க்கை என்றால் இன்னதென்று அறிந்த பிறகு இறந்தார்கள். அம்மாவைப் பொறுத்தவரைக்கும் மரணம் துன்பங்களிலிருந்து கிடைத்த விடுதலை.

ஆனால், பரமானந்த்? வாழ்க்கை என்றால் என்னவென்று புரிந்துகொள்வதற்குள் பதினைந்தாவது வயதில் புறப்பட்டு விட்டானே?. யார்தான் இதைத் தாங்கிக்கொள்வார்கள்? மரணத்தை யாரால் தடுத்துவிட முடியும்?

ஒருவகையில் யோசித்தால்?

'முகூர்த்தம் ஜ்வலிதம் ஸ்ரேய

நசதுமாயிதம்சிரம்.'

நல்ல நேரத்தில் ஒளிர்ந்து மறைவது, வாழ்க்கை முழுவதும் புகைந்து வாழ்வதைவிட மேலானது.

36

அமெரிக்காவில் மேற்படிப்பை முடித்துவிட்டு ஜகத்குமார் சத்பதி திரும்பி வந்தான். வந்ததுமே கம்பெனியின் டெல்லி யிலுள்ள முக்கிய கிளைக்கு மாறுதலும் கிடைத்தது.

வெளிநாட்டில் மேற்படிப்பை முடித்த எஞ்சினியருக்குத் திருமணச் சந்தையில் தேவை அதிகரித்தது. தங்கள் செல்ல மகள்களுக்கான வரன் தேடி முகுந்தபுரம் கிராமத்துக்கு பணக்கார அப்பாக்களின் ஒரு படையே வந்து சென்றது.

"பாத்தேளா? அன்னைக்கே நான் சொல்லலை? அமெரிக்காவிலேருந்து திரும்பி வந்த பிறகு இப்போதை விடவும் நல்ல ஆலோசனைகள் வரும்னு?" பிரவீண் கேட்டான்.

"நடந்தது எல்லாமே நல்லதுக்குத்தான் பிரவீண்" என்றாள் அம்மா.

வந்த ஆலோசனைகளில் சம்பல்பூர் பேராசிரியர் ஒருவரின் மகள்தான் பெரும்பாலும் பொருத்தமாக இருப்பதுபோல் ஹரிசரண் சத்பதிக்குத் தோன்றியது.

அவன் தம்பியை அழைத்துச் சொன்னான்.

ஜகன் இக்கட்டான நிலைக்குத் தள்ளப்பட்டான். சீமா தனது பொறுப்புகளை நிறைவேற்றியிருந்தாள். எப்போது வேண்டுமானாலும் அவள் திருமணத்துக்குத் தயார். சீமாவின் விஷயத்தை இனிமேலும் மறைப்பது சரியல்ல. வீட்டில் சொல்லியே ஆகவேண்டும்.

பிரவீண் வீட்டில் இல்லாத தருணம் பார்த்து அவன் சில்பாவிடம் சொன்னான்.

"மன்னிதான் இதற்கொரு தீர்வு கண்டாகணும்."

"சரி, இதை நான் அம்மாகிட்ட எப்படி சொல்றது?"

"முதல்ல சின்னண்ணாகிட்ட பேசுங்கோ. அப்புறம், அம்மாவுக்கு வருத்தம் உண்டாகாதபடி பேசி ஒரு முடிவுக்கு வரச்சொல்லுங்கோ. எதுவானாலும் முடிவு எங்களுக்கு சாதகமாக வரணும். அவ்வளவுதான்."

இரவு படுத்திருக்கும்போது சில்பா கணவனிடம் மெல்ல இதைப் பற்றி பேசினாள்:

"ஜகனோட கல்யாண விஷயத்தில நாம ஒரு முடிவுக்கு வர வேண்டாமோ?"

"அவன்தான் இப்ப ஒண்ணும் கல்யாணம் வேண்டாங்குறானே?"

"இனியும் தாமதிக்கிறது சரின்னு நேக்குப் படலை. அவனோட வயசுல உள்ளவங்க எல்லாருக்கும் கல்யாணமாகி குழந்தைங்களும் இருக்காங்க."

"அவன்கிட்ட நீயே பேசிப் பாரேன்."

"இன்னைக்கு அவன் ஃபோன் பண்ணினான்."

"சரி?"

அவன் ஒரு பொண்ணை விரும்புறானாம். கட்டக்கில அவன்கூட வேலை பாத்தவளாம். அவளைத் தவிர இன்னொருத்தியைக் கட்டிக்க அவன் ஒத்துக்க மாட்டான்."

"இதை அவன் முதல்லயே சொல்லியிருக்கலாமே? அவனுக்கு அப்படி ஒரு விருப்பமிருந்தா அதை முடிச்சுட வேண்டியதுதான்."

"அது..."

"ஏன், என்ன பிரச்சினை அதுல?"

"பொண்ணு நம்ம ஊர்க்காரியில்லை. கேரளா."

"அதுக்கென்ன? அம்மாவை நாம பேசிப் புரிய வச்சுக்கலாம். அம்மா இப்ப பழையதுபோல இல்லை, ரொம்பவே மாறிட்டாங்க."

"ஆனா... இது?"

"விஷயம் என்னங்குறதை வெளிப்படையாச் சொல்லு சில்பா."

"பொண்ணு கிறிஸ்டியன்."

"ஆங்..?"

திடுக்கிட்ட பிரவீண் அப்படியே எழுந்தான்.

சிறிது நேரம் மௌனத்திலாழ்ந்த அவனால் அதிலிருந்து விடுபட முடியவில்லை. பிறகு தனக்குத்தானே சொன்னான்: “லோகமே மாறிண்டிருக்கு. நாமும் கொஞ்சம் மாறத்தானே வேணும்.”

“ஆனா, அம்மாவும் அத்திம்பேரும் பழைய சம்பிரதாயங்களைக் கெட்டியாகப் பிடிக்கிறவங்க. அவங்க மனசும் வேதனைப்படக்கூடாதில்லையோ?”

அன்றிரவு சில்பாவுக்கும் பிரவீணுக்கும் தூக்கம் வரவில்லை. புரண்டுப் புரண்டு படுத்த அவர்கள் சிறிது நேரம் கண்ணயர்ந்தார்கள்.

அதிகாலையிலேயே பிரவீண், தம்பியை தொலைபேசியில் தொடர்புகொண்டான். இருவரும் நீண்ட நேரம் பேசிக்கொண்டார்கள்.

“நேக்கும் சில்பாவுக்கும் எந்த எதிர்ப்புமில்லை. அம்மாகிட்ட பேசிப் புரிய வைக்க முயற்சி பண்றோம். அம்மா சரின்னுட்டாங்கன்னா அண்ணாவும் ஒத்துக்குவான்.”

மறுநாள் காலையில் பிரவீணின் ஸ்கூட்டர் புறப்படவும் வீட்டின் முன்னால் ஒரு ஆட்டோ வந்து நின்றது. ஜசுமதி சென்று கேட்டைத் திறந்துவிட்டாள்.

ஒரு இளம்பெண் கேட்டைத் தாண்டி வந்தாள்.

“சில்பாக்காவைப் பாக்கணும்.”

“யார் மாஜி அது?” சில்பா ஜசுமதியிடம் கேட்டாள்.

“சில்பாம்மா கொஞ்சம் இங்க வாயேன். யாரோ உன்னைப் பாக்க வந்திருக்காங்க.”

தலை வாரிக்கொண்டிருந்த சில்பா, சீப்பை மேஜைமீது வைத்துவிட்டு வந்தாள். வராந்தாவில் தொட்டி நிறைய வளர்ந்து கிடக்கும் பட்டன் ரோஜாக்களைப் பார்த்தபடி அவள் நின்றிருந்தாள். வெளுத்து மெலிந்த அழகான ஒரு இளம்பெண். சம்பல்புரி காட்டன் சேலை உடுத்தியிருந்தாள்.

“நமஸ்தே அக்கா.”

அவள் குனிந்து சில்பாவின் பாதங்களைத் தொட்டு வணங்கினாள்.

அக்கா என்கிறாள். கால்களை வேறு தொட்டு வணங்குகிறாள். யாராக இருக்கும்? சில்பா சந்தேகத்துடன் பார்த்தாள்.

"நான் சீமா. சீமா செபாஸ்டியன்." அவள் அறிமுகப்படுத்திக் கொண்டாள்.

"ஓ... சீமாவா, சீமா இங்க எப்படி?"

"அக்காவைப் பாக்கத்தான் வந்தேன்."

"உள்ளே வா, சீமா."

அவள் வீட்டுக்குள் வந்து உட்கார்ந்தாள்.

"சீமா இப்ப எங்கிருந்து வர்றே?"

"ஃபெர்ட்லைஸர் டவுண்சிப்லேருந்து."

"அங்கே...?"

"அங்கே என்னோட தூரத்து உறவிலுள்ள ஒரு அங்கிள் இருக்கார். எனக்கு இங்க ட்ரான்ஸ்ஃபராயிருக்கு. நாளைக்கு ஜாயின்ட் பண்ணணும்."

"நேற்றைக்கு நைட்லகூட ஜகன்கிட்ட பேசினானே, அவன் சொல்லவே இல்லை?"

"நான்தான் சொல்ல வேண்டாம்னேன். அக்காவுக்கு ஒரு சர்ப்ரைஸாக இருக்கட்டும்னு."

"ரெண்டு பேரும் கூட்டுக்கட்டா?"

அஞ்சனா ஓடிவந்து அம்மாவிடம் ஒட்டிக்கொள்ள, பேச்சு தடைபட்டது.

"நமஸ்தே ஆன்டி." அஞ்சனா சற்றுத் தயக்கத்துடன்தான் கும்பிட்டாள்.

"குட் கேர்ள். அஞ்சுக்குட்டி இங்க வா..."

அஞ்சனாவைச் சேர்த்தணைத்தபடி சீமா கேட்டாள்:

"அஞ்சுவுக்கு என்னைத் தெரியுமா?"

"ம்ஹூம்..." தெரியாதென்று தலையாட்டிய அவள் சீமாவின் பிடியிலிருந்து விடுபட முயன்றாள்.

"இவங்க உன்னோட ஆன்டிம்மா" என்றாள் சில்பா.

சீமா கைப்பையில் வைத்திருந்த மிட்டாயை எடுத்து அஞ்சனாவுக்குக் கொடுத்தாள்.

"அஞ்சு போய் மாஜிகிட்ட டீ போடச் சொல்லு" என்றாள் சில்பா.

அஞ்சனா ஓடினாள்.

"சீமா கொஞ்சம் முன்னாடி வந்திருக்கலாம். அஞ்சுவோட அப்பா இப்பதான் ஆஃபீஸ் போனார்."

"தெரிஞ்சுதான் லேட்டா வந்தேன். அத்தானோட எதிர்வினை எப்படியிருக்கும்னு தெரியாதே? அண்ணாவைப் பற்றி ஜகன் சொல்லியிருக்கார்தான். இருந்தாலும் கொஞ்சம் பயம்."

"இப்ப பயம் மாறிட்டதா?"

"ம்... ஜகன் சொன்னது சரிதான்னு புரிஞ்சிகிட்டேன்."

"என்ன சொன்னான்?"

"மன்னிக்கு உன்னைப் பிடிக்கும்னு."

"பிடிச்சிருக்குறதாக நான் சொல்லவே இல்லையே?"

"சொல்ல வேணும்னு இல்லையே? என்னால புரிஞ்சிக்க முடியுது."

"அகதரிசனமா? அதிருக்கட்டும், சத்பதி குடும்பத்துக்கு மருமகளா வர்றதுக்கு சீமா கொஞ்சம் சிரமப்பட வேண்டியதிருக்குமே?"

"அதையெல்லாம் மன்னி சொல்லிக்கொடுப்பாங்கன்னு சத்பதி சொல்லியிருக்கார்."

"சரி. அப்படின்னா கேட்டுக்கோ, முதல் பாடம், எங்க குடும்பத்தில மருமகளா வர்றவ ஆத்துக்காராளோட பேரைச் சொல்லக்கூடாது."

"இனி மாட்டேன் அக்கா. குறைஞ்சபட்சம் உங்க முன்னாடி வச்சாவது."

"பாடம் ரெண்டு. வயசுல மூத்தவங்களோட காலைத் தொட்டுக் கும்பிடணும்."

"அதை நான் ஏற்கனவே கத்துக்கிட்டேன்."

"அப்புறம், அத்திம்பேரோட அதாவது புருஷனோட அண்ணா எதிர்ல நிக்கக் கூடாது. அப்படியான சூழ்நிலை ஏற்பட்டா, தலையை மட்டுமில்லை, முகத்தையும் மறைச்சுடணும். கிராமத்துக்குப் போகும்போது எப்பவுமே தலையில சேலை முந்தானையைப் போட்டுக்கணும். உடம்பு முழுசையும் மறைக்கிறாப்லதான் சேலைக் கட்டிக்கணும்.."

"கேட்கும்போதே மூச்சுத் திணறுது. மிச்சப் பாடங்களை அப்புறமாகப் படிச்சுக்குறனே?" அவள் சிரித்தாள்.

அன்று பள்ளிக்கூட விடுமுறை நாள் என்பதால் மதியச் சாப்பாடு முடிந்த பிறகுதான் சீமாவை அனுப்பி வைத்தாள் சில்பா.

ஜகனின் தேர்வு சில்பாவுக்குப் பிடித்திருந்தது. சாயங்காலம் பிரவீண் வந்ததும் அவள் நடந்ததைச் சொன்னாள்.

"பச்சைக்கொடி காட்டிடலாம் இல்லையா?" சில்பா கேட்டாள்.

"வேற வழி? இல்லேன்னா அவ சிவப்புக்கொடி காட்டிடுவா. இருந்தாலும் அம்மா கிட்டயும் அண்ணாகிட்டயும் பேசிண்டு முடிவு பண்ணினா போதும்."

"தலை இருக்கும்போது வால் ஆடக்கூடாதில்லையா?"

இருவரும் சிரித்தார்கள்.

ஆனாலும், அதை எப்படி நிறைவேற்றுவது என்ற யோசனை பிரவீண் மனதிலும் சில்பா மனதிலும் இருந்தது.

இருவேறு மதங்கள்; வேறுபட்ட கலாசாரங்கள்.

இரு பெரும் தடைகள் சவால் விடுப்பதுபோல் எதிரில் நின்றிருந்தன.

தடைகளைத் தகர்த்தெறிய எத்தனை மனங்களை வசியம் பண்ண வேண்டுமோ?

37

ஞாயிற்றுக்கிழமை அதிகாலை பஸ்சில் பிரவீணும் சில்பாவும் கிராமத்துக்குப் புறப்பட்டனர்.

மிகுந்த சாதுரியத்துடன் ஜகனின் காதல் குறித்து அண்ணாவிடம் பேசினான் பிரவீண். ஹரிசரண் சத்பதியால் அதை அவ்வளவு எளிதாக ஏற்றுக்கொள்ள முடியவில்லை.

"இதைத்தவிர இன்னொரு கல்யாணத்துக்கு அவன் ஒத்துக்கமாட்டான்."

அண்ணாவை ஏற்றுக்கொள்ள வைக்க முயற்சி செய்தான் பிரவீண்.

சாயங்காலம் அம்மாவும் பிள்ளைகளும் திண்ணையில் கூடியபோது ஜகனின் திருமண விஷயம் மீண்டும் விவாதத்துக்கு வந்தது.

"அம்மா, ஜகனோட கல்யாண விஷயம் இப்படியே நீடிக்கிறது சரியா? ஏதாவதொரு முடிவுக்கு வரவேண்டாமோ?" ஹரிசரண் தொடக்கமிட்டான்.

"அதைத்தாம்பா நானும் யோசிச்சுண்டே இருக்கேன்."

"ஆணோ, பொண்ணோ கல்யாணத்தை அவாளவா விருப்பத்துக்கு விடுறதுதான் சரின்னு நேக்குப் படறது" என்றான் பிரவீண்.

"நீ என்ன சொல்ல வர்றே?"

"கட்டக்கில கூட வேலை பார்த்த ஒரு பொண்ணை அவன் விரும்பறான். அவளும் எஞ்சினீயர்தான்."

"அவனுக்கு அப்படியொரு விருப்பம் இருந்தா அதையே முடிச்சுட வேண்டியது தானே? எதுக்காகத் தள்ளிப்போடணும்?"

"அதுல ஒரு பிரச்சினைம்மா... அவள் ஒடியாகாரியில்லை. கேரளா."

அம்மா மௌனம் பூண்டாள்.

பிள்ளைகள் இரண்டு பேரும் அம்மாவைப் புரிய வைக்க முயற்சி செய்தார்கள்.

"நாம வேண்டாம்னாலும் அவன் அவளைத்தான் கல்யாணம் பண்ணிப்பான். அப்புறம் அவன் நம்மை விட்டுப் போயிடவும் செய்யலாம். அதைத் தவிர்த்துடலாமே?"

பிரவீண் கேட்டான்.

அம்மாவின் கண்கள் நிரம்பின.

"அம்மா... வருத்தப்படாதீங்கோ. உங்க பிள்ளைங்க யாரும் உங்களை விட்டுப் போயிட மாட்டோம்."

அதுவரை அத்திம்பேரின் எதிரில் வராமல் மறைந்து நின்றிருந்த சில்பா சொன்னாள்:

"அம்மா ஒத்துண்டால் அடுத்த மாசமே நாம கல்யாணத்தை நடத்திடலாம்."

"இருந்தாலும்..."

"நாளைக்கு எங்ககூட அம்மாவும் வாங்கோ. அந்தப் பொண்ணை நீங்களும் பாத்துடுங்கோ. அவ இப்ப ராவுர்கேலாவிலதான் உத்தியோகம் பாக்குறாள்."

அம்மா ஒருவழியாக சம்மதம் தெரிவித்தாள்.

சீமா வேறு மதத்தைச் சேர்ந்தவள் என்பதை ஹரிசரணிடம் சொல்லியிருந்தான் பிரவீண். ஆனால், அம்மாவுக்கு இந்த விஷயம் இதுவரை தெரியாது. முதலில் அம்மா பொண்ணைப் பார்த்து சம்மதம் சொல்லட்டும். இதை பிறகு மெதுவாக சொல்லிக் கொள்ளலாம்.

பிரபாவதி சத்பதி மகனுடனும் மருமகளுடனும் ராவுர்கேலாவுக்குச் சென்றாள்.

"அந்தப் பொண்ணைப் பாக்குறதுக்கு எப்ப போறது?"

"வேலை முடிஞ்சு வீட்டுக்குப் போறச்சே அவளை இங்க வந்துட்டுப் போகச் சொல்லலாம்" என்றாள் சில்பா.

"கல்யாணத்துக்கு முன்னாடி பொண்ணை பையன் ஆத்துக்கு வரச் சொல்றதா? அம்மாவுக்கு அதில் விருப்பமில்லை.

"அதுக்கு அவ மாட்டுப்பொண்ணா வர்றச்சே இங்க வரப்போறதில்லையே?"

"அதுவும் சரிதான். அப்படின்னா, இப்பவே அவளைக் கூப்பிட்டுச் சொல்லிடு."

சீமாவைத் தொலைபேசியில் அழைத்துத் தகவலைச் சொன்னாள் சில்பா.

சீமா தங்கியிருக்கும் வீட்டுக்கு அம்மாவை அழைத்துப் போவதில் பிரச்சினை எதுவுமில்லைதான். ஆனால், அங்கே போனதும் அம்மாவின் பார்வையில் முதலில் படுவது யேசு கிறிஸ்து சிலுவையில் அறையப்பட்டிருக்கும் படமாக இருக்கும். அதைப் பார்த்த பிறகு ஒருவேளை பொண்ணைப் பார்க்கவே வேண்டாமென்று சொல்லி விடவும் கூடும்.

சாயங்காலம் சில்பாவும் அஞ்சனாவும் பள்ளிக்கூடத் திலிருந்து வந்த சிறிது நேரத்தில் சீமாவும் வந்து சேர்ந்தாள். உடுத்தியிருந்த சேலைத் தலைப்பால் தலையை மறைத்த படி அவள் வீட்டுக்குள் வந்தேறினாள். வந்ததும் பிரபாவதி சத்பதியின் கால்களைத் தொட்டுக் கும்பிட்டாள். அம்மாவின் கைகள் தன்னையறியாமல் சீமாவின் தலையில் பதிந்தன. அதைப் பார்க்க சில்பாவுக்கு மகிழ்ச்சியாக இருந்தது.

சில்பாக்காவின் கால்களைத் தொட்டுக் கும்பிடவும் சீமா மறக்கவில்லை. கொஞ்ச நேரத்தில் பிரவீணும் வந்தான். அத்திம்பேரின் எதிரிலிருந்து அவள் சற்று விலகி நின்றாள்.

சீமாவின் குடும்பத்தைப் பற்றி பல்வேறு கேள்விகள் கேட்டாள் பிரபாவதி சத்பதி. அனைத்துக்குமே அவள் சாதுரியமான பதில்களைச் சொன்னாள்.

தேநீரும் அருந்திவிட்டு சீமா புறப்பட இருக்கும்போது மாமி சொன்னாள்:

"சீக்கிரம் கிளம்பு. நேரம் இருட்டுறதுக்குள்ள வீடு போய்ச் சேரணுமோல்லையோ?"

அந்தக் குரலில் வாத்சல்யம் ததும்பி நின்றது.

"அம்மா, இங்க அப்படிப் பயப்படுறதுக்கெல்லாம் எதுவுமில்லை. எவ்வளவு இருட்டினாலும் ரோட்டில ஆட்கள் நடமாட்டமிருக்கும். சீமா தங்கியிருக்குற இடத்துக்கு இங்கிருந்து பஸ் இருக்கு. ஆத்துக்குப் பக்கத்திலேதான் பஸ் ஸ்டாப்பும்" என்றாள் சில்பா.

“வேலை பாக்குற இடத்துக்கும் ஆத்துக்கும் எவ்வளவு தூரமிருக்கும்?”

“கிட்டத்தட்ட எட்டு கிலோ மீட்டர்.”

“பக்கத்தில எங்காவது வீடு பாத்துட வேண்டியதுதானே?”

“பாத்துட்டிருக்கா. இன்னும் கிடைக்கலை.”

“தனியாக இருக்கவா?”

“ஒரு வேலைக்காரி ஏற்பாடு பண்ணி வச்சிருக்கா. வீட்டு வாடகையைக் கம்பெனி கொடுத்துடும். கம்பெனி தேவைகளுக்கான காரும் கிடைக்கும்” என்றாள் சில்பா.

பிரவீண் கேட்டான்: “சின்ன மருமகளை அம்மாவுக்குப் பிடிச்சிருக்கோ?”

“பாஷை எதுவா இருந்தா என்ன? நல்ல ஐஸ்வரியமுள்ள குழந்தை. இனியும் தள்ளிப்போட வேண்டியதில்லை. இன்னைக்கே ஜகனைக் கூப்பிட்டுச் சொல்லிடு.”

பிரவீணும் சில்பாவும் பரஸ்பரம் பார்த்துக்கொண்டார்கள். அம்மாவை அவர்களால் முழுமையாக நம்ப முடியவில்லை. முக்கியமான ஒரு தடை முன்னால் நிற்கிறது. மதம்.

அன்றிரவு சாப்பாடு முடிந்த பிறகு பிரவீண் அந்த ரகசியத்தை தருணம் பார்த்து மெல்லச் சொல்லி முடித்தான்.

அம்மாவின் முகத்தில் திடீரென்று இரத்தம் வற்றி விட்டதைப்போல் தோன்றியது. அவள் எதுவும் பேசாமல் மௌனமாக அமர்ந்திருந்தாள்.

“அம்மா.” பிரவீண் அழைத்தான்.

“இதை நீ ஏன் முதல்ல சொல்லலை?” என்று கேட்டாள் அம்மா.

“முதல்ல சொல்லியிருந்தா அவளைப் பாக்கவே ஒத்துக்க மாட்டீங்கன்னுதான்.”

“இப்ப மட்டும்? பாத்துட்டேங்கிறதுக்காக ஒத்துக்கணும்னு கட்டாயமா?” “இந்தக் காலத்துலேயும் ஜாதி, மதம் பாத்தா மற்றவங்க கேலி பண்ணுவாங்க பாட்டி” என்றாள் தீபா.

“நீ போடீ அந்தாண்டை. நாங்க பெரியவங்க பேசி முடிவு பண்ணிக்குறோம்.”

“அம்மா, முதல்ல இதை அறிஞ்சப்ப எங்களுக்கும் வருத்தமாத்தான் இருந்தது. அவனோட விருப்பத்தை மாத்திக்குறதுக்கும் நாங்க முயற்சி பண்ணினோம். அவன் விட்டுக் கொடுக்குறதாக இல்லை. இதில நாம நினைச்சு என்ன பண்ணிட முடியும்? எப்படியோ போன்னு அவனை விட்டுட முடியுமோ? தலையில தூக்கி வச்சுண்டு தரையில விடாமல் வளர்த்தின பையன் இல்லையோ?”

பிரவீணின் பேச்சு அம்மாவின் மனத்தில் சிறு சலனத்தை உருவாக்கியதுபோல் தெரிந்தது.

“சொந்த பந்தங்களும் அக்கம் பக்கமும் என்ன சொல்லும்?”

“சொந்த பந்தங்க என்ன வேணா சொல்லிட்டுப்போட்டும்மா. அப்பா இறந்த பிறகு நாம அனுபவிச்ச கஷ்ட காலத்துல உதவுறதுக்குன்னு எந்த சொந்த பந்தம் வந்தது?”

“அதெல்லாம் சரிதான்பா குழந்தே. நமக்கு அந்த ஜகந்நாதன் இருக்கான்.”

“அந்த ஜகந்நாதன்தாம்மா இதையும் முடிவு பண்ணி யிருக்கான். சீமா நல்ல பொண்ணு. அவளோட சாபம் நம்ம குடும்பத்துக்கு வேண்டாம்.”

“ஒரு கிறிஸ்டியன் மாட்டுப்பொண்ணா வந்தா, நம்மாத்துல இருக்குற மூணு பெண் குழந்தைகள் நிலமையை நினைச்சுப்பாரு. அவாளை ஏத்துக்க யார் முன்வருவா?”

“பேரக்குழந்தைகளை நினைச்சு அம்மா வருத்தப்படாதீங்கோ. உங்க பேரக் குழந்தைகள்ல ஒருத்தி இப்ப டாக்டர். இன்னொருத்தி கல்லூரிப் பேராசிரியை ஆகப் போறா. இன்னொருத்தியும் படிப்பில கெட்டிக்காரிதான். எல்லாருமே நல்லா வருவா. இதில எந்த சந்தேகமும் வேண்டாம். அவாளுக்கான நல்ல நல்ல வரன்கள் நம்மைத் தேடி வரும்.” சில்பா ஆறுதல் சொன்னாள்.

“நன்னா யோசிச்சு நீங்களே ஒரு முடிவுக்கு வந்துடுங்கோ. நேக்குக் கொஞ்சம் படுக்கணும்.”பிரபாவதி சத்பதி எழுந்தாள்.

“முழு மனசோட இல்லைன்னாலும் அம்மா ஒத்துக்கு வாங்கன்னுதான் நினைக்கிறேன்.”

"இனி அத்திம்பேரை ஒத்துக்க வைக்கணும்."

"அது பரவாயில்லை. அம்மா ஒத்துண்டா அண்ணாவும் ஒத்துக்குவான்."

"ஒரு பெரும் பாரம் மனசிலிருந்து இறங்கிடுத்து."

"நேக்கும் இப்பதான் மூச்சு சீராகியிருக்கு."

சில்பா எழுந்தாள்.

38

"சாயங்காலம் வீடுவரைக்கும் போகணும் சில்பாம்மா. சமேலிக்கு திரும்பவும் ஒரு கல்யாண ஆலோசனை வந்திருக்கு" என்றாள் ஜசுமதி.

"எங்கிருந்து மாஜி?" சில்பா கேட்டாள்.

"சொந்த ஊர் பீகாரில பாகல்பூர். பையனோட அப்பா பிளான்ட்ல கலாசியா இருக்கார். செக்டர் ஒண்ணுல சீப் டைப்பில தங்கியிருக்காங்க."

"பையன் பேரு?"

"கிஷோரீலால். பத்தாம் வகுப்பு படிச்சிருக்கான்."

"வேலை?"

"கரண்டு சரியாக்குறதுக்கு போஸ்ட்ல ஏறுவாங்களே?"

"லைன் மேன். அது அரசாங்க உத்தியோகமாச்சே! சமேலி அதிருஷ்டம் செய்தவ."

"அவ அம்மாவுக்கு அவ்வளவாக இது பிடிக்கலை."

"ஏன்?"

"எங்களை விட அவங்க குறைஞ்ச சாதி."

"அதையெல்லாம் கண்டுக்காதீங்க மாஜி. கட்டினவளைக் காப்பாத்துற திறமை இருந்தா அதுவே போதும்" என்றாள் சில்பா.

"சில்பா சொல்றதுதான் சரி ஜசுமதி. இனியுள்ள காலங்கள்ல ஜாதி மதமெல்லாம் பார்த்துப் பிரயோஜனமில்லை."

அமைதியாகக் கேட்டுக்கொண்டிருந்த பிரபாவதி சத்பதி சொன்னாள்.

சில்பா, மாமியின் முகத்தைப் பார்த்தாள். இவ்வளவு மாற்றமா?

வேலைகளை எல்லாம் வேகமாகச் செய்து முடித்த ஐசுமதி, புறப்படும்போது சில்பாவுக்கு உறுதி கொடுத்தாள்.

"நாளைச் சாயங்காலத்துக்குள்ளா வந்துடறேன் சில்பாம்மா."

"மாஜி நாளை மறுநாள் வந்தாலும் போதும்."

"பள்ளிக்கூட வேலையும் வீட்டு வேலையும் எல்லாம் சிரமமா இருக்காதா? நான் நாளைக்கே வந்துடறேன்."

அவள் கேட்டைத் திறந்தாள்.

சில்பா அப்போது பிரார்த்தனை செய்தாள். இந்த வரனாவது அமைஞ்சு கிடைச்சுடணும் பகவானே! அந்தப் பொண்ணை பாவம் இனியும் சோதிக்காதே."

மறுநாள் ஐசுமதி மகிழ்ச்சியுடன் திரும்பி வந்தாள். வருகிற வைகாசியில் திருமணம். இருபத்தையாயிரம் ரொக்கமும் இரண்டு சவரம் நகையும் தருவதாக ஐசுமதி வாக்குக் கொடுத்திருக்கிறாள். அவர்களும் ஒப்புக்கொண்டார்கள்.

அடுத்த ஞாயிற்றுக்கிழமை அதிகாலையில் பிரவீணும் அம்மாவும் கிராமத்துக்குப் புறப்பட்டார்கள். பிரவீணுக்குச் சாயங்காலம் திரும்பி விட வேண்டும்.

கிராமத்துக்குச் சென்றதும் பிரபாவதி சத்பதி தனது அறைக்குள் நுழைந்து படுத்துவிட்டாள்.

மாமி திரும்பி வந்ததில் காந்திமதிக்கு மிகுந்த மகிழ்ச்சி. அவள் அதிகமாக வேலை செய்வதில்லை என்றாலும் மாமி தன்னுடன் இருப்பது அவளுக்கு ஒரு ஆறுதல். வேலைக்காரர்களைக் கண்காணிக்கவும் தேவையானதை எடுத்துச் சொல்லவும் அவர்களுக்கு உணவு வைத்துக் கொடுக்கவும் மாமியும் இருந்தாக வேண்டும்.

ஆனால், அன்று யாரிடமும் எதுவும் பேசாமல் மாமி படுத்திருப்பதைக் கண்ட காந்திமதிக்கு வருத்தமாக இருந்தது. மாமியின் பக்கத்தில் சென்று அவள் உட்கார்ந்தாள்.

"அம்மா..."

"உம்?"

"உடம்பு சரியில்லையா?"

"உடம்புக்கெல்லாம் எதுவுமில்லை. இவ்வளவு நேரம் பஸ்சில இருந்தனோல்லையோ? கொஞ்சம் படுத்துக்கலாம்னு தோணித்து."

மாமியின் கை கால்களைத் தடவிக்கொடுக்க ஆரம்பித்தாள் காந்திமதி.

"வேண்டாம் காந்திமதி. மத்தியானச் சாப்பாடு வைக்கணுமில்லையோ? பப்புவும் வந்திருக்கான். நீ போ. நான் சித்த படுத்துண்டு வந்துடறேன்."

மாமியின் மனதை ஏதோ பிரச்சினை அலட்டுகிறது என்பதை மட்டும் புரிந்துகொண்ட காந்திமதி சமையல் கட்டுக்குச் சென்றாள். பிரவீணும் ஹரிசரணும் திண்ணை யில் உட்கார்ந்து பேசிக்கொண்டிருப்பதையும் அவள் கவனித்தாள்.

மாமி வந்து ஏறியதும் படுத்துக்கொண்டதையும் அண்ணாவும் தம்பியும் சத்தமில்லாமல் பேசிக்கொள்வதையும் கவனித்த அவளுக்குள் சந்தேகம். மகனுக்குப் பெண் பார்ப்பதற்காக மாமி ராவுர்கேலாவுக்குச் சென்றிருந்தாள். மாமிக்குப் பொண்ணைப் பிடித்துவிட்டதாகத்தான் சில்பாவும் தொலைபேசியில் சொன்னாள்.

பிறகென்ன? ஏதோ ஒரு பிரச்சினை இருக்கிறது என்பதில் சந்தேகமில்லை.

யோசித்தபடியே அவள் சமையல் வேலைகளைச் சீக்கிரமாகச் செய்து முடித்தாள்.

கூடத்தில் சாப்பிட உட்கார்ந்திருக்கும்போதும் யாரும் எதுவும் பேசிக்கொள்ள வில்லை. ஏதோ சடங்கை நிர்வகிப்பதுபோல் சாப்பிட்டுவிட்டு எழுந்தார்கள். மாமி வழக்கம்போல் மதிய ஓய்வுக்காகப் படுத்துக்கொண்டாள். ஹரிசரண் சத்பதியும் தனது அறைக்குள் சென்று படுத்தான். பத்திரிகையைக் கையிலெடுத்துவிட்டு, திண்ணையில் சாய்வு நாற்காலியில் சென்று அமர்ந்துகொண்டான் பிரவீண்.

காந்திமதி பிரவீணின் பக்கத்தில் சென்று கேட்டாள்:

"என்ன விஷயம் பப்பு? எல்லாரும் மௌனியா இருக்கீங்கோ?"

"ஒண்ணுமில்லை மன்னி."

"நான் அறிஞ்சுடப்படாத விஷயமாக இருந்தா..."

"மன்னி அறிஞ்சுடப்படாத விஷயம் என்ன இருக்கப்போறது?"

"சரி, ஜகனுக்குப் பொண் பாக்கப் போன விஷயம் என்னாச்சு?"

"பாத்தாயிடுத்து. அம்மாவுக்குப் பொண்ணையும் பிடிச்சுடுத்து."

"பிறகென்ன, அதையே முடிச்சுட வேண்டியதுதானே?"

"ஆனா, அது வந்து மன்னி... பொண்ணு கிறிஸ்டியன்."

ஒருகணம் திடுக்கிட்ட காந்திமதி மாமியின் மௌனத்துக்கான காரணத்தைப் புரிந்துகொண்டாள்.

அவளுக்கு கிராமத்தில் நடந்த கோவிந்தாச்சாரியின் மகன் நிரஞ்சனின் விஷயம் நினைவுக்கு வந்தது. கல்கத்தாவில் படித்துக்கொண்டிருந்த நிரஞ்சன் ஒரு பெங்காளி கிறிஸ்தவப் பெண்ணைக் காதலித்தான். இது கோவிந்தாச்சாரிக்குத் தெரிய வந்தது. அவனை வீட்டுக்குள் அனுமதிக்க மாட்டேன் என்றார் கோவித்தாச்சாரி. அவனும் அசரவில்லை. நிரஞ்சன், டேவிட்டாக மதம் மாறியதுடன் காதலித்த பெண்ணைக் கல்கத்தா சர்ச்சில் வைத்து திருமணம் செய்துகொண்டான். அதற்குப் பிறகு அவன் ஊருக்கே வந்ததில்லை. மகனை ஒருமுறை பார்த்துவிட மாட்டோமா என்ற ஏக்கத்துடன் நிரஞ்சனின் அம்மா கண்களை மூடினாள்.

இப்படியான ஒரு சம்பவம் சத்பதி குடும்பத்திலும் நிகழ்ந்துவிடுமோ? அவள் கணவனின் பக்கத்தில் சென்றாள். ஹரிசரண் கண்களைத் திறந்தபடி படுத்திருந்தான்.

"எல்லாரும் இவ்வளவு வருத்தப்படறதுக்கு என்ன இருக்கு? ஜகன் கல்யாணத்தை அவன் விருப்பம்போல முடிச்சு வச்சுட வேண்டியதுதானே?" என்று கேட்டாள் காந்திமதி.

“நீ எதை நினைச்சுண்டு வந்துப் பேசறே?”

“எல்லாம் நானும் கேள்விப்பட்டேன். லோகமே குதிச்சோடிண்டிருக்கு. அதை நாம நினைச்சு இழுத்து நிறுத்திட முடியுமோ?”

ஹரிசரண் சத்பதி எழுந்து ஆச்சரியத்துடன் கேட்டான்:

“இந்த மட்டுக்குப் பேச நீ கத்துண்டியா?”

“நானும் எல்லாத்தையும் பாத்தும் கேட்டும்தானே வாழ்ந்துண்டிருக்கேன்?”

“அம்மாவும் ஒத்துண்டிருக்கா. மகன் இல்லாமப் போயிடுவானோங்குற பயத்துல. இருந்தாலும் வருத்தம்தான்.”

காந்திமதி எழுந்து மாமியின் அருகில் சென்றமர்ந்துகொண்டாள். மாமி தூங்க வில்லை. யோசித்தபடி வெறுமனே படுத்திருந்தாள்.

“அம்மா, உங்க மனவருத்தம் நேக்கும் புரியறது. எந்த அம்மாவா இருந்தாலும் பிள்ளைங்களோட சந்தோஷம்தான் அவா விருப்பமா இருக்கும். அவாளுக்காகவே வாழுற நீங்க படற மனவேதனை அவாளுக்கு சாபமா மாறிடப் போறது.”

“மகளே...”

மாமி எழுந்தாள்.

“அன்னைக்கு ஆஸ்ரமத்து ஸ்வாமிஜி பேசினதை அம்மாவும் கேட்டேளே? ஜாதி பேதங்களைப் பற்றிதான் அவர் பேசினார். மனுஷாளோட நன்மைகளுக்காகவே அவாளை நாலு ஜாதிகளாக்கி, ஒவ்வொரு ஜாதிக்கும் இன்னின்ன தொழில்னு ஏற்படுத்தி இருக்கார். இந்த வேலையைச் செய்றவா உசத்தி, இந்த வேலையைச் செய்றவா தாழ்ந்தவான்னு ஏற்படுத்திண்டது பகவானில்லை. பின்னால வந்த மனுஷாதான் இதைப் பேதம் பிரிச்சு வச்சுட்டா. அப்படின்னா, ஹிந்துவா இருந்தா என்ன, கிறிஸ்தவனா இருந்தா என்ன?”

“இவ்வளவு பெரிய விஷயங்களைப் பேசறதுக்கு நீ எப்படி கத்துண்டே காந்திமதி?”

மாமி, மருமகளை அரவணைத்துக்கொண்டாள்.

39

ஜகனின் திருமணத்தை முடிந்தவரைக்கும் சீக்கிரமாக நடத்திவிட வேண்டும் என்பதுதான் எல்லாருடைய விருப்பமும். திருமணத்தை எங்கே வைத்து நடத்துவது என்ற விஷயம் பரிசீலனைக்குள்ளானது.

"அதைப் பெண் வீட்டுக்காரங்களே முடிவு பண்ணிக்கட்டும்" என்றார் மிருத்யூஞ்சயன் சத்பதி.

சீமா அம்மாவைக் கூப்பிட்டு தகவலைச் சொன்னாள்.

"அதுக்கென்ன? இங்கேயே நடத்திடலாம். நீங்க ரெண்டு பேரும் ஒரு வாரத்துக்கு முன்னால இங்க வந்துடுங்க. மனப்பொருத்தம் பண்ணிக்கணும். நான் பாக்கியுள்ள எல்லா ஏற்பாடுகளையும் செய்துடறேன். அப்புறம், முக்கியமான விஷயம், சர்ச்சில வைத்து கல்யாணம் நடக்கணும்னா மணமகன் கிறிஸ்டீனா மாறணும்" என்றாள் சீமாவின் அம்மா.

"அது பிரச்சினையாயிடுமே? சரி, அப்படின்னா இங்கேயே ரிஜிஸ்டர் மாரேஜ் பண்ணிக்கிறோம். நீங்க ஜோயி ஃபாதரையும் ஸன்னியையும் அழைச்சுட்டு இங்க வந்துடுங்க."

தகவலை ஜகனிடம் தெரிவித்தாள் சீமா. அவனுக்கும் இதில் சம்மதம்தான். அப்போது மிருத்யூஞ்சயன் சத்பதி இன்னொரு கருத்தை முன்வைத்தார். இதை ஆர்ய சமாஜம் அலுவலகத்தில் சொன்னால் வைதீக முறைப்படி திருமணத்தை அவர்கள் நடத்தி வைப்பார்கள்.

ஜகனின் அம்மாவும் பெரியண்ணாவும் இதற்கு ஒப்புக்கொண்டார்கள்.

ஜகத்குமார் சத்பதிக்கும் சீமா செபாஸ்டியனுக்கும் திருமணம் நடந்தேறியது. மணமகன் ஜகனின் தரப்பில் குடும்பத்தாரும் நெருங்கிய சில நண்பர்களும் பிரவீணின் நெருங்கிய சில நண்பர்களும் மட்டும் கலந்துகொண்டனர். மணமகள் சீமாவின் தரப்பில் அம்மாவும் சகோதரர்களும் ஃபெர்டிலைசரிலுள்ள உறவினர்களும் குடும்பமும்.

திருமணம் முடிந்த பிறகு சம்பிரதாயப்படி சம்பல்புரி பட்டுச்சேலையும் சீமந்த ரேகையில் செந்தூரமும் கைகளில் கண்ணாடி வளையல்களும் கால் விரல்களில் மெட்டிகளும் பாதங்களில் அல்த்தாவும் அணிந்து மணமகள், மணமகன் வீட்டுக்குப் புறப்பட்டாள்.

பெண் புகுந்த வீட்டுக்கு வரும்போது ஜகனின் அக்காமாரும் குடும்பத்தினரும் வந்திருந்தார்கள். லோபாவும் வந்தாள். பரீட்சை நடந்துகொண்டிருந்ததால் பிரியாவால் வர முடியவில்லை.

கிராமத்திலிருந்த நான்கு நாட்களும் சில்பா, சீமாவையே சுற்றி வந்தாள். பார்க்க வருகிற அக்கம் பக்கத்தினரின் துளைக்கும் வார்த்தைகளில் இருந்து சீமாவைப் பாதுகாக்கும் நோக்கத்துடன்.

எல்லாச் சடங்குகளும் முடிந்து பிரவீணுடனும் சில்பாவுடனும் மணமக்கள் ராவுர்கேலாவுக்குப் புறப்பட்டார்கள். மகளையும் மருமகனையும் வழியனுப்பி வைத்த சீமாவின் அம்மா தனது மகன்ளுடன் ஊருக்குத் திரும்பினாள்.

சீமாவும் ஜகனும் டெல்லிக்குப் புறப்பட்டார்கள். டெல்லியில் தங்கியிருந்து இரண்டு வாரம் தேனிலவு அனுபவித்த பிறகு சீமாவை ராவுர்கேலாவுக்கு அனுப்பி வைப்பதாக முடிவு செய்திருந்தான் ஜகன்.

அசோக் விகாரிலுள்ள ஒரு குடியிருப்பின் இரண்டாவது மாடியில் தங்கியிருந்தான் ஜகன். இரண்டு அறைகளும் சிறு சமையல் கட்டும் பாத்ரூமும் பின்பக்கம் ஒரு பால்கனியும். பால்கனியில் நின்றால் ரோட்டில் அங்குமிங்குமாக ஓடிக்கொண்டிருக்கும் வாகனங்களைப் பார்க்கலாம். ரோட்டின் இருபுறமும் நிழல் விரித்து நிற்கும் மரங்கள். சீமாவுக்கு வீடு மிகவும் பிடித்துப்போனது.

அவர்கள் டெல்லிக்கு வந்த முதல் ஞாயிற்றுக்கிழமை அதிகாலையில் ஜகனின் மொபைல் ஃபோனில் சுப்ரியா அழைத்தாள்.

“ஹலோ ஜகன் அண்ணா, பிரியா பேசறேன். காலையில ஆத்துல இருப்பீங்கதானே?”

“இருப்போம்.”

"சாரி மன்னி, கல்யாணத்துக்கு வர முடியலை."

"மன்னின்னு அழைக்க வேண்டாம். நான் உன்னை விடவும் இரண்டு நாள் இளையவ. மறந்துட வேண்டாம்."

"ஒத்துக்குறேன்." அவள் சீமாவைக் கட்டிக்கொண்டாள். சுப்ரியாவின் பிடியிலிருந்து விடுபட்ட சீமா சொன்னாள்:

"டீ எடுத்துட்டு வர்றேன்."

"வேண்டாம். நானே போட்டுக்குறேன்."

"ஏற்கனவே போட்டு வச்சிட்டனே?"

"கிறிஸ்தவப்பெண் போட்ட டீ எனக்கு வேண்டாம்."

சீமா முகம் வாடினாலும் சுதாரித்துக்கொண்டு பதில் சொன்னாள்:

"கோயிலுக்கான எண்ணெயை எங்க ஊர்ல கிறிஸ்தவனை வச்சி தொடச் சொல்லித்தான் சுத்தமாக்குவோம். தெரியுமா?"

"அது பகவான் விஷயம். அவருக்கு வேணும்னா ஜாதி மதம் இல்லாம இருக்கலாம். நான் நல்ல ஆர்ய பிராமண குடும்பத்தில பிறந்தவளாக்கும்."

"பிரியா, இட் இஸ் டூ மச்."

மோகித்தின் குரலில் கண்டிப்புத் தொனித்தது.

ஜகன் ஆச்சரியத்துடன் அந்த இளைஞனைப் பார்த்தான். நிச்சயமாக இவன் டிரைவர் இல்லை. பிரியாவின் வழக்கமான குறும்பாகவே இருக்கும் இதுவும்.

"மோகித் என்ன பண்றாப்ல?" ஜகன் கேட்டான்.

சுப்ரியாவின் முகத்தைப் பார்த்தான் மோகித்.

"ஓ... மோகித்தை டிரைவர்னு சும்மா சொன்னேன். இவர் டாக்டர் மோகித் குமார் மகாராணா. ஆல் இண்டியா மெடிக்கல் இன்ஸ்டிட்யூட்ல கார்டியோதொராசிக் சர்ஜன். அதாவது இருதயத்தை ஆபரேஷன் பண்றவர்."

"பிரியா கேலிக்கும் ஒரு அளவிருக்கு." இதைச் சொல்லிவிட்டு டாக்டரிடன் மன்னிப்புக் கேட்டான் ஜகன்.

சரோஜினி உண்ணித்தான்

“பரவாயில்லை மிஸ்டர் சத்பதி. பிரியாவை எனக்கு நல்லாவே தெரியும். கட்டக்கில் நான் பிரியாவோட சீனியராக இருக்கும்போதே தொடங்கின நட்பு எங்களுக்குள்.”

“சாரி ஜகன் அண்ணா, இங்க வர்றதுக்கான வழி தெரியலை. அதுதான் டாக்டர் மோகித்தையும் அழைச்சுண்டு வந்தேன்.”

ஹோட்டலிலிருந்து வந்த இட்லியையும் வடையையும் சாம்பாரையும் சீமா மேஜைமீது வைத்திருந்த பாத்திரங்களில் எடுத்து வைத்தாள். சுப்ரியாவும் உதவினாள்.

அவர்கள் ஒன்றாக அமர்ந்து சாப்பிட்டார்கள்.

“இதெல்லாம் போதாது. எங்களுக்கு சரியான ஒரு டின்னர் தந்துட வேண்டியது தான்” என்றாள் சுப்ரியா.

“கண்டிப்பாக. பத்து நாட்களுக்குள்ள உங்க ரெண்டு பேருக்கும் என்னைக்கு லீவு கிடைக்குமோ அன்னைக்குச் சொல்லிட்டீங்கன்னா போதும்.”

“அதென்ன பத்து நாள் கால அவகாசம்?”

“சீமாவோட லீவு பத்து நாள்ல முடியப்போறது.”

“சரி, அப்ப அப்படியே வச்சுக்குவோம். என்ன சொல்றே மோகித்?”

மோகித் பதில் சொல்லவில்லை.

கை கழுவிவிட்டு வந்த சுப்ரியா ஹேண்ட் பேக்கைத் திறந்து ஒரு சிறு நகைப் பெட்டியை வெளியே எடுத்தாள். அதிலிருந்த கல் பதித்த ஒரு மோதிரத்தை சீமாவின் விரலில் அணிவித்தாள்.

“சத்பதி குடும்பத்துக்கு உங்களை வரவேற்கிறேன்.”

“சடங்குகள் எல்லாம் ஏற்கனவே முடிஞ்சுடுத்தே?”

ஜகன் கேலியாகச் சொன்னான்.

“அன்னைக்கு நான் வரலையே? சரி, திருத்திக்கிறேன். என் இதயத்திற்குள் வரவேற்கிறேன்.”

சுப்ரியா விடைபெற்றாள். கீழே கார் வரைக்கும் சென்று ஜகனும் சீமாவும் அவர்களை வழியனுப்பி வைத்தார்கள்.

டாக்டர் சுப்ரியா சத்பதியும் டாக்டர் மோகித் குமார் மகாராணாவும் காரில் ஏறினார்கள். டாக்டர் மோகித்தின் சிவப்பு நிற ஷெவர்லே கார் சாலையில் வழுக்கிச் சென்றது. பார்த்துக்கொண்டிருந்த சீமா சொன்னாள்: "நல்ல பொருத்தமான ஜோடி."

"ஆனா, மகாராணா...."

"அப்படின்னா?"

"ஒடிசாவில மகாராணான்னா கம்மாளர்."

"பாத்தியா, அப்பவும் ஜாதிப்பற்றுதான்."

"எனக்கு இல்லாம இருக்கலாம். ஆனா, வீட்டிலுள்ளவங்களுக்கு இருக்கே?"

"பேசாதே. ரத்தத்தில கலந்துபோன ஜாதிப்பற்று எப்படி மாறும்?"

"சரி, போதும். நமக்கு வெளியே போக வேண்டாமா?"

ஜகன் விஷயத்தை மாற்றுவதற்கு முயற்சி செய்தான்.

லிஃப்டில் ஏறி பட்டனை அமர்த்திவிட்டு கை கோர்த்து நின்ற அவர்கள் தங்களுக்கான உலகிற்குச் சென்றனர்.

40

கீரையைச் சுத்தம் செய்துகொண்டிருந்த ஜசுமதி, பேத்தியின் திருமணம் பற்றி யோசித்துக்கொண்டிருந்தாள். இனி அதிக நாட்களில்லை. பத்து நாட்களுக்கு முன்பே லீவு எடுத்துக் கொள்ளச் சொல்லியிருக்கிறாள் சில்பா.

துணிமணிகள் வாங்க வேண்டும். கையிலிருக்கும் தங்க நகையை மெருகேற்ற வேண்டும். சொந்த மகள்களுக்குக்கூட கொடுக்காமல் பொக்கிஷம்போல் பாதுகாத்து வைத்திருந்த நகை அது.

ஜசுமதியின் திருமணத்துக்குப் பிறகு வந்த தலை தீபாவளி. தீபாவளிக்கு முதல் நாள் கம்பெனி வேலை முடிந்து வந்த ஜசுமதியின் கணவர், தனது வேஷத்தைக்கூட கலைக்காமல் ஜசுமதியைப் பக்கத்தில் அருகில் அழைத்து,

“கண்ணை மூடு” என்றார்.

மூடினாள்.

“கையை நீட்டு” என்றார்.

நீட்டினாள். நீட்டிய கையில் ஒரு சிறு நகைப்பெட்டியை வைத்தார்.

“சரி, கண்ணைத் திற.”

திறந்தாள். அப்போது ஏற்பட்டது ஆச்சரியமா அதிர்ச்சியா என்று அவளால் புரிந்துகொள்ள இயலவில்லை. உள்ளங்கையில் சிறு நகைப்பெட்டி. திறந்து பார்த்தாள். மெலிதான இரண்டு தங்க வளையல்கள்.

அவற்றை அப்போதே அணிந்துகொண்டாள். கண்ணாடி வளையல்களிடையே தங்க வளையல்கள் பளபளத்துக் கொண்டிருந்தன.

“உனக்கு நல்ல அதிர்ஷ்டம். முதல் முதலாக ஐநூறு ரூபா லாட்டரி அடிச்சிருக்கு.”

தங்க வளையல்கள அணிந்த ஐசுமதியின் கைகளை வருடியபடியே சொன்னார்.

இடது கையால் தனது வலது கையை வருடிக்கொண்டாள் ஐசுமதி. அப்போது அங்கே வந்த சில்பா கேட்டாள்:

“என்ன மாஜி, கை வலிக்குதா?”

“இல்லம்மா.”

“தடவிக்கிறீங்க?”

“எறும்போ என்னமோ கடிச்சதுபோல இருந்துச்சு.”

“பொய் சொல்றீங்க. கண்ணுல கண்ணீர் கட்டி நிக்குதே?”

“எதையோ நினைச்சுப் பாத்தேம்மா. சமேலி கல்யாணத்தை எப்படியாவது நடத்திட முடியும்தான். அதோட ஒண்ணும் பொறுப்புகள் முடிஞ்சுடப் போறதில்லையே? பின்னால இன்னொருத்தியும் இருக்கா.”

“அவ நல்லா படிக்கிறவன்னு மாஜிதானே சொன்னீங்க? அவளைப் படிக்க வைங்க.

“எப்படிம்மா படிக்க வைக்கிறது? எனக்குக் கிடைக்கிறது வச்சுதானே எல்லாமே செய்யணும்? அவ அப்பனுக்கு அப்படியான ஒரு எண்ணமும் கிடையாது. வேலை செய்து கிடைக்கிறதில பாதியையும் குடிச்சே தீக்குறான்.”

“மாஜி வருத்தப்படாதீங்க. அவள் பன்னிரெண்டு முடிக்கட்டும். அவளை நாம ஏதாவது படிக்க வைக்கலாம்.”

“எல்லாமே அந்த ஜகந்நாதன் செயல்தாம்மா.”

சுத்தம் செய்த கீரையுடன் ஜசுமதி குழாயடிக்குச் சென்றாள். அவளது மனதுக்குள் கூட்டல் கழித்தல் கணக்குகள் ஓடிக்கொண்டிருந்தன.

சமேலியின் திருமணம் முடிந்தால் பிறகு மூன்று வயிறுகள். அதை நரேஷ் கவனித்துக்கொண்டால் சுமதியைப் படிக்க வைக்க முடியும்.

தனக்குத்தான் நான்கெழுத்து படிக்க முடியவில்லை. அதனால்தானே நரேஷின் அப்பா இறந்த பிறகு, அழுக்குத் துவைத்துக் குழந்தைகளை வளர்க்க வேண்டியதாயிற்று. கொஞ்சம் படித்திருந்தால் பிளான்டிலோ ஆஸ்பத்திரியிலோ ஆயா வேலையாவது கிடைத்திருக்கும். படிப்பின் மகத்துவத்தை அன்றுதான் அவள் உணர்ந்துகொண்டாள்.

பிளான்டில் எந்தப் பண உதவியும் கிடைக்காதென்று அறிந்தபோது சோரங்பாபு, வேறெங்காவது ஒரு வேலை வாங்கித்தர முயற்சி செய்தான்.

“நரேஷ் அம்மா எத்தனாவது வகுப்புவரைக்கும் படிச்சிருக்கீங்க?”

இந்தக் கேள்விக்குப் பதில் சொல்ல எதுவுமில்லை. இருந்தாலும் சொன்னாள்: “பள்ளிக்கூடத்துக்குப் போனதில்லை.”

“அப்ப அதுவும் நடக்காது. டாக்டர் மஜூம்தார் ஆஸ்பத்திரியில ஆயா வேலைக்கு ஒரு ஆள் தேவை. ஆனா, நோயாளிகளோட பெயரையும் நம்பரையும் வாசிக்கவாவது தெரிஞ்சிருக்கணும்.”

அந்த வழியும் தடைபட்டது. மிச்சமிருக்கும் ஒரே ஒரு மார்க்கம் வீட்டுவேலைதான்.

ஐசுமதியின் சிறுவயதில் கிராமப்புறங்களில் பெண் குழந்தைகளைப் படிக்க வைப்பது மிகவும் குறைவு. பெண் குழந்தைகளைப் படிக்க வைத்து எதற்கு? வீட்டு வேலைகள் செய்து பழகட்டும் என்பதுதான் அப்பாக்களின் எண்ணம். ஆண் குழந்தைகள் மட்டும் பள்ளிக்கூடங்களுக்குச் சென்றனர். பெண் குழந்தைகள் வீட்டு வேலைகளைச் செய்யப் பழகினார்கள். பெற்றோர்களின் ஆறு பிள்ளைகளில் ஐசுமதிதான் மூத்தவள். கிட்டத்தட்ட ஆறு வயதிலேயே தம்பி தங்கைகளைக் கவனித்துக்கொள்ளும் பொறுப்பும் முற்றத்தை சுத்தம் செய்யும் வேலையும் அவளுக்குக் கிடைத்தன. தம்பிகள் பள்ளிக்கூடத்துக்குச் செல்வதை அவள் ஏக்கத்துடன் பார்த்துக்கொண்டு நிற்பாள். அவர்கள் எழுதுவதையும் வாசிப்பதையும் பார்க்கும்போது ஆசையாக இருக்கும். ஒருநாள், பெரியவனின் பாடப் புத்தகத்தை யாருக்கும் தெரியாமல் எடுத்துப் பார்த்தாள். அதில் பல நிறங்களிலான படங்களிருந்தன. பக்கங்களைப் புரட்டிக்கொண்டிருக்கும்போது அவன் வந்துவிட்டான்.

“சீ... என் புஸ்தகங்கள் எல்லாம் அழுக்காயிட்டது. அம்மா... அக்கா என் புஸ்தகங்களை அழுக்காக்கிட்டா” என்று அவன் அம்மாவைக் கூப்பிட்டு அழுதான்.

அன்று அம்மாவிடமிருந்து நிறையவே அடி கிடைத்தது. அதற்குப் பிறகு அவளுக்குப் புத்தகத்தைத் தொடவே பயம். இங்கே வெளிவராந்தாவில் பத்திரிகைகள் வந்து விழும்போது அதை எடுத்து வீட்டுக்குள் வைப்பாள். அதிலுள்ள படங்களைப் பார்க்கும்போது செய்தியை அறிந்துகொள்வதற்கு ஆசையாக இருக்கும். என்ன செய்வது?

“காலா அக்ஷர் பைம்ஸ் பராபர்.” (கறுத்த எழுத்துகள் எருமைபோல்)

இப்போது கிராமத்து நிலைமைகள் முன்போல் அவ்வளவு மோசமில்லை. ஓரளவு மாற்றங்கள் நிகழ்ந்துள்ளன. பெண்களும் படிக்க ஆரம்பித்திருக்கிறார்கள். நல்லதுதான். பெண்களால் சொந்தக் காலில் நிற்க இயல வேண்டும். சில்பாம்மாவும் அடிக்கடி இதைச் சொல்வாள்.

சில்பாவைப்போல் நல்ல மனதுள்ள யாரையும் இதுவரை பார்த்ததில்லை. கணவனின் அண்ணன் பிள்ளைகள்மீது எவ்வளவு

அக்கறை எடுத்துக்கொள்கிறாள். அவர்களும் தன்னுடைய பிள்ளைகள்தான் என்பதுபோல் நடந்துகொள்கிறாள். மாமியாரை சொந்த அம்மாபோல் கவனித்துக்கொள்ள எத்தனை பெண்களால் இயலும்?

மாமியாரும் அதிர்ஷ்டக்காரிதான். நல்ல மருமகள்கள் கிடைத்திருக்கிறார்கள். இதை மாமியார் சொல்லியும் அவள் கேட்டிருக்கிறாள்.

"வந்தேறின ரெண்டு பொம்மனாட்டிகளும் நல்லவங்க. மூத்தவளுக்குப் படிப்பு குறைவா இருந்தாலும் நல்ல பாசமுள்ளவ. அப்புராணி. இங்க இருக்குறவ மட்டும் என்ன, படிச்சிருந்தாலும் அகம்பாவமுங்கிறது துளிகூட கிடையாது. நீதான் பாக்குறியே, என்னை எப்படிக் கவனிச்சுக்கிறாங்கிறதை…"

இதைக் கேட்டபோது ஜசுமதிக்கு வருத்தம்தான் தோன்றியது. தனக்கு ஒரே ஒரு மருமகள். மகள்களுக்குத் திருமணமாகி சென்ற பிறகு கடவுள் தந்த மகளாகவே அவளைக் கருதினாள். ஆனால், அவளுக்கு மாமியார்மீது உள்ளன்பு கிடையாது. வேலை செய்து பணம் கிடைப்பதால் அன்பாக இருப்பதுபோல் பாவிக்கிறாள். படுக்கையிலானால் தன்னைக் கவனித்துக்கொள்ள யாரிருக்கிறார்கள் என்பதுதான் ஜசுமதியின் இப்போதைய கவலை.

தன்னை இங்கே அழைத்துக்கொண்டு வந்த டீச்சரம்மா, ஆயுசு காலம் வரைக்கும் இங்கேயே இருக்கலாம் என்று சொல்லித்தான் அழைத்து வந்தாள். சொல்லிவிட்டாள் என்பதற்காக நாம் அப்படி நடந்துகொள்ளக் கூடாது. இவ்வளவு அன்பு காட்டும் சில்பாவை கஷ்டப்படுத்திவிடக் கூடாது.

ஜசுமதி பல வீடுகளில் வேலை செய்திருக்கிறாள். எல்லாருக்குமே அவள் வேலை செய்யும் இயந்திரம் மட்டும்தான். ஒரு நாள் லீவு கேட்டால் முகத்தைக் கறுவிக் கொள்வார்கள்.

நாம் யாருக்குமே தொந்தரவாக இருக்கக்கூடாது. கொஞ்ச காலத்தை இப்படியே கழித்துவிட வேண்டும். பிறகு காசியிலோ, பிருந்தாவனத்திலோ அபயம் தேடிக்கொள்ள வேண்டும். அதுதான் கடைசி ஊழியம்.

"விஸ்வநாதா நீதான் காப்பாத்தணும்."

சரோஜினி உண்ணித்தான் | 223

41

பிரபாவதி சத்பதி காலை இளவெயிலில் நின்று பயறு கிள்ளிக்கொண்டிருந்தாள். திடீரென்று கண்களில் இருட்டு படர்வதுபோலிருந்தது. கால்கள் தடுமாறவே, கொடி படர விட்டிருந்த கயிற்றைப் பற்றிக்கொள்ள முயற்சி செய்தாள். பிடி கிடைக்கவில்லை. கீழே விழுந்தாள்.

இதை, சற்றுத் தொலைவில் கீரைப் பாத்தியில் களை பிடுங்கிக்கொண்டிருந்த சிந்தாமணி பார்த்துவிட்டாள்.

"ஓ.... ஓ..."

அவள் உரத்தக் குரலில் அலறியபடியே ஓடி வந்தாள். சிந்தாமணியின் கூக்குரலைக் கேட்ட காந்திமதி சமையல் கட்டிலிருந்து ஓடி வந்தாள். அதற்குள் பிரபாவதி சத்பதி கண்களைத் திறந்தாள். சிந்தாமணியும் காந்திமதியும் சேர்ந்து அம்மாவை எழச்செய்து கைத்தாங்கலாக அழைத்துக்கொண்டு வந்து வீட்டுக்குள் படுக்க வைத்தார்கள்.

"பேசாம இருங்கோன்னா கேட்கணுமே?"

காந்திமதி பரிதவிப்புடன் சொன்னாள்.

"லேசா தலை சுத்திடுத்து, அவ்வளவுதான்" என்றாள் பிரபாவதி.

"சிந்தாமணி இந்நேரம் பாக்கலைன்னா?"

"பாக்கலைன்னா என்னா? சித்த நேரத்துக்குப் பிறகு தானா எழுந்து வந்திருப்பேன். அவ்வளவுதான்" என்றாள்.

வயலில் வேலைக்காரர்களைக் கண்காணித்துக்கொண்டு நின்றிருந்த ஹரிசரண், அம்மா தலை சுற்றி விழுந்துவிட்டாள் என்பதைக் கேள்விப்பட்டு ஓடோடி வந்தான். இதையறிந்த மிருத்யூஞ்சயனும் லீலாவதியும் வந்தார்கள்.

"இப்ப பரவால்லையோ மன்னி?" மிருத்யூஞ்சயன் சத்பதி கேட்டார்.

"எனக்கெதுமில்லை. வெறும் சோர்வு மட்டும்தான். அதுக்குள்ள உங்க எல்லாரையும் வரவழைச்சுட்டாளா

காந்திமதி? நல்ல பொம்மனாட்டிதான் போ..." அவள் எழுந்திருக்க முயற்சி செய்தாள்.

"வேண்டாம், படுத்துக்குங்கோ" என்றார் மிருத்யூ... சயன் சத்பதி.

"இங்கென்ன வேலைக்கு ஆளில்லைன்னா பயறு கிள்ளவும் வெண்டைக்கா பறிக்கவும் நீங்கோ போறீங்கோ?"

"பின்னே என்னை என்ன பண்ணச் சொல்றே? சும்மா படுத்துத் தூங்கவா? நான் அப்படிப் பழகலை."

"ஆங்... வயசாயிடுத்துன்னா அதையும் பழகிக்க வேண்டியதுதான்." ஹரிசரண் சொன்னான்.

"ஹரி, இதை அவ்வளவு லேசாக நாம எடுத்துக்க வேண்டாம். ஆஸ்பத்திரிக்கு அழைச்சுண்டு போகணும்."

"அதெல்லாம் தேவையில்லை. இளவெயில்ல லேசா தலை சுத்திடுத்து. இப்ப பரவால்லை."

கொழுந்தனும் மகனும் அதைக் கேட்டதாகவே பாவிக்கவில்லை. மிருத்யூஞ்சயன் சத்பதி கார் கொண்டு வந்ததும் ஹரிசரணும் லீலாவதியும் சேர்ந்து பிரபாவதியைப் பிடித்து எழச் செய்து காரில் அமர வைத்தனர். பிரபாவதியுடன் ஓரகத்தியும் மகனும் காரில் ஏறிக்கொண்டார்கள்.

கண்களைத் துடைத்துக்கொண்ட காந்திமதி மனதுக்குள் பிரார்த்தனை செய்தாள்.

"ஜகந்நாதா, அம்மாவுக்கும் எதுவும் ஆயிடக்கூடாது."

ஹெல்த் சென்டர் டாக்டர், பிரபாவதியைப் பரிசோதனை செய்தார்.

"லோ பிரஸ்ஸர்தான். வேற பிரச்சினை எதுமில்லைன்னு நினைக்கிறேன். இனிமேல் தலை சுற்றல் வந்தா கொடுக்குறதுக்கான மாத்திரை எழுதித் தர்றேன். இருந்தாலும் வேறெங்காவது அழைச்சுட்டுப்போய் முழுசாக செக்கப் பண்ணிக்கிறது நல்லது. இங்கே அதுக்கான வசதிகளில்லைங்குறது தெரியும்தானே?"

அம்மாவுக்கு உடல்நிலை சரியில்லை என்பதை அறிந்த சில்பாவும் பிரவீணும் மறுநாள், விடுப்பில் வந்தார்கள். சீமாவின் வேலை நெருக்கடியை உணர்ந்து அவளை

சரோஜினி உண்ணித்தான் | 225

அழைத்துக்கொள்ளவில்லை. சம்பல்புரியிலிருந்து லோபாவும் வந்தாள்.

"பாட்டியை மெடிக்கல் காலேஜுக்கு அழைச்சுண்டு போவோம்" என்றாள் லோபா.

"எனக்கு உடம்புக்கு ஒண்ணுமில்லை. வயசாயிடுத்துன்னா சோர்வோ தலைச் சுற்றோ வரும்தான். அதுக்காக ஆஸ்பத்திரிக்குப் போயாகணும்னு இல்லை."

"பாட்டி, அதை உறுதிப்படுத்திக்கத்தான் ஆஸ்பத்திரிக்குப் போறோம்" என்றாள் லோபா.

"லோபா, பாட்டியை ஆஸ்பத்திரிக்கு நாங்க அழைச்சுண்டுப் போய்க்கிறோம். அங்கதான் எல்லா வசதிகளுமுள்ள ஆஸ்பத்திரிகள் இருக்கே? நீ படிப்பில மட்டும் கவனமா இரு, அது போதும்." சில்பா இடை மறித்தாள்.

அனைவரும் அதை ஏற்றுக்கொண்டார்கள்.

பிள்ளைகள் அனைவரும் அருகில் இருக்கும்போது பிரபாவதி சத்பதி தனது விருப்பத்தைத் தெரிவித்தாள்:

"எனக்கு நாலு பேத்திகள். அதில ஒருத்தியோட கல்யாணத்தையாவது பாத்துட்டுக் கண் மூடணும்கிறது என்னோட ஆசை."

"அதில லோபாதான் மூத்தவ. அவ இப்ப படிச்சுண்டிருக்கா" என்றான் பிரவீண்.

"கல்யாணம் பண்ணிண்டுப் படிக்கிற பொம்மனாட்டிகளும் இருக்காங்களே?" அதுவரை பேசாமல் நின்றிருந்த காந்திமதி சொன்னாள்:

"அதுக்கு ஒத்துக்குற வரன் கிடைச்சா, முயற்சி பண்ணுவோம். அம்மா வருத்தப்பட வேண்டாம்." பிரவீண் அம்மாவுக்கு ஆறுதல் சொன்னான்.

"அப்பா பிரவீண், பிரியாவுக்கும் ஒரு நல்ல வரனைக் கண்டு பிடிக்கணும். அவ உன்னோட தங்கை. மறந்துடாதே" என்றாள் பிரபாவதி.

பிரவீண் ஒப்புக்கொண்டான்.

சாயங்காலம் லீலாவதியும் மிருத்யூஞ்சயன் சத்பதியும் வந்தார்கள்.

"மீத்து, பிரியாவோட படிப்பு முடிஞ்சுடுத்தோ இல்லையோ? அவளுக்கொரு வரனைக் கண்டு பிடிக்க வேண்டாமோ?" என்று கேட்டாள் பிரபாவதி.

"பாத்துண்டிருக்கோம் மன்னி. அவளோட வயசுக்கும் படிப்புக்கும் தகுந்த வரனைக் கண்டுபிடிக்கணுமே?" தன்னுடைய இயலாமையைச் சொன்னார் மிருத்யூஞ்சயன் சத்பதி.

"எம்.பி.பி.எஸ். பாசானதும் கல்யாணத்தை முடிச்சுடலாம்னேன். அவ மேல படிக்கணும்னுட்டா. மகள் சொல்றதைக் கேட்டு ஆடுற தோப்பனார். இனி, பொருத்தமான வரனை எங்க போய் தேடுறதுக்கு? ஏதாவது இரண்டாம் கட்டுதான் வாய்க்கப் போறது."

லீலாவதியின் குரலில் வேதனையும் பரிதவிப்பும் கலந்திருந்தன.

"நானும் முயற்சி பண்றேன் சின்னம்மா. ஜகன்கிட்டயும் சொல்லி வைக்கிறேன். நீங்கோ வருத்தப்படாதேங்கோ."

"எதுவா இருந்தாலும் இனியும் காலதாமதம் வேண்டாம்" என்றாள் பிரபாவதி.

இரவில் தூங்குவதற்காகப் படுத்திருக்கும்போது சில்பா கணவனிடம் சொன்னாள்:

"சில்பா ஒருத்தரைக் காதலிக்கிறா."

"ஆங்... யாரை?"

"அவர் ஒரு டாக்டர்னு மட்டும் தெரியும். கார்டியோதொராஸிக் சர்ஜன். பிரியாவை விடவும் ரெண்டு வருஷம் சீனியர். கட்டக்கில படிக்கும்போது உருவான நட்பு. இப்ப டெல்லியில இருக்கார்."

மறுநாள் காலையிலேயே ஜகனை அழைத்து விவரத்தைச் சொன்னான் பிரவீண்.

"நீ கொஞ்சம் விசாரிச்சுப் பாரேன்."

"எனக்கு ஏற்கனவே அந்த சந்தேகமிருந்தது. பிரியா அன்னைக்கு இங்கே வரும் போது அவரையும் கூட்டிண்டுதான் வந்திருந்தாள். எதுவாக இருந்தாலும் இன்னொரு தடவை விசாரிக்கிறேன்."

ஜகன் அன்றைக்கே பிரவீணை அழைத்துச் சொன்னான்:

"பிரியாகிட்ட நேரடியாகவே கேட்டுட்டேன். அவளும் ஒத்துண்டா. நாம கேள்விப் பட்டது சரிதான். டாக்டரைப் பற்றி எல்லாருக்குமே நல்ல அபிப்பிராயம். பாக்கவும் ஆள் நல்லாருக்கார். அவங்க ரெண்டு பேருக்கும் பொருத்தம்தான். ஆனா..."

"ஆனா...?

"டாக்டர் மகாராணாவை சித்தப்பாவும் சின்னம்மாவும் ஏத்துக்குவாங்களோ?"

எதுவும் பேசத் தோன்றாமல் ஒரு நிமிடம் திகைத்து நின்ற பிரவீண் கேட்டான்:

"சத்பதி குடும்பம் ஒரு கிறிஸ்தவப் பொண்ணை மாட்டுப்பொண்ணா ஏத்துக்கும்னா ஏன் ஒரு ஆசாரிப் பையனை வரனாக ஏத்துக்காது?"

"டாக்டர், ஆசாரி ஜாதியா?"

"ஆமா, மோகித் மகாராணா."

தகவலை அறிந்த காந்திமதி கேட்டாள்:

"ஒரு கல்யாணம் நடந்த வருத்தமே அம்மாவுக்கு இன்னும் தீரலை. இப்ப இதுவும். நம்ம குடும்பத்துப் பிள்ளைங்களுக்கு என்னதான் ஆயிடுத்தோ?"

இதைக் கேட்டுக்கொண்டு நின்றிருந்த லோபா சொன்னாள்:

"ஒண்ணும் ஆயிடலைம்மா. சத்பதி குடும்பத்துக்குள்ள வெளிச்சம் வர ஆரம்பிச் சுடுத்து."

"என்னடீ, நீயும் ஏதாவது அடுத்த ஜாதிக்காரனைப் பார்த்து வச்சிருக்குறியோ?"

"நானா? இல்லவே இல்லைம்மா. சின்னம்மா கை காட்டுற யாரை வேணும்னாலும் நான் கட்டிக்கிறேன். இது லோபாவோட வாக்குறுதி."

சில்பாவுக்குப் பெரும் திருப்தி. தனது முயற்சி வீணாகவில்லை.

“பாரும்மா லோபா. உனக்கு நாங்க நல்ல வரனாத்தான் பாப்போம். நிச்சய தார்த்தத்தை முதல்ல நடத்தி முடிச்சுடணும். பாட்டியோட ஆசை இது.”

“ஒத்துக்குறேன் சின்னம்மா. ஆனா, ஒரே ஒரு நிபந்தனை. கல்யாணத்தை மட்டும் பரீட்சை முடிஞ்ச பிறகு வச்சுக்கலாம்.”

“சம்மதிக்கிறோம்டீ குழந்தே.” சில்பா லோபாவைக் கட்டிக்கொண்டாள். காந்திமதி கண்களைத் துடைத்தாள். சில்பாவும் பிரவீணும் அம்மாவை அழைத்துச் செல்ல தயாரா யினர்.

“பிரியாவோட விஷயத்தை சித்தப்பா சின்னம்மாகிட்ட சொல்ல வேண்டாமா?” சில்பா கேட்டாள்.

“இப்ப வேண்டாம். அங்க போன பிறகு அம்மாகிட்ட பேசி முதல்ல சம்மதிக்க வைப்போம். அம்மா, சித்தப்பாவையும் சின்னம்மாவையும் கூப்பிட்டுப் பேசட்டும்.”

அவர்கள் புறப்பட்டார்கள். காரில் போய்க்கொண்டி ருக்கும்போது சில்பா பிரவீணிடம் கேட்டாள்:

“கார் வாங்கினது எவ்வளவு நல்லதுன்னு இப்ப புரியறதோ? இல்லேன்னா அம்மாவையும் அழைச்சுண்டு பஸ்ல ஏறி... எவ்வளவு சிரமம்?”

“சரி, சரி, ஒத்துண்டேன்.”

“என் மருமக எடுக்குற முடிவுகள் எல்லாமே நல்லதுதான்.”

“அதுக்கில்லைம்மா. கம்பெனியில கார் வாங்குறதுக்கு அட்வான்ஸ் தர்றா. மாதா மாதம் அலவன்ஸ் தர்றா. அதை வச்சே கடனை அடைச்சுடலாம்னுதான்.”

“எதுவாக இருந்தாலும் நல்லதுதான் சில்பா.”

சாலையில் பரபரப்பு ஆரம்பித்திருந்த சாயங்காலநேரம். பிரவீணின் கவனம் கார் ஓட்டுவதில் இருந்தது.

“பாபா, நேக்கு காரோட்டச் சொல்லித் தருவீங்களா?” அஞ்சனா கேட்டாள்.

“கண்டிப்பா. என் மகள் நன்னா வளர்ந்த பிறகு சொல்லித் தருவேன்.”

42

சில்பா ஸ்கூலுக்குப் போகத் தயாராகும்போது ஸ்ரீதேவி நாயரின் ஃபோன் வந்தது.

"சில்பா, நம்ம முரளிதரன் மேனோன் இறந்துட்டார்."

சில்பா பதில் சொல்ல வராமல் நின்றிருந்தாள்.

"நான் பேசுறது கேட்குதா சில்பா?"

"கேட்குது ஆன்டி. கிட்னி மாற்றிய பிறகு குணமா யிட்டிருந்தாரே?"

"ஆமா, இப்ப ஹார்ட் அட்டாக். பாடி மார்ச்சுவரியில இருக்கு. ராஜி வர்றதை எதிர்பார்த்துட்டிருக்காங்க."

"பத்மினி ஆன்டி?"

"நான் பாக்கலை. அங்க போகணும். நாலு மணி நேரப் பயணம். எப்ப வேணும்னாலும் போயிட முடியாதில்லையா?"

"அங்கிளை கடைசியாக ஒரு தடவைப் பார்க்கவும்கூட நேக்குக் கொடுத்து வைக்கலை. எங்கப்பாவோட நெருங்கிய நண்பர். ஆன்டிக்குத் தெரியுமே, எங்கப்பா இறந்த பிறகு எங்களுக்கு எவ்வளவு உதவியாக இருந்த அங்கிள்னு?"

"தெரியும் சில்பா. மரணம் எப்போ, எந்த நிமிடம் வந்தேறும்னு யாராலயும் கணிக்க முடியாதில்லையா? தம்பியோட மரணத்தை அவரால தாங்கிக்க முடியலை."

"அங்கிளோட தம்பி இறந்துட்டாரா..? எப்படி?"

"யாரோ அவரைக் கொன்னுட்டாங்க. வேலைக்குப் போயிட்டு பைக்கில வரும் போது மூணு நாலு பேர் கார்ல பின்தொடர்ந்து வந்து, தட்டிக் கீழே தள்ளி, வெட்டிக் கொன்னுட்டாங்க. அரசியல் பகைதான் காரணமாம். பாவம், அவரோட மனைவியும் ரெண்டு பிள்ளைங்களும் அனாதைகளா யிட்டாங்க."

"கேரளத்தில இப்ப இப்படியான அக்கிரமங்கள் அதிகமா யிண்டிருக்கே ஆன்டி?"

"ஆமா, சில்பா. கடவுளோட சொந்த நாடு, அக்கிரமங்களோட நாடாக மாறிட்டிருக்கு. காலையில பத்திரிகைகளைத் திறந்துப் பார்க்கவே பயமாயிருக்கு. சரி, சில்பா நீ ஸ்கூலுக்குப் புறப்படுற நேரம் இது, வைக்கிறேன்."

ஸ்ரீதேவி நாயர் ஃபோனை வைத்தாள்.

சாப்பாட்டை எடுத்து வைத்துவிட்டு ஜசுமதி அழைத்தாள். போய் உட்கார்ந்தால் சாப்பிடத் தோன்றவில்லை. மேனோன் அங்கிளின் நினைவுகள் மனதை ஆக்கிரமித்திருந் தன. தனது வாழ்க்கையில் அடித்தளம் அமைவதற்கான காரணமே மேனோன் அங்கிள்தான்.

"ஃபோன் பண்ணினது யாரு சில்பாம்மா?"

"ஸ்ரீதேவி ஆன்டி."

"ஏதாவது சோகச் செய்தியா?"

"ம்... எங்களுக்கு ரொம்ப வேண்டப்பட்ட ஒரு அங்கிள் இறந்துட்டார். எங்கப்பாவோட நெருங்கிய நண்பர். எங்களுக்கு நிறைய உதவிகள் செய்தவர்."

"ஏதாவது நோயா?"

"ஹார்ட் அட்டாக்."

"மரணத்துக்கு ஏதும்மா காலமும் நேரமும்?"

குரலைத் தாழ்த்தியபடி அவர்கள் பேசிக்கொண்டார்கள். பிரபாவதி சத்பதி அறைக்குள்ளிருந்தாள். டாக்டரின் அறிவுரைப்படி அம்மா முழு ஓய்வில் இருக்கிறாள். தேவை யில்லாத எதுவும் காதுகளில் விழ வேண்டாம்.

அம்மாவின் இருதயத்தில் சிறு அளவிலான ஏதோ பிரச்சினை இருக்கிறது. ரத்தக் குழாயில் ரத்தம் கட்டியிருக்கிறது. அதை மருந்தில் கரைப்பதற்கான முயற்சியில் ஈடுபட்டிருக்கிறார் டாக்டர்.

வியாதி இன்னதென்று அம்மாவுக்கு முழுமையாக இன்னமும் தெரியாது. ஆனால், தனக்கு என்னமோ ஒரு நோய் என்பதாக மட்டும் புரிந்துகொண்டிருக்கிறாள். ஆகவேதான் பேத்தியின் திருமணம் குறித்து ஓயாமல் சொல்லிக்கொண்டிருக்கிறாள்.

சில்பா பெயரளவில் எதையோ சாப்பிட்டுவிட்டு எழுந்தாள். ஜசுமதி, அஞ்சனாவைப் பள்ளிக்கூடத்துக்குத் தயாராக்கி நிறுத்தியிருந்தாள்.

மாமிக்கு மதியம் கொடுக்க வேண்டிய மருந்துகளை ஜசுமதியிடம் ஒப்படைத்துவிட்டு, மாமியிடம் சொல்லிக்கொண்டு, அஞ்சனாவுடன் புறப்பட்டாள்.

பள்ளிக்கூடத்தில் இருக்கும்போதும் சில்பாவின் மனம் சிந்தனை வயப்பட்டிருந்தது. அப்பா இறந்த அன்றைய தினம் மீண்டும் அவளது மனக்கண்களில் உயிர் பெற்றது. அன்று நடந்த நிகழ்வுகள் ஒவ்வொன்றாக மனதில் தோன்றி மறைந்தன. அன்று அப்பா, பிறகு அம்மா, இப்போது மேனோன் அங்கிள். அன்புக்குரியவர்கள் என்றைக்குமாகப் பிரிந்து செல்வது பெரிய மனவேதனை.

நாமெல்லாம் வாழ்க்கை என்னும் நெடும் பயணத்தில் சத்திரங்களில் ஒன்று சேர்ந்து, பின்னர் பிரிந்து அவரவர் வழியில் தொடர்ந்து பயணிக்கிறோம் என்று சொல்வது எவ்வளவு நிதர்சனமான உண்மை.

சாயங்காலம் பிரவீண் வந்ததும் சில்பா அந்த சோகச் செய்தியைச் சொன்னாள்:

"கேள்விப்பட்டேன். அதற்கான நேரம் வந்தா போய்த்தானே ஆகணும்?"

"மெதுவா... அம்மா காதுல விழுந்துடப் போறது."

உரையாடலை அத்துடன் நிறுத்திக்கொண்டாள் சில்பா. இருந்தாலும் மனதிலிருந்து அதை அவளால் மாய்த்துவிட இயலவில்லை.

தன்னுடைய திருமணம் நடந்த ஆறு மாதத்தில் மேனோன் அங்கிள் ஓய்வு பெற்று கேரளாவுக்குத் திரும்பினார். பயணச் சலுகையில் கேரளாவுக்கு வரச்சொன்னதுடன், பார்க்க வேண்டிய இடங்களுக்கெல்லாம் நானே அழைத்துக் கொண்டுபோய்க் காட்டுவேன் என்றும் சொல்லிவிட்டுப் போனவர். ஆனால், தன்னால் அதற்கு இயலவில்லை. எதற்குமே இயலவில்லை.

ஸ்ரீதேவி ஆன்டியும் அழைத்துக்கொண்டிருக்கிறார். இப்போது அங்கே ஒரு உறவினர் வீடும் இருக்கிறது. சீமாவின்

வீடு. ஆன்டியின் வீட்டுக்கும் சீமாவின் வீட்டுக்கும் சுமார் இருபது கிலோ மீட்டர் தூரம்தான். என்றாவதொரு நாள் கேரளாவுக்குப் போக வேண்டும். லோபாவின் படிப்பும் கல்யாணமும் முடியட்டும்.

லோபாவுக்கு அவளது சித்தப்பா ஒரு வரன் பார்த்து வைத்திருக்கிறார். ஸ்டீல் அதாரிட்டி ஆஃப் இந்தியாவில் பணியாற்றிய இப்போது பர்சுவா மைன்ஸ் ஹெல்த் சென்டரில் பணியாற்றுகிற டாக்டர் அதுல்குமார் மிஸ்ரா.

படித்துக்கொண்டிருக்கும்போதே மிஸ்ராவுக்கு திருமண ஆலோசனைகள் வரத் தொடங்கின. இதில் எதுவுமே அவனது மனதுக்குப் பிடிக்கவில்லை. லோபாவையும் மிஸ்ராவையும் ஒன்றிணைக்க வேண்டும் என்பது விதியின் முன்முடிவாக இருந்திருக்கும்.

பிரவீண் குமார் சத்பதியின் சக ஊழியர் சிவ்குமார் மஹந்திதான் இந்த ஆலோசனையை முன்வைத்தவன். மஹந்தியின் தம்பி சூரஜ் குமார் மஹந்தியும் அதுல் குமார் மிஸ்ராவும் நண்பர்கள். எம்.பி.பி.எஸ். மூன்றாவது வருடம் படிக்கும்போதே சூரஜுக்குத் திருமணமாகிவிட்டது. இப்போது இரண்டு குழந்தைகளும் உள்ளனர்.

ஒரு ஞாயிற்றுக்கிழமை. பிரவீணும் சிவ்குமார் மஹந்தியும் பர்சுவா மைன்சில் அதுல்குமார் மிஸ்ராவின் குவார்ட்டர்சுக்குச் சென்று அவனைச் சந்தித்தார்கள். அதுல் குமாருக்கு ஏற்கனவே டாக்டர் சூரஜ் குமார் தகவல் சொல்லியிருந்ததால் அவன் எதிர்பார்த்திருந்தான்.

பிரவீணிடம் சில்பா ஒரு புகைப்படம் கொடுத்தனுப்பி இருந்தாள். சில்பாவும் பிரவீணும் அஞ்சனாவும் இருக்கும் ஒரு புகைப்படம்.

சில்பாவின் படத்தைச் சுட்டிக்காட்டிய அதுல் கேட்டான்:

"இவங்க?"

"இவங்க சத்பதி பாபுவோட மனைவி சில்பா." மஹந்தி பதில் சொன்னான்.

"நினைச்சேன்." முகமலர்ச்சியுடன் சொன்னான் அதுல்குமார்.

“சில்பாவை ஏற்கனவே தெரியுமா?”

“தெரியுமாவா? நாங்க பால்யகால நண்பர்கள். சில்பாவோட அப்பா இறந்து அவங்க கிராமத்துக்குப் போறது வரைக்கும். பிறகு, பார்க்க முடியலை. முகச்சாயலை வச்சி யூகிச்சேன்.”

புகைப்படத்திலிருந்த லோபாவை டாக்டருக்குப் பிடித்து விட்டது. இருந்தாலும் நேரில் பார்க்காமல் முடிவு செய்வது சரியில்லை என்பது அவனது எண்ணம்.

“தாராளமாக! இது ஒண்ணும் பழைய காலமில்லையே? பரஸ்பரம் பாக்கணும். கிராமத்திலோ ராவுர்கேலாவிலோ எங்க வசதிப்படும்னு சொன்னா லோபாவை அங்கேயே வரவழைச்சுடலாம்.”

“அது வேண்டாம். என்னோட ஒரு கஸின் சிஸ்டர் சம்பல்புர் மெடிக்கல் காலேஜில ஃபைனல் இயர் படிச்சுண்டிருக்கா. அவகிட்ட சொல்லிட்டு நானே போய் பாத்துக்கிறேன். இந்தத் தகவலை லோபாகிட்ட சொல்லிட வேண்டாம். பெண் பார்க்கும் படலம் ஒரு சர்ப்ரைஸா இருக்கட்டுமே.”

வரன் பார்க்கச் சென்றவர்கள் சிரித்தபடி விடைபெற்றனர்.

“சில்பாவை நான் விசாரிச்சதாகச் சொல்லிடுங்கோ.”

“பால்யகால தோழியைச் சந்திக்கிறதுல சர்ப்ரைஸ் வேண்டாமா?

பிரவீண் கேட்டான்.

“அதுக்கு இப்ப ஒண்ணும் அங்கே வர முடியும்னு எனக்குத் தோணலை.”

பிரவீண் குமார் சத்பதியும் சிவ்குமார் மஹந்தியும் மகிழ்ச்சியுடன் கேட்டைக் கடந்து செல்வதை டாக்டர் அதுல்குமார் மிஸ்ரா பார்த்துக்கொண்டு நின்றிருந்தான்.

43

அதிகாலையில் காலிங்பெல் சத்தம் கேட்டு வாசலைத் திறந்தாள் சில்பா. எதிரில் சுப்ரியா.

“என்ன பிரியா, திடீர்னு...?”

“இங்க வர்றதுக்கு அப்பாயின்ட்மெண்ட் ஃபிக்ஸ் பண்ணிக்கணுமா?”

“வாயாடீ… உள்ள வா…”

“மாமீ…” அஞ்சனா ஓடி வந்து சுப்ரியாவைக் கட்டிக் கொண்டாள்.

கைப்பையைக் கீழே வைத்த சுப்ரியா அஞ்சனாவைத் தூக்கினாள்.

“கீழ விடு அவளை. அவ இப்ப வளர்ந்துட்டா.”

“மாமி, இந்த அம்மா சில நேரம் என்னைக் குழந்தைன்னுவா, சில நேரம் வளர்ந்திட்டேன்னுவா.”

“மாமியோட வாய், அப்படியே வாய்ச்சுடுத்து.”

“இவளை நாம வக்கீலுக்குப் படிக்க வைக்கலாம் மன்னி.”

“நேக்கும் சில நேரங்கள்ல அப்படித்தான் தோணறது.”

“சரி, நான் பெரியம்மாவைப் பாத்துண்டு வந்துடறேன்.”

அவள் அஞ்சனாவைக் கீழே நிறுத்திவிட்டு பிரபாவதி சத்பதியின் அறைக்குள் சென்றாள். பிரபாவதி எழுந்து கட்டிலில் உட்கார்ந்திருந்தாள்.

“இது யார் என் பிரியாவா…?”

சுப்ரியா பெரியம்மாவின் பக்கத்தில் உட்கார்ந்தாள்.

“உடம்புக்கு எப்படி இருக்கு பெரியம்மா, பரவால்லையா?”

“நேக்கு உடம்புக்கு ஒண்ணுமில்லையடீம்மா. சும்மா இவாள்லாம் சேர்ந்து என்னை நோயாளியாக்குறா. நோக்கு படிப்பு முடிஞ்சுடுத்தோன்னா?”

“முடிஞ்சுடுத்து. அங்கேயே ஒரு வேலைக்கும் ஏற்பாடும் பண்ணிண்டேன். உங்க கிட்ட ஆசீர்வாதம் வாங்கத்தான் இப்ப வந்திருக்கேன்.”

“சரி, வாழ்க்கையை இப்படியே கழிச்சுடலாம்னு முடிவு பண்ணிட்டியா?”

“இப்படின்னா, எப்படி பெரியம்மா?”

"தன்னந்தனியாக. நோக்குன்னு குடும்பம் குட்டி ஒண்ணும் வேண்டாமோ?"

"அம்மா, பிரியா இப்பதான் வந்தேறினா. முதல்ல அவ குளிச்சு உடுதுணி மாற்றிண்டு வரட்டும்." சில்பா இடைமறித்துச் சொன்னாள்.

"இங்க என்ன ஆர்ப்பாட்டம்?" என்றபடியே பிரவீண் வந்தான்.

"பிரியா வந்த ஆர்ப்பாட்டம்தான் வேறென்ன."

வாழ்க்கையில எப்பவாவது கொஞ்சம் சத்தமும் ஆர்ப்பாட்டமும் தேவைதான்" என்றபடியே சுப்ரியா அடுத்த அறைக்குள் நுழைந்தாள்.

எல்லாரும் ஒன்றாக அமர்ந்து காலை உணவு சாப்பிட்டுக்கொண்டிருக்கும்போது வெளியே ஒரு கார் வந்து நின்றது. சுப்ரியா எழுந்து சென்று வாசல் கதவைத் திறந்தாள்.

"அப்புறம், எல்லாம் ஏற்கனவே சொன்னதுபோல."

எதிரில் நின்ற இளைஞனிடம் சில்பா சொன்னாள். இருவரும் ஏதோ ரகசியம் பேசி சிரிப்பதைப் பார்த்தபடி சில்பா வந்தாள்.

"ஆள் யாருன்னு புரியலை...?"

அப்போது பிரவீணும் வந்து சேர்ந்தான்.

"நான்..."

"நானே சொல்லிக்கிறேன். என்னோட பழைய ஒரு கிளாஸ்மேட்." என்றாள் சுப்ரியா.

"கிளாஸ் மேட்டா, டிரைவரா?"

சில்பாவுக்குச் சிரிப்பு வந்தது.

"மன்னிக்கணும். நான் மோகித்..."

"மகாராணா." சில்பா மீதியை நிரப்பினாள்.

"உள்ள வாங்க டாக்டர், உட்காருங்க."

பிரவீண் டாக்டரை வீட்டுக்குள் வரச் சொன்னான்.

“ப்ரேக் ஃபாஸ்ட்..?” சில்பா கேட்டாள்.

“வேண்டாம். ஹோட்டல்ல சாப்பிட்டுட்டேன். பிரியாவோட அண்ணா புறப்படுறதுக்குள்ள வரணும்னு சீக்கிரமாக வந்துட்டேன்.”

“இருங்க டீ கொண்டு வர்றேன்.”

“நீங்க உட்காருங்க மன்னி. நான் டீ போடறேன்” என்றபடி சுப்ரியா சமையல் கட்டுக்குச் சென்றாள்.

மோகித் மனம் திறந்து பேசினான். மெடிக்கல் காலேஜில் படிக்கும்போதே உருவான பரஸ்பர நட்பை வாழ்க்கையிலும் தொடர்வதாக அப்போதே முடிவு செய்துவிட்டார்கள். மோகித்தின் பெற்றோர்கள் ஒவ்வொரு பெண்ணாகப் பார்த்து அவனது அனுமதிக்காக காத்திருக்கிறார்கள். எதற்குமே பிடிகொடுக்காமல் இருக்கிறான் மோகித். சுப்ரியாவும்தான். இப்போது சுப்ரியாவின் படிப்பு முடிந்துவிட்டது. இனிமேல் தள்ளிப் போட முடியாது. இரு குடும்பத்தாரும் சேர்ந்து திருமணத்தை முடித்து வைத்தால் அதுவரைக்கும் மகிழ்ச்சி.

“இதில எனக்கும் சில்பாவுக்கும் சம்மதம்தான். பிரியாவோட அப்பா அம்மாகிட்டயும் எங்க அம்மாகிட்டயும் இன்னும் சொல்லலை. அவாளும் ஒத்துண்டா கல்யாணத்தை உடனே நடத்திடலாம். எங்க அம்மாகிட்ட பேசி முதல்ல ஒத்துக்க வைக்கணும். சித்தப்பாவையும் சின்னம்மாவையும் அம்மா ஒத்துக்க வச்சுடுவா.”

“ஆனா, கால அவகாசம் ரொம்பவும் குறைவாக இருக்கு. பிரியாவுக்கு அங்க ஒரு ஆஸ்பத்திரியில வேலை கிடைச்சிருக்கு. ஜாயின்ட் பண்ண பிறகு உடனடியாக லீவு எடுக்குறது சரியில்லை. எங்க அம்மாவும் ஒத்துக்குறதுபோல தெரியலை. அம்மா, டாக்டர் மருமகளை விரும்பலை. வீட்டையும் குடும்பத்தையும் கவனிச்சுக்குற குடும்பப் பெண்தான் வேணும்கிறாங்க. அம்மாவோட எதிர்ப்பை என்னால சமாளிச்சுக்க முடியும்.”

சுப்ரியா நிம்கியும் டீயும் கொண்டு வந்தாள்.

“பெரியம்மாவைப் பாத்துட்டுப் போயிடு.” சுப்ரியா, மோகித்திடம் சொன்னாள்.

“நீ சொல்லலேன்னாலும் பாத்துட்டுதான் போவேன்.”

டீ தம்ளரை மோகித்தின் கையில் கொடுத்த சுப்ரியா, மெதுவாகச் சொன்னாள்.

“பெரியம்மாவை வளைச்சுட்டேள்னா சாதிச்சுடலாம்.”

பிரவீண், மோகித்தை அம்மாவின் அறைக்குள் அழைத்துச் சென்றான்.

“அம்மா, இவர் டாக்டர் மோகித். என்னோட நண்பர். இங்க எங்கயோ வந்த இடத்தில அம்மாவைப் பாக்கணும்னு வந்திருக்கார்” என்றான் பிரவீண்.

“பிரவீண் அம்மாவுக்கு உடம்பு சரியில்லைன்னார். இப்ப எப்படியிருக்கும்மா?”

“நேக்கு உடம்புக்கு ஒண்ணுமில்லை டாக்டர். வயசா யிடுத்தோன்னா, அதான். இவாள்லாம் சேர்ந்து என்னை நோயாளியாக்குறா.”

“சரி, நான் பாக்குறேன்” என்றபடி அம்மாவின் பக்கத்தில் உட்கார்ந்த மோகித், நாடி பிடித்துப் பார்த்தான். கண்ணிமைகளை உயர்த்திப் பார்த்தான். நாக்கை நீட்டச் சொல்லிப் பரிசோதித்தான். பாக்கெட்டில் இருந்து சிறு டார்ச்சை எடுத்து தொண்டையைப் பரிசோதித்தான். மருந்துகளைப் பார்த்தான். பிறகு, சிரித்தபடியே சொன்னான்:

“அம்மாவுக்குப் பெரிய பிரச்சினைகள்னு எதுவுமில்லை. மருந்துகளை மட்டும் கொஞ்ச நாட்கள் தொடர்ந்து சாப்பிடட்டும். காலையிலயும் சாயங்காலமும் பத்து நிமிடம் நடக்கணும். எண்ணெயையும் உப்பையும் குறைச்சுடணும்.”

மோகித், பிரபாவதி சத்பதியின் முதுகை ஆதரவாக வருடிக்கொடுத்தான்.

“அம்மா நூறு வயசுவரைக்கும் வாழ்வீங்க.”

“அதெல்லாம் வேண்டாம்பா. இந்தப் பிள்ளைங்களோட கல்யாணத்தை மட்டும் பாத்துட்டுக் கண்ணை மூடுனா தேவலாம்னு தோண்றது. பாத்திருப்பியே, இங்க ஒருத்தியை. பிரவீணோட இளையவ. அவளும் டாக்டர்தான். கல்யாணத்துக்கு அவ ஒத்துக்கணுமே?”

“எல்லாம் நடக்கும்மா. வருத்தப்படாதீங்க. நான் போயிட்டு வரட்டுமா?”

"இருப்பா. உங்காத்துல யார்லாம் இருக்கீங்க?"

"அப்பா, அம்மா, ஒரு தம்பி, ரெண்டு சகோதரிங்க. எல்லாருக்குமே கல்யாணமாயிடுச்சு."

"நோக்கோ?"

"இன்னும் ஆகலை."

மோகித் அனைவரிடமும் சொல்லிவிட்டுப் புறப்பட்டான். பிரவீணும் கூடவே சென்றான். சாயங்காலம் மகன் திரும்பி வந்ததும் அம்மா கேட்டாள்:

"ஏம்பா பப்பு, நமக்கு அந்த டாக்டரை பிரியாவுக்கு யோசிக்கலாமே?"

"அது வந்து... சரியா வராதும்மா."

"ஏம்பா, நல்ல பையனா இருக்கானே? நேக்குப் பிடிச்சிருக்கு."

"ஆனா, வேற ஜாதிம்மா."

"என்ன ஜாதி?"

"ஆசாரி. மோகித் குமார் மகாராணா."

பிரபாவதி சத்பதி முகம் கறுத்தாள். சிறிது நேரம் எதுவும் பேசாமலிருந்தவள் பிறகு கேட்டாள்.

"ஏம்பா, உன் தம்பி ஈஸா பொண்ணைக் கல்யாணம் பண்ணிக்கலாம்னா உன் தங்கை ஆசாரிப் பையனைக் கல்யாணம் பண்ணிக்கப்படாதோ?"

ஒரு கணம் ஆச்சரியத்தில் உறைந்துபோய் நின்ற பிரவீண் கேட்டான்:

"என் அம்மாவா இதைச் சொல்றீங்கோ?"

"அனுபவம் தந்த பாடம்பா இது. நோக்குத் தெரியுமோ? உன்னோட லக்மி மாமிக்கு முன்சீப் கோர்ட்டுல உத்தியோகம் பண்ற ஒரு வரன் வந்தது. அந்தப் பையனும் பிராமணன். ஆனா, தாழ்ந்த கோத்திரம்னு சொல்லி உன் தோப்பனார் வேண்டாம் னுட்டார். பிறகு, உசந்த கோத்திரமாப் பார்த்து ஒருத்தனுக்கு கன்யாதானம் பண்ணி வச்சார். உத்தியோகம்னு எதுவுமில்லாதவன். எப்பவாவது ஒரு ஹோமமோ பூஜையோ கிடைச்சா உண்டு. மொத்த வருமானமே அதுதான்."

“அம்மாவுக்கு இதில சம்மதம்னா, சித்தப்பாவையும் சின்னம்மாவையும் ஒத்துக்க வைங்கோ.” பிரவீண் ஆறுதலாகச் சொன்னான்.

“இந்தக் காலத்துல போய் ஜாதி மதம்னு பாத்துண்டிருக்க தேவையில்லை. கைராசியுள்ள டாக்டர்னு பேர் வாங்கினவர். பாக்குறதுக்கும் நன்னாருக்கார். நான் பிரியாகிட்ட பேசிப் பார்த்தேன். அவளுக்கும் இதில சம்மதம்தான்” என்றாள் சில்பா.

ஒரு முடிவுக்கு வருவதற்காக மறுநாளே அனைவரும் கிராமத்துக்குப் புறப்பட்டார்கள்.

44

சுப்ரியாவின் திருமணம் நடந்தது. அழைப்பு விடுக்கப்பட்ட உறவினர்களில் பலர் கலந்துகொள்ளவில்லை. கிராமத்துப்பிராமண குடும்பங்களிலுள்ள ஆண்கள் மட்டும் வந்திருந்தார்கள். வந்த பெண்களில் பலரும் பெண்ணுக்கான அன்பளிப்புகளை வழங்கிவிட்டு மணமேடையின் முன் சிறிது நேரம் நின்றுவிட்டுத் திரும்பினார்கள். லீலாவதிக்கு வருத்தமாக இருந்தது. மிருத்யூஞ்சயன் சத்பதிக்கு கன்யாதானம் செய்துவிட்ட திருப்தி. இருந்தாலும் மனதுக்குள் ஒரு பரிதவிப்பு. இருந்த ஒரே மகளும் இப்போது அன்னியமாகிவிட்டாள். இனி, எப்போதாவது ஒருமுறை அதுவும், பண்டிகை நாட்களில் மட்டும் பிறந்தகத்துக்கு வந்து எட்டிப்பார்ப்பதே பெரிய விஷயம்.

மிருத்யூஞ்சயனும் லீலாவதியும் பெரும்பாலான நேரத்தையும் பிரபாவதியின் வீட்டில் செலவழித்தார்கள். பழங்கதைகள் பேசியும் கேட்டும் இருக்கும்போது நேரம் போவதே தெரியவில்லை.

அதிகம் காலதாமதமின்றி சத்பதி குடும்பம் மற்றொரு திருமணத்துக்குத் தயாரானது. லோபாவின் நிச்சயதார்த்தம் அப்போது நடந்துவிட்டிருந்தது.

திருமண நாள் நெருங்கி வரவும் ஹரிசரண் சத்பதிக்குப் பதற்றம் உருவானது. விவசாயத்தில் கிடைத்து வந்த வருமானம் சமீபகாலமாக மிகவும் குறைந்துபோய்விட்டது. ஆகவே, கையிருப்பில் வீட்டுச் செலவுகளைச் செய்ய வேண்டியதாயிற்று.

லோபாவின் படிப்புச் செலவுகளை மேற்கொண்டு வருவதால் பிரவீணின் கையிலும் சேமிப்புகள் என்று எதுவுமில்லை. உறவினர்களுக்கும் வேலைக்காரர்களுக்கும் துணிமணிகள் வாங்க வேண்டும். நகை வாங்க வேண்டும். தங்கத்தின் விலையோ இறக்கைக் கட்டிப் பறந்துகொண்டிருக்கிறது. இத்துடன் விருந்தும் மற்றுள்ள செலவுகளும்.

“ஹரி, நீ ஏண்டா வருத்தப்படுறே? லோபா கல்யாணத்தை நானே நடத்திடறேன்.” மிருத்யூஞ்சயன் சத்பதி ஆறுதல் சொன்னார்.

“இல்லை சித்தப்பா... அது வந்து...”

“எங்கண்ணா இறந்த பிறகு, குடும்பச் சுமையை நான் ஏற்றிருக்கணும். அதை செய்யத் தவறிட்டேன். மதி கெட்டுடுத்துன்னு வச்சிக்கவேன். இது அதுக்கான பிராயச் சித்தம்.”

அழைப்பிதழ் அச்சிடவும் அனுப்பவும் வேண்டிய பொறுப்புகளை மிருத்யூஞ்சயன் சத்பதி ஏற்றுக்கொண்டார். துணிமணிகள் எடுக்க வேண்டிய பொறுப்பு பிரவீணுக்கும் சில்பாவுக்கும். விடுப்புப்போட்டுவிட்டு, கடை கடையாக ஏறி யிறங்குவதில் சீமாவும் சேர்ந்துகொண்டாள்.

லோபாவுக்கான திருமண ஆடைகள் வாங்க அவர்கள் சம்பல்பூருக்குச் சென்றார்கள். சில்பா காந்திமதியையும் அழைத்தாள்.

“வேண்டாம், நீங்கோ போயிண்டு வாங்கோ.”

அவள் தவிர்த்துக்கொள்ள முயன்றாள்.

“இல்லக்கா, நீங்களும் வரணும். இது உங்க மகளோட கல்யாணம். மட்டுமல்ல, வெளியுலகம்னா என்னன்னு நீங்களும் தெரிஞ்சுக்க வேண்டாமோ?” சில்பா விடவில்லை.

கடைசியில் காந்திமதியும் வருவதாக ஒப்புக்கொண்டாள்.

அவர்கள் சம்பல்பூர் நகருக்குச் சென்றார்கள். அங்குள்ள மிகப்பெரிய ஜவுளிக் கடைக்குச் சென்று, சிவப்பு நிறத்தில் நிறைய நட்சத்திரப் பூக்கள் போட்ட, விலையுயர்ந்த, முகூர்த்தப்பட்டு வாங்கினார்கள். கூடவே, சத்பதி குடும்பத்தின் மூன்று மருமகள்களுக்கும் சித்திர வேலைப்பாடுகள்கொண்ட,

கரையுள்ள, பாரம்பரிய, சம்பல்புரி பட்டுச்சேலைகள். லீலாவதி சத்பதிக்கும் பிரபாவதி சத்பதிக்கும் வயதுக்கும் மாங்கல்ய தகுதிக்குமேற்ற ஒவ்வொரு சேலைகள்.

அன்றைய மதிய உணவை ஹோட்டலில் சாப்பிட்டார்கள்.

“நேக்கு எலுமிச்சம் பழம் ஜூசும் ரெண்டு பழமும் போதும்” என்றாள் காந்திமதி.

“போதாது. இங்க பிரமாதமான புலாவும் மட்டர் பனீரும் கிடைக்கும். அதோட சுவையை மன்னியும் தெரிஞ்சுக்குங்கோ.” பிரவீண் வற்புறுத்தினான்.

வேறு வழியில்லாமல் ஒப்புக்கொண்ட காந்திமதி, சாப்பிட்டுக்கொண்டிருக்கும் போது கேட்டாள்.

“பப்பு, இதில கொஞ்சம் பார்சல் பண்ணித் தருவாங்களோ?”

“தருவாங்க. ஆனா, இப்பவே பார்சல் பண்ணினா போய்ச் சேர்றதுக்குள்ள கெட்டுப் போயிடும். சொல்லி வைப்போம். சாயங்காலம் போகும்போது வாங்கிக்கலாம். அப்ப சூடாக பார்சல் பண்ணித் தருவாங்க. எத்தனை பார்சல் வேணும்?” பிரவீண் கேட்டான்.

“ஆறு.” ஏற்கனவே கணக்குப் பார்த்து வைத்தவள்போல் சில்பா சொன்னாள்.

துணிமணிகள் வாங்கிவிட்டுத் திரும்பும்போது காந்திமதி மிகுந்த உற்சாகத்துடனிருந்தாள். ஆத்துக்காரருடன் என்றாவது ஒரு நாள் டவுனுக்குப் போக வேண்டும். வேலைகள் எல்லாம் முடியட்டும். மனதுக்குள் அவள் கணக்குப் போட்டு வைத்துக்கொண்டாள்.

சில்பா, தீபாவை மொபைல் ஃபோனில் கூப்பிட்டுச் சொன்னாள்.

“தீபா நாங்க வர்றதுக்குக் கொஞ்சம் லேட்டாகும். நைட் டிஃபன் வாங்கிண்டு வர்றோம். வீட்டுல எதுவும் சமைக்க வேண்டாம்.”

மிருத்யூஞ்சயன் சத்பதியும் ஹரிசரணும் நகை வாங்கச் சென்றார்கள். கூடவே, லீலாவதியும் சில்பாவும். சீமா விடுப்பு முடிந்து சென்றுவிட்டாள்.

அவர்கள் கொனார்க் ஜூவல்லரிக்குச் சென்றார்கள். சுப்ரியாவுக்கான நகைகளையும் கொனார்க்கில்தான் வாங்கினார்கள். கடை உரிமையாளர் கூப்பிய கரங்களுடன் சத்பதி குடும்பத்தாரை வரவேற்றார்.

மிருத்யூஞ்சயன் சத்பதி கையில் வைத்திருந்த பையிலிருந்து ஒரு துணிப் பொதியை எடுத்து மேஜையில் வைத்தார். அதை அவிழ்த்து மேஜையில் கொட்டிய கடை உரிமையாளர் அதிலிருந்த தங்கநாணயங்களை எண்ணி எடுத்தார். இருபத்தைந்து நாணயங்கள். அதிலொன்றைத் திருப்பித் திருப்பிப் பார்த்துவிட்டு உரை கல்லில் உரைத்துப் பார்த்த முதலாளியின் முகத்தில் மலர்ச்சி தென்பட்டது. பத்து கிராம் தங்க நாணயம்.

சில்பாவும் லீலாவதியும் நகைகளைத் தேர்வு செய்தார்கள். காலியான துணிப்பொதியும் நகைப்பெட்டியுமாக அவர்கள் ஊர் திரும்பினார்கள்.

மிருத்யூஞ்சயன் சத்பதி நகைப்பெட்டியை மகிழ்ச்சியுடன் மன்னியின் கையில் கொடுத்தார். திறந்து பார்த்த பிரபாவதி சத்பதியின் கண்கள் நிரம்பின.

அவளது மனம் கடந்தக் காலத்தை நோக்கித் திரும்பியது. தனது சேலை முந்தானையில் தொங்கித் திரிந்த மீத்துவை நினைவு கூர்ந்தாள். அவனுக்கு நான்கு வயதிருக்கும்போது நடந்த ஒரு நிகழ்வு அப்போது அவளது நினைவுக்கு வந்தது.

மிருத்யூஞ்சயன் பாடசாலைக்குப் போகத் தொடங்கிய காலகட்டம் அது. பிரபாவதி சத்பதி அப்போது ஹரிசரணைப் பிரசவித்து பதினைந்து நாட்கள்கூட ஆகவில்லை. சம்பா, மீத்துவைக் குளிப்பாட்டுவதற்காக அழைத்தாள்.

“மாட்டேன். மன்னிதான் குளிப்பாட்டணும்.” அவன் பிடிவாதமாக நின்றான்.

“சீ... வெட்கமா இல்லை? பாடசாலைக்குப் போற கொழுந்தனை மன்னி குளிப்பாட்டுவாங்களா எங்காவது?”

சம்பா அவனைப் பிடித்துக் கிணற்றங்கரைக்குக் கொண்டு போனாள். அவன் குதறியோடினான். சம்பா பின்னால் ஓடினாள்.

ஓடித் தளர்ந்த சம்பா நின்று மூச்சு வாங்கினாள்.

"மாமி, சின்ன பாபுவைப் பாருங்க... குளிக்க வரமாட்டேங்கறான்."

அவள் உரத்தக் குரலில் சொன்னாள்.

கடைசியில் பிரபாவதியே எழுந்து செல்ல வேண்டியதாயிற்று. தீட்டுக் கழியாமல் எப்படி குளிப்பாட்ட முடியும்? பாடசாலைக் குருவோ, நேரந்தவறாமையில் கண்டிப்புக் காட்டும் ஒரு பிராமணர்.

வேறு வழியில்லாமல் பிரபாவதியே அவனைக் குளிப்பாட்ட வேண்டியதாயிற்று.

"சின்ன பாபுவை மாமிதான் செல்லம் கொடுத்துக் கெடுக்கிறீங்க."

சம்பா முணுமுணுத்தவாறே ஒரு தம்ளர் நீரை அவனது தலையில் ஊற்றி தீட்டுப் போக்கினாள்.

பிரபாவதி சத்பதி சற்று உரத்தக் குரலில் சிரித்துவிட்டாள்.

சிரிப்புக்கான காரணத்தைக் கேட்டாள் சில்பா.

"இல்லை, மீத்து சின்னப் பிள்ளையாக இருக்கும்போது காட்டின குறும்புத் தனங்கள் ஞாபகத்து வந்து சிரிச்சுட்டேன்."

"அதைச் சொன்னீங்கன்னா நாங்களும் சிரிப்போமில்லை?" என்றாள் சில்பா.

பிரபாவதி அந்தச் சம்பவத்தைச் சுவைபட விவரித்தாள். எல்லாரும் சிரித்தார்கள். மிருத்யூஞ்சயன் சத்பதியின் முகத்தில் சிறு வெட்கம் படர்ந்தது. லீலாவதி, ஆத்துக்காரரின் முகத்தை ஓரக்கண்களால் பார்த்துப் புன்னகைத்தாள்.

மாமி, நகைப்பெட்டியை சில்பாவிடம் கொடுத்துவிட்டுச் சொன்னாள்:

"இதைக் கொண்டுபோய் பாதுகாப்பாக வச்சுக்கோ. மக கல்யாணம் முடியற வரைக்கும் காந்திக்கு எதுவும் நினைவிருக்காது. அப்புறம், முக்கியமான விஷயம். நீ வைக்கிற இடம் வேலைக்காரங்களுக்குத் தெரிஞ்சுடப்படாது. எப்ப யாருக்கு துர்க்குணம் உண்டாகும்னு சொல்ல முடியாது."

சில்பா அதைக் கொண்டுபோய் தனது படுக்கையறை அலமாராவில் வைத்துப் பூட்டி, சாவியை சேலைத் தலைப்பில் முடிந்து இடுப்பில் சொருகிக்கொண்டாள்.

பரீட்சை முடிந்து லோபா வந்தாள்.

தொடர்ந்து, ஜகனும் பூபேனும் நரேனும் வந்தார்கள்.

ஹரிசரணின் சகோதரிகளும் குடும்பமும் ஒரு வாரத்துக்கு முன்பே வந்திருந்தார்கள்.

வீடு முழுக்க உறவினர்கள் நிரம்பியிருந்தார்கள்.

திருமணத்தின் முதல் நாளன்று சுப்ரியாவும் மோகித்தும் வந்து சேர்ந்தார்கள்.

"மோகித் ரொம்பப் பிசி. அதான் லேட்டாயிடுத்து" என்றாள் சுப்ரியா.

"பிரியா, ஆத்துக்காரரைப் பேர் சொல்லியா கூப்பிடுவே?" பெரியம்மா கண்டிக்கும் தோரணையுடன் கேட்டாள்.

"இது உங்க பழைய காலமில்லை பெரியம்மா" என்றபடி பெரியம்மாவைக் கட்டிப்பிடித்து முத்தமிட்டாள் சில்பா.

45

லோபாவின் திருமணம் மங்களகரமாக நடந்தேறியது. மணப்பெண்ணை வழியனுப்பும் வேளையில் காந்திமதி மகளை மார்போடு சேர்த்தணைத்துக்கொண்டு வாய்விட்டழுதாள்.

சீமாவுக்கு ஆச்சரியமாக இருந்தது. எந்நேரமும் மகளின் திருமணம் நல்லபடியாக நடந்தேற வேண்டுமென்று பிரார்த்தனை செய்த அக்கா இப்போது ஏன் அழுகிறாள் என்பதை அவளால் புரிந்துகொள்ளவே முடியவில்லை.

தன்னுடைய ஊரிலும் பெண் மக்களின் திருமணம் முடிந்து அவர்கள் கணவன் வீட்டுக்குப் போகும்போது பெற்றோர்களின் கண்கள் நிறைவதைக் கவனித்திருக்கிறாள். ஆனால், இதுபோன்ற காட்சியை திரைப்படங்களில் மட்டும்தான் பார்த்திருக்கிறாள்.

திருமணம் முடிந்த மறுநாள் காலையில் உறவினர்கள் புறப்படத் தயாரானார்கள். அன்று மாலையில் மோகித்தும் சுப்ரியாவும் புறப்பட்டார்கள்.

“என்ன பண்றது உத்தியோகம் அப்படி.”

சுப்ரியா தன்னுடைய பொறுப்பைச் சுட்டிக்காட்டினாள்.

லீலாவதி அழ ஆரம்பித்தாள்.

“அப்பாவும் அம்மாவும் எங்க கூட வந்துடுங்கோ” என்றாள் சுப்ரியா.

மோகித்தும் அதையே சொன்னான்.

“மக வீட்டுல வந்து தங்கியிருக்குறதா? அதெல்லாம் ஒண்ணும் வேண்டாம்.”

லீலாவதி முடிவாகச் சொன்னாள்.

“அம்மா, இது இருபத்தொண்ணாம் நூற்றாண்டு. மனுஷன் செவ்வாய்க்கிரகத்தில வாழ்றதுக்கு முயற்சி பண்ணிண்டிருக்கான். நீங்க என்னடான்னா கல்யாணம் பண்ணிண்ட மகள்கூட அம்மா இருக்கப்படாதுங்குற மூட நம்பிக்கையில வாழ்ந்துண்டிருக்கேள்” என்றாள் சுப்ரியா.

“நாங்க வருவோம். நீங்க போயிட்டு வாங்கோ.” மிருத்யூஞ் சயன் சத்பதி மகளுக்கு ஆறுதல் சொல்லி அனுப்பி வைத்தார்.

ஆட்களும் ஆரவாரமும் அடங்கியது. இனி, பிரபாவதி சத்பதியின் பிள்ளைகளின், பேரக்குழந்தைகளின் முறை. இத்தனை நாட்கள் ஒன்றாக இருந்துவிட்டு பிரிந்து போவதில் எல்லாருக்குமே வருத்தம். சேர்ந்து வாழ்வதிலுள்ள சுகமும் மகிழ்ச்சியுமே வேறுதான்.

வெயில் மறைந்தது. மண்ணும் சாணியின் சேர்த்து மெழுகிய முற்றத்தில், நார்க் கட்டிலில் பிரபாவதி சத்பதியும் பெரிய மகனும் உட்கார்ந்திருந்தார்கள். அதன் இன்னொரு மூலையில் பிரவீண் உட்கார்ந்துகொண்டான்.

“ஜகன், பூபேன் எல்லாரும் வாங்கோ. உங்ககிட்ட கொஞ்சம் பேச வேண்டியதிருக்கு” என்றான் ஹரிசரண்.

நரேன் இன்னொரு கட்டிலைக் கொண்டுவந்து போட்டான். அதில் ஜகனும் பிள்ளைகளும் உட்கார்ந்தார்கள்.

"காந்தி, சில்பா, சீமா நீங்களும் வாங்கோ." பிரபாவது சத்பதி அழைத்தாள்.

காந்திமதி ஒரு பனம்பாயை கொண்டுவந்து விரித்தாள். மருமகள்கள் மூன்று பேரும் அதில் உட்கார்ந்தார்கள். சேலைத் தலைப்பை மேலும் இழுத்துத் தலையில் போட்டுக்கொண்டாள் சீமா செபாஸ்டியன். அத்திம்பேர்களின் நேரெதிரில் உட்கார்ந்திருப்பது மரபல்ல!

சத்பதி குடும்பத்தில் சீர்திருத்தங்கள் கொஞ்சம் கொஞ்சமாக நடைமுறைக்கு வருகின்றன என்று சில்பா மனத்துக்குள் சொல்லிக்கொண்டாள்.

"நான் சொல்றதை எல்லாரும் கவனமாகக் கேட்டுக்குங்கோ. பப்புவும் சில்பாவும் குடும்பத்துக்காக நிறையவே சிரமப்பட்டுட்டா."

"அண்ணா..." பிரவீண் தலையிட்டான்.

"பொறு. நான் சொல்லி முடிச்சுடுறேன்" என்றபடி ஹரிசரண் தொடர்ந்தான்.

"நீங்க எல்லாரும் ஓரளவு நல்ல நிலைமைக்கு வந்துட்டேள். லோபா டாக்டராயிட்டா. அவளோட கல்யாணமும் முடிஞ்சிடுத்து. தீபாவுக்கு காலேஜ் உத்தியோகம் கிடைச்சுடுத்து. இனிமேலும் பப்புவுக்கும் சில்பாவுக்கும் சிரமம் கொடுக்குறது நன்னாருக்காது."

"அத்திம்பேர்கிட்ட அம்மாதான் சொல்லணும். நாங்க எங்க கடமையைச் செய்தோம்னு. அத்திம்பேர் பிள்ளைகள் எங்க பிள்ளைகளும்தான்." சில்பா சொன்னாள்.

"சில்பா சொல்றது அவளோட நல்ல மனசு. நீங்க எல்லாரும் ஒண்ணை மட்டும் மனசுல வச்சுக்குங்கோ. ஒவ்வொருத்தருக்கும் அவாளவாளுக்கான ஆசைகள் இருக்கும். அவாளை இனிமேலும் நாம சிரமப்படுத்தக் கூடாது."

"அப்படீன்னா அண்ணா என்ன சொல்ல வர்றே? குடும்பத்திலேருந்து எங்க பெயரை நீக்கப் போறயா?" பிரவீண் கேட்டான்.

"நான் சொல்றதுக்கான அர்த்தம் அது அல்ல. இனி, ஜகனும் பிள்ளைகளும் அந்தப் பொறுப்பை ஏத்துக்கணும்னு சொல்ல வர்றேன்."

அதுவரைக்கும் அமைதியாக கேட்டுக்கொண்டிருந்த அம்மா சொன்னாள்:

"ஹரி சொல்றதுதான் சரி. பாரம் சுமக்குறவா என்னைக்கும் சுமக்கட்டுமேன்னு விட்டுடக் கூடாது. இனிமேலாவது அவாளவாளோட இஷ்டப் பிரகாரம் வாழட்டும். நானுமே அவாளை ரொம்பக் கஷ்டப்படுத்திட்டேன். சில்பாவோட நிலைமையில இன்னொருத்தி இருந்திருந்தா..." பிரபாவதி சத்பதியின் குரல் தடுமாறியது.

"அம்மா, நீங்க எதையாவது செய்திருந்தா அது குடும்பம் நன்னாயிருக்கணும்னு செய்தது. சொல்லப்போனால் நான்தான் அதை லேட்டா புரிஞ்சுண்டேன்."

சில்பா மாமியை ஆறுதல்படுத்த முயற்சித்தாள்.

ஒரு நீண்ட பெருமூச்சின் முடிவில் ஹரிசரண் சொன்னான்:

"விவசாய வருமானம் ரொம்பவே குறைஞ்சுடுத்து. கூலியும் அதிகமாயிடுத்து. பூச்சி வெட்டைகளோட தொந்தரவு அதிகமாயிண்டிருக்கு. மருந்தடிக்காம எதுவுமே விளையாதுங்கிற நிலைமை இப்ப. எல்லாத்தையும் கூட்டிக் கழிச்சுப் பார்த்தா, நஷ்டம்தான். என்ன, அரிசியும் காய்கறிகளும் விலைக்கு வாங்காம சமாளிக்கலாம். அவ்வளவுதான்."

"அதையெல்லாம் நினைச்சு பெரியண்ணா வருத்தப்பட வேண்டாம். நாங்க இருக்கோம்" என்றான் ஜகநாதன்.

அம்மா நிம்மதிப் பெருமூச்சுடன் சொன்னாள்:

"ஆங்... குடும்ப ஐஸ்வர்யமுங்கிறது ஒற்றுமையிலதான் இருக்கு."

“என்ன நடக்கிறது இங்கே? ஃபேமிலி மீட்டிங்குக்கு நாங்க வேண்டாமா?” என்றபடியே மிருத்யூஞ்சயன் சத்பதியும் லீலாவதி சத்பதியும் வந்தார்கள்.

பிரபாவதியைத் தவிர அனைவரும் எழுந்து அவருக்கு மரியாதை அளித்தனர்.

நரேன் வேகமாகச் சென்று திண்ணையிலிருந்து ஒரு சேரைக் கொண்டுவந்து போட்டான்.

“உட்காருங்க சித்தப்பா. நரேன் ஒரு கட்டில்கூட எடுத்துண்டுவா.”

இன்னொரு கட்டில் வந்தது. ஓரகத்தியை அருகில் உட்கார வைத்துக்கொண்டாள் பிரபாவதி. மருமகள்கள் மூன்று பேரும் சமையல் கட்டுக்குச் சென்றார்கள்.

பெரிய தட்டுகளில் பொரியும் வெல்லமும் வாழைப்பழங்களும் வந்தன. கூடவே, ஒரு பெரிய பாத்திரம் நிறைய விளாம்பழ சர்பத்தும் தம்ளர்களும்.

காந்திமதி பிள்ளைகளையும் அழைத்தாள்.

சிற்றுண்டி அருந்தியபடியே அவர்கள் பல்வேறு விஷயங்கள் குறித்து பேசிக்கொண்டிருந்தனர்.

“இனி தீபா கல்யாணத்துக்கான முன்னேற்பாடுகளை ஆரம்பிச்சுட வேண்டியதுதான்” என்றார் மிருத்யூஞ்சயன் சத்பதி.

“ஆமா. ஏற்கனவே நடத்தி முடிச்ச களைப்புகள் கொஞ்சம் மாறட்டும்” என்றான் ஹரிசரண்.

“வரன் தேடுறதுக்கான ஏற்பாடுகளையாவது ஆரம்பிக்கலாம்தானே?” லீலாவதி தனது அபிப்பிராயத்தைச் சொன்னாள்.

சாயங்கால வெளிச்சம் மங்கத் தொடங்கியது. காந்திமதியும் சில்பாவும் எழுந்து வீட்டுக்குள் சென்றார்கள். கூடவே சீமாவும். பூஜையறையைச் சுத்தம் செய்து விளக்கில் எண்ணெய் விட்டு திரி போட்டுத் தயாராக வைத்திருந்தாள் லின்னி. வழக்கம்போல் காந்திமதி கை கால்களை அலம்பிவிட்டு வந்து விளக்கேற்றினாள். பூஜையறைக்குள் மணியோசை எழுந்தது. ஊதுவத்தியின், தீபத்தின் நறுமணம் வீடெங்கும் பரவியது.

மறுநாள் பிரவீணும் ஜகனும் குடும்பத்துடன் ராவுர்கேலாவுக்குப் புறப்பட்டனர். ராவுர்கேலாவில் இரண்டு நாட்கள் தங்கியிருந்துவிட்டு, பிறகு டெல்லிக்குச் செல்வதாக முடிவு செய்திருந்தான் ஜகன்.

"ஜகன், சீமா எதுக்காக இன்னும் வாடகை வீட்ல தங்கி யிருக்கணும்? இங்கதான் வசதியிருக்கே?" என்று கேட்டாள் சில்பா.

"அது வந்து..." ஜகன் சொல்லத் தயங்கினான்.

"புரியறது. இங்க வந்து தங்கியிருந்தா சீமாவுக்கான சுதந்திரம் இருக்காது, அப்படித்தானே? இது ஒண்ணும் கிராமமல்ல, நகரம். உருக்கு நகரம். நாலாவிதமான ஜாதி, மதக்காரங்களும் வேறுபட்ட கலாச்சாரங்களும் கலந்துப் பழகுற நகரம். சீமா இங்கே முக்காடு போடாம நடக்கலாம். லோபாவும் தீபாவும் இங்க எப்படி இருந்தாங்களோ அப்படியே சீமாவும் இருக்கலாம்."

அதுவும் அங்கே முடிவு செய்யப்பட்டது. சீமாவும் ஜகனும் போய் அவளது பொருட்களை எடுத்துக்கொண்டு வந்தார்கள். வாடகை வீட்டைக் காலி செய்து கொடுத்தார்கள்.

"எங்க ஊர்ல யாருமே இப்ப கூட்டுக் குடும்பத்தை விரும்புறதில்லை. கல்யாணமானதுமே தனிக்குடித்தனம் போயிடுறாங்க. எல்லாருமே சுதந்திரமாக இருக்க விரும்புறாங்க. இதில பின்விளைவுகள் என்னான்னா, வயசான பெற்றோர்கள் தனிமைப்படுத்தப்படுறாங்க" என்றாள் சீமா.

"ஸ்ரீதேவி ஆன்டி சொல்லி அதைக் கேள்விப்பட்டிருக்கேன்" என்றாள் சில்பா.

"அங்கே ஒருத்தரோட ஒருத்தர் போட்டிப் போட்டுப் பெரிய பெரிய வீடுகளாகக் கட்டிக்கிறது ரொம்ப தீவிரமாக நடந்துட்டிருக்கு. மணலை அள்ளி அள்ளி ஆறெல்லாம் வற்றிப் போயிட்டிருக்கு. கிணறுகளும் வற்றி வறண்டுடிச்சு. பசுமைக் கேரளம்னு சொல்றது இப்ப காதுகளுக்கு இதமான வெறும் சொல்லாக மட்டும் மாறிடிச்சு."

சீமாவின் சொற்களில் வருத்தம் தொனித்தது.

"கேரளாவுக்குப் போகணும்கிற ஆசை ரொம்ப நாளா மனசுல இருக்கு."

சிறு நிராசையுடன் சொன்னாள் சில்பா.

"இந்த வருஷம் தயாராக இருந்துக்க போயிடுவோம். சீமாவோட வீட்டுக்கும் போகணுமில்லையோ?" பிரவீண் கேட்டான்.

எல்லாருமாகச் சேர்ந்து போவதற்கு டிக்கெட் புக் செய்து விட வேண்டுமென்ற எண்ணத்துடன் ஜகன் டெல்லிக்குப் புறப்பட்டான்.

46

"அப்பா, நாளைக்கு இந்திராகாந்தி பார்க்கில ஃப்ளவர் ஷோ. நிம்மியும் நந்துவும் ஸோனிகூட போறாங்க. நாமளும் போலாம் அப்பா." அஞ்சனா கெஞ்சினாள்.

"போயிடுவோம்மா."

"நல்ல அப்பா. சின்னம்மாவையும் அழைச்சுண்டு போலாம்."

"அழைச்சுடுவோம்."

"மாஜியை...?"

"ஆங்... எல்லாரையும்தான். நீயும் யாரையாவது அழைச்சுக்கோ."

"எல்லாரையும் அழைச்சுண்டுப் போறதுக்கு காரில இடம்?" அஞ்சனாவுக்கு சந்தேகம்.

"கார்ல போறமா? யார் சொன்னது கார்ல போறம்னு?"

"பிறகு...?

"நாம நடந்து போறோம்." பிரவீண் குறும்பாகச் சிரித்தான்.

அஞ்சனாவின் முகம் வாடியது.

"என் ஃப்ரெண்ட்ஸ் எல்லாம் கேலி பண்ணுவாங்களே?"

அவளுக்கு அழுகை வரும்போலிருந்தது.

"எதுக்காக கேலி பண்றாங்க?"

"உங்கப்பா மைசரான்னு சொல்வாங்க."

"மைசரான்னா?"

"கஞ்சன்." அவள் அழ ஆரம்பித்தாள்.

"அப்பா சும்மா சொல்றா. நாம கார்லதான் போறோம்." மகளைத் தேற்றினாள் சில்பா.

"அப்பா..." சிணுங்கிய அவள் சின்னம்மாவிடம் சொல்வதற்காக ஓடினாள்.

சில்பாவுக்குத் தனது சிறு வயது நினைவுக்கு வந்தது. சாயங்கால வேளைகளில் அப்பா அம்மாவுடன் அவ்வப்போது இந்திரா காந்தி பார்க்குக்குப் போவது வழக்கம். பைக்கின் முன்னால் பெட்ரோல் டேங்கின்மீது சில்பாவும், அப்பாவுக்கும் அம்மாவுக்குமிடையில் அக்காவும். தானும் அக்காவும் ஓடி விளையாடும்போது அப்பாவும் அம்மாவும் மரத்தடியிலுள்ள சிமெண்ட் பெஞ்சில் உட்கார்ந்திருப்பார்கள். அவர்கள் பேசிக் கொண்டிருந்தாலும் கவனம் எல்லாம் தங்கள்மீதுதான். விளையாடி சோர்ந்த பிறகு, வேர்க்கடலையோ பொரிகடலையோ கொறித்தபடி தடாகத்தின் படியிலிறங்குவார்கள். கொஞ்ச நேரம் அங்கேயே உட்கார்ந்து நீரில் மிதந்து வரும் மீன்களுக்குக் கையிலிருப்பதைப் போட்டுக்கொடுப்பார்கள். அதை விழுங்கிய மீன்கள், முக்குளித்துச் செல்வதைப் பார்க்கும்போது எவ்வளவு அழகாக இருக்கும்.

இருள் வந்து மரத்தடியில் பதுங்க ஆரம்பிக்கும்போது அவர்கள் வீடு திரும்புவார்கள். அப்போது பார்க்கில் விளக்குகள் எரிய ஆரம்பித்திருக்கும். அதன் ஒளி, தடாகத்தின் மீது தங்கக் கீற்றுகள்போல் பளபளத்து நகரும். இயந்திரங்கள் சொரியும் நீர், பூச்செடிகளினூடே ஆயிரமாயிரம் நட்சத்திரப்பூக்களை வாரியிறைத்தபடி விழுவதைப் பார்க்கப் பார்க்க ஆசை தீராமல் அவர்கள் திரும்பிச் செல்வார்கள்.

பார்க்குக்கு வெளியே வந்து செக்டர் நான்கிலுள்ள மதராசி ஹோட்டலில் மசால் தோசையும் உளுந்து வடையும் சாப்பிடுவார்கள். கண்களில் தூக்கக் கலக்கத்துடன் வீடு வந்து சேர்ந்தாலும், உடுப்புகளை மாற்றி, கால் கைகளை நன்றாக சோப் போட்டு அலம்பிய பிறகுதான் அம்மா தூங்க அனுமதிப்பாள். சுத்தமாக இருப்பதில் அம்மா எந்த சலுகையும் அளிப்பதில்லை. அதனால்தானோ என்னமோ சிறுவயதில்

தனக்கோ அக்காவுக்கோ பெரிய அளவிலான எந்த நோயும் வந்ததில்லை.

பாவம் அம்மா. அக்காவையும் தன்னையும் கண்மணிகள்போல் கருதி வளர்த்தவள். அவளைக் கவனித்துக்கொள்ள தன்னால்...

"அஞ்சனாவோட அம்மா இந்த உலகத்தில இல்லைபோலிருக்கே?" பிரவீண் ஒரு கேள்வியுடன் சில்பாவைப் பார்த்தான்.

"வெறுமனே எதையோ யோசிச்சுண்டிருந்துட்டேன்."

மறுநாள் பார்க்குக்குப் போகும்போது சில்பா, ஜசுமதியையும் அழைத்தாள்.

"வேண்டாம் சில்பாம்மா. நெற்றிப் பொட்டை அழிச்ச பிறகு, திருவிழாக்களுக்கோ கொண்டாட்டங்களுக்கோ நான் போறதில்லை."

சில்பா பிறகு ஜசுமதியை வற்புறுத்தவில்லை.

மலர் கண்காட்சி வர்ணப்பொலிவுடனிருந்தது. நாலாவகையான பூஞ்செடிகள், இலைச்செடிகள். பலவகைப்பட்ட ரோஜாக்கள். மிக அபூர்வமான கறுப்பு ரோஜாவைக் கண்டதும் ஒரு செடி வாங்க வேண்டுமென்று நினைத்தாள். கொஞ்ச தூரத்தில் வரிசையாக விற்பனைக்கு வைக்கப்பட்டிருந்த செடிகளிலிருந்து ஒரு கறுப்பு ரோஜாவும் அழகான நீண்ட குருத்துகள் தொங்கும் ஒரு ஆர்க்கிட்டும் வாங்கினாள்.

கூட்டத்தினூடே ஒவ்வொன்றாகப் பார்த்துக்கொண்டு நடக்கும்போது அஞ்சனாவின் கையை சீமா கெட்டியாகப் பிடித்திருந்தாள். ரோஸ் நிறமுள்ள பஞ்சுமிட்டாயைப் பார்த்ததும் அது வேண்டுமென்று அடம்பிடித்தாள் அஞ்சனா.

"அதெல்லாம் சாப்பிட்டா வயிறு வலி வந்துடும்" என்றாள் சீமா.

"பரவால்லை சீமா. நாங்கள்லாம் சின்ன வயசுல நிறைய சாப்பிட்டிருக்கோம்."

சொல்லிவிட்டு ஒரு பாக்கெட் பஞ்சு மிட்டாய் வாங்கி மகளுக்குக் கொடுத்தாள்.

அஞ்சனா அப்போதே அதைப் பிரித்து, கிள்ளி வாயிலிட்டாள். உடனடியாக அது கரைந்துபோனது.

மரத்தடியில் குப்சுப் விற்கும் தள்ளு வண்டியைப் பார்த்ததும் பிரவீண் கேட்டான்:

"குப்சுப் சாப்டுறியா?"

"சாப்பிடுவோம்" என்றபடி சீமாவின் கையைப் பற்றிக்கொண்டு குப்சுப் வண்டியை நோக்கி நகர்ந்தாள் சில்பா. வண்டியைச் சுற்றி நிறைய பேர் நின்றிருந்தார்கள். கூட்டத்தில் அவர்களும் கலந்தனர்.

வண்டிக்காரன் கண்ணாடிப் பெட்டியிலிருந்து சிறு பந்து அளவிலான பாப்படியை எடுத்து விரலால் ஓட்டைப் போட்டு தயாராக வைத்திருந்த மசாலாவை நிரப்பினான். அதை பாத்திரத்தில் கரைத்து வைத்திருந்த புளி நீரில் அமிழ்த்தி சிறு இலைக் கிண்ணங்களில் வைத்து எதிரில் நீண்ட ஒவ்வொரு கையிலும் வைத்துக்கொண்டிருந்தான்.

மீண்டும் மீண்டும் வேக வேகமாக குப்சுப் தயாரித்து இலைக்கிண்ணங்களில் வைத்துப் பரிமாறிக்கொண்டிருந்தான்.

சீமா விலகி நின்றுகொண்டாள்.

"சீமாவுக்கு வேண்டாமா?"

"வேண்டாம். வயிற்றுக்கு சரியில்லைபோலிருக்கு."

சீமா அப்படிச் சொன்னாளே தவிர உண்மை அதுவல்ல.

முதன் முதலில் குப்சுப் சாப்பிட்ட நாள் அவளது நினைவுக்கு வந்தது. அப்பா இறப்பதற்கு முன்பு, மும்பையில் தாத்தாவின் பேரனுக்கு ஞானஸ்தான சடங்குக்குச் சென்றபோது நடந்த சம்பவம்.

பீச்சில் வைத்து இதுபோல் ஒரு தள்ளுவண்டியில் இருந்து வாங்கிய குப்சுப்பை தாத்தாவின் பிள்ளைகளுடன் சேர்ந்து சீமாவும் சாப்பிட்டாள். அதை அங்கே பாணிபூரி என்பார்கள். பாணிபூரி சுவையாகவே இருந்தது. ஆனால், அதை தயாரிப்பவரின் கைகளைப் பார்க்க அருவருப்பாக இருந்தன. மணிக்கட்டின் கீழ்ப்பகுதி வழக்கத்துக்கு மாறாக வெளுத்துப் போயிருந்தது. வெண்குட்டம்போல்.

புளிநீரில் கையை அமிழ்த்துவதால் ஏற்படுகிற நிறமாறுதல்தான் என்று தாத்தா சொன்னாலும் பிறகு ஒருபோதும் அவள் அதை சாப்பிட்டதில்லை. கட்டக்கில் வைத்து ஜகனுடன் நந்தன்கானன் சென்றபோது கோல்கப்பா என்னும் பெயருள்ள குப்சுப் சாப்பிடச் சொல்லி ஜகன் வற்புறுத்தினான். அப்போதும் அவள் சாப்பிடவில்லை.

குப்சுப் சாப்பிட்டுவிட்டு பணத்தைக் கொடுத்த பிரவீண், சில்பாவிடம் சொன்னான்:

"சீமாவுக்கு வயிற்றுக்குச் சரியில்லைன்னா. இங்க நல்ல லஸ்ஸி கிடைக்கும்."

அவன் பக்கத்திலிருந்த சிறு கடையை நோக்கி நகர்ந்தான். சீமா மறுக்கவில்லை. நல்ல தாகமுமிருந்தது. ஒரு பெரிய கண்ணாடித் தம்ளர் நிறைய வெள்ளைச் சர்க்கரை சேர்த்த குளிர்ந்த தயிர். மேற்பரப்பில் முந்திரிப்பருப்பும், குங்குமப் பூவும், தேங்காய்ச் சீவலும் தூவிய லஸ்ஸி.

மூன்று பேரும் லஸ்ஸி அருந்தினார்கள். மனமும் உடலும் சேர்ந்து குளிர்ந்தது.

பார்க்கில் விளக்குகள் எரிய ஆரம்பித்தன. அண்மையில் வாசித்த நந்தனோத்யானம் கவிதை வரிகள் சில்பாவின் நினைவுக்கு வந்தன.

திரும்பி வரும்போது பஞ்சபவனின் முன் வந்ததும் பிரவீண் சொன்னான்:

"இங்க புதிதாக ஒரு ஹோட்டல் திறந்திருக்கு. மானேஜர் என் நண்பர்தான். அங்கே போய் நைட் டிஃபன் சாப்பிட்டுப் போவோம்."

"இப்பவா? வயிற்றுல இனி இடமில்லை."

"அப்படின்னா மசால் தோசை வாங்கிண்டு போவோம்."

"சரி."

காரைச் சாலையோரமாக நிறுத்திவிட்டு பிரவீண் இறங்கினான்.

அஞ்சனா தூங்குவதைக் கண்ட சீமா அவளை மடியில் சாய்த்துக்கொண்டாள்.

வீட்டுக்கு வந்ததும் பிரவீண் கேட்டான்:

"அடுத்த வாரம் ஹீராகுத் டாம் பார்க்கப் போவோமா?"

"போவோம். லோபாவையும் பார்க்கலாமே?"

47

"**வ**ணக்கம் ஆன்டிஜி."

சில்பா தலை தாழ்த்தி வணங்கினாள்.

மீரா சௌத்ரி அவளை உற்றுப் பார்த்தாள்.

"நான், சில்பா மிஸ்ரா. செக்டர் ஏழு ஸ்கூல்ல ஆன்டிஜிகிட்ட படிச்சேன்."

சில நொடிகள் மீரா சௌத்ரியின் நினைவுக்குள் பல மாணவிகள் வந்து போயினர்.

"ஓ... சில்பா மிஸ்ரா. கவிதையெல்லாம் எழுதுவியே?"

சில்பா சிரித்தாள்.

"இப்பவும் கவிதை எழுதுறதுண்டா?"

"இல்லை." சில்பாவின் குரலில் நிராசை தொனித்தது.

"இதுதான் பிரச்னை. கல்யாணமாயிடுச்சுன்னா, பெண்கள் தங்களோட திறமைகளை அப்படியே கைவிட்டுடறாங்க."

சில்பாவின் முகம் மங்கினாலும் உள்ளூர மகிழ்ச்சிதான். ஸ்ரீதேவி நாயருக்குப் பிறகு, அம்மாவுக்கு நிகரான மற்றொரு சக ஆசிரியை.

மதிய ஓய்வின்போது பரஸ்பரம் மேலும் விவரங்களைப் பகிர்ந்துகொண்டனர். மீராஜியின் கணவர் ஓய்வு பெற்றுவிட்டார். மகன் வினோத் கல்கத்தாவில் சார்ட்டட் அக்கௌண்டன்ட். மனைவி பெங்காளி. அங்கே ஒரு ஆஸ்பத்திரியில் கைனகாலஜி ஸ்டாக பணியாற்றுகிறாள். அவர்களுக்கு ஆணும் பெண்ணுமாக இரண்டு பிள்ளைகள்.

மீராஜி ஓய்வு பெறுவதற்கு இன்னும் ஒரு வருடம்தானிருக்கிறது. பிறகு, சேந்த் காலனியில் வாங்கியிருக்கும் வீட்டில் குடியேறி விடுவார்கள்.

"ரிட்டயர்டான பிறகும் இங்கேதான் இருக்கப்போறீங்களா?" சில்பா தெரியாமல் கேட்டுவிட்டாள்.

"அப்புறம் எங்க போக?"

"இல்லை, சொந்த ஊர்..."

"இந்தியா ஒரு மகாராஜ்யம்தான். அதெல்லாம் பெரிய கதை. பிறகு சொல்றேன்."

ஒருநாள் இரண்டு பேருக்கும் ஒரே நேரத்தில் கிடைத்த ஓய்வின்போது மீராஜி தன்னுடைய கதையைச் சொன்னாள்.

ஆயிரத்துத் தொள்ளாயிரத்து நாற்பத்தேழு, ஆகஸ்ட் மாதம். இந்தியாவுக்கு சுதந்திரம் கிடைப்பது உறுதியானது. அன்றுவரைக்கும் பிரிட்டிஷ் அரசுக்கெதிராகவும் சுதந்திரத்துக்காகவும் ஒற்றுமையுடன் போராடிய ஹிந்துக்களும் முஸ்லிம்களும் இரு பிரிவினராக மாறியதுடன் எதிரிகளாயினர். இந்தியாவைத் துண்டாட நினைக்கும் பிரிட்டிஷாரின் முடிவை இரு பிரிவினரும் வரவேற்றனர். ஹிந்துக்களும் முஸ்லிம்களும் தங்களுக்குக் கிடைத்த நிலப்பகுதிகளை நோக்கிப் பயணத்தைத் தொடங்கினர்.

அன்று மீராவின் தந்தை போலோநாத் திவேதி, அலகாபாத் பல்கலைக்கழகத்தின் பட்டமேற்படிப்பு மாணவர். மதக்கலவரம் வெடித்த நிலையில் பல்கலைக்கழகம் கால வரையின்றி மூடப்பட்டது. வீட்டுக்குத் திரும்பிய திவேதியால் அங்கே போய்ச் சேர முடியவில்லை. இந்தியாவை நோக்கிப் புறப்பட்ட அகதிகள் பிரவாகத்தில் கரைந்த அவரும் டெல்லிக்குப் போய்ச் சேர்ந்தார்.

அகதி முகாம்கள் முழுவதும் போலோநாத் திவேதி தனது குடும்பத்தினரைத் தேடியலைந்தார். ஒவ்வொரு முகாம்களிலுள்ள பட்டியலையும் பரிசோதித்தார். எதிலுமே அவரது குடும்பத்தினர் பற்றிய, உறவினர்கள் பற்றிய தகவல்களோ பெயர்களோ இடம் பெறவில்லை.

போலோநாத்துக்கு ஏற்கனவே நிச்சயதார்த்தம் நடந்திருந்தது. தன்னுடைய வருங்கால மனைவியையோ குடும்பத்தையோ பற்றிய தகவல்களையும் அவரால் கண்டறிய இயலவில்லை.

பிறகு வேலை தேடியலைய ஆரம்பித்தார். தகுதிச் சான்றிதழ்கள் கைவசமில்லாத நிலையில் எப்படி நல்ல வேலை கிடைக்கும்? அகதிகள் முகாமிலிருந்து தண்டகாரண்யா திட்டத்திற்கு அனுப்பி வைக்கப்பட்ட கூலியாட்களில் எம்.எஸ்.சி படித்த போலோநாத் திவேதியும் ஒருவர். திவேதியின் திறமைகளைக் கண்டறிந்த ஒரு ஒப்பந்ததாரர் அவரை சூப்பர்வைசராக நியமித்தார். பிறகு, ஹீராகுத் டாம் திட்டத்தில் ஓர்க் சூப்பர்வைசராகப் பதவி உயர்வு பெற்றார்.

அங்கே, போலோநாத் திவேதி பழைய நண்பர் ஒருவரைச் சந்தித்தார். அவர் சொன்ன தகவல்களைக் கேட்டபோது, வடுக்களாக மாறியிருந்த திவேதியின் மனப் புண்கள் வலிக்க ஆரம்பித்தன.

ஆகஸ்ட் பதினான்காம் தேதி. போலோநாதின் வீடிருந்த சிறு நகரம் மயானமாக மாறியது. ஹிந்துக்களும் முஸ் லிம்களும் மட்டுல்ல, எல்லா மதத்தினரும் ஒற்றுமையாக வாழ்ந்துகொண்டிருந்த பகுதி அது. எல்லாருமே எரிந்தும் வெட்டுண்டும் துடிதுடித்து மாண்டனர். பெண்கள் கூட்டம் கூட்டமாக அக்னிக்கிரையாயினர். ஏராளமான தாய்மார் களும் இளம்பெண்களும் மிருகத்தனமாக கும்பல் பலாத்காரம் செய்யப்பட்டனர். அவர்களில் யாரேனும் உயிருடன் தப்பித்தார்களா என்று தெரியாது.

இந்தத் தகவலைச் சொன்ன அந்த நண்பரை ஒரு முஸ்லிம் நண்பர் தனது உயிரைப் பணயம் வைத்துக் காப்பாற்றி அகதிகள் முகாமில் கொண்டுவந்து சேர்த்தார்.

பின்னர், ஹீராகுத் பகுதியில் தனது குவார்ட்டர்சின் அருகில் தங்கியிருந்த அகதி கள் குடும்பத்தைச் சேர்ந்த ஒரு பெண்ணை போலோநாத் திவேதி திருமணம் செய்து கொண்டார். அதிலொரு பெண் குழந்தை பிறந்தது. அவள் படித்து வளர்ந்தாள். திவேதி தனது மகளுக்கான ஒரு வரனைக் கண்டடைந்தார். ஆர்.எஸ்.பியில் வேலைபார்க்கும் ஒரு இளைஞன். வேர்களை இழந்து நின்ற தனியொருவன்.

மீராஜி சற்று நிறுத்தினாள்.

“திவேதியோட மகள்?”

சில்பா சந்தேகத்துடன் தனது ஆசிரியையைப் பார்த்தாள்.

"மீரா திவேதி. இப்ப மீரா சௌத்ரி. சரி, இப்ப சொல்லு? என் சொந்த ஊர் எது? நான் எங்க போறது?"

இதற்கான பதிலெதுவும் சில்பாவிடம் இல்லை.

மதிய ஓய்வுக்குப் பிறகு வகுப்புகள் ஆரம்பிப்பதற்கான மணியடித்தது. இருவரும் எதுவும் பேசிக்கொள்ளாமல் வகுப்பறைகளுக்குச் சென்றனர்.

அன்று வீட்டுக்குப் போய்ச் சேர்ந்த பிறகும் சில்பாவின் மனதுக்குள்ளிருந்த பாரம் விலகவில்லை. அப்படியே கட்டிலில் படுத்துக்கொண்டாள்.

மதத்தின்பெயரால் மனிதர்கள் நிகழ்த்தும் கொடூரங்கள் குறித்து அவள் யோசித்துக்கொண்டிருந்தாள். அப்போது, அம்மா சொல்லிக்கேட்ட ஒரு கலவரம் நினைவுக்கு வந்தது.

அம்மா அப்போது ஐந்தாம் வகுப்பில் படித்துக்கொண்டிருந்தாள். ஏப்ரல் மாத இறுதி. பாட்டி, பிள்ளைகளைப் பள்ளிக்கூடத்துக்கு அனுப்பத் தயாரானபோது பக்கத்து வீட்டு போலீஸ்காரர் ஒருவர் கதவைத் தட்டினார். பாட்டி கதவைத் திறந்தாள்.

"அக்கா, பிள்ளைங்களை இன்னைக்குப் பள்ளிக்கூடத்துக்கு அனுப்ப வேண்டாம். யார் வந்து கதவைத் தட்டினாலும் ஆள் தெரியாமல் திறக்க வேண்டாம். ஹிந்து முஸ்லிம் கலவரம் ஆரம்பிச்சிருக்கு."

சொல்லிவிட்டு அவர் போய்விட்டார்.

தாத்தா வேலைக்குப் போயிருந்தார். தன் கணவனுக்கு எதுவுமாகி விடக் கூடாது என்ற பிரார்த்தனையுடன் குழந்தைகளை அரவணைத்தபடி பாட்டி உட்கார்ந்திருந்தாள்.

மத்தியானம் திரும்பி வந்த தாத்தா, போலீஸ்காரர் சொன்ன தகவல் உண்மைதான் என்றும் கலவரத்தில் ரெயில்வே காலனியிலும் தீர் பாணியிலும் யாரெல்லாமோ இறந்து விட்டதாகத் தெரிகிறது என்றும் சொன்னார்.

அன்றிரவு சூழ்நிலை மேலும் மோசமடைந்தது. பின்னர், ஒரு நரபலி வேட்டையே நடந்தது. மூன்றாம் நாள் ரிசர்வ் போலீஸ் வந்தது. ஊரடங்கு உத்தரவுப் போடப்பட்டது. பிறகு,

மூன்று நான்கு நாட்களாக போலீஸ் ஆட்சிதான் நடைபெற்றது. யாரும் ஜன்னல்களைக்கூட திறக்கவில்லையாம்.

ஊரடங்கு உத்தரவைத் தளர்த்திய பிறகுதான் ஆண்கள் வெளியே இறங்கினார்கள். அவர்கள் கண்ட காட்சிகள் மிகுந்த வேதனைக்கும் பரிதாபத்துக்கும் உரியதாக இருந்தன.

ஏராளமான வீடுகளின் வாசல் கதவுகள் தகர்க்கப்பட்டிருந்தன. ஓடைகளில் அழுகிய நிலையில் மனித உடல்கள். ஒரு வீட்டின் முன்னால் ஆண்கள், பெண்கள், குழந்தைகளின் தலையில்லாத உடல்கள். பாதி எரிந்த நிலையில் ஒரு ஆணுடல்.

உணவு தொண்டைக்குள் இறங்காத நிலை. தாத்தா கொஞ்சம் கொஞ்சமாக கஞ்சி மட்டும் குடித்தாராம். பாட்டி அதுகூட சாப்பிடவில்லை. தண்ணீர் ஊற்றிய சாதத்தில் பெரிய வெங்காயமும் வற்றல் மிளகும் உப்பும் சேர்த்துக் குழந்தைகளுக்கு ஊட்டினாளாம்.கலவரத்தைத் தொடர்ந்து பள்ளிக்கூடங்கள் மூடப்பட்டன. இறுதியாண்டுத் தேர்வுகள் மாற்றி வைக்கப்பட்டன. பிரச்னைகள் சற்று கட்டுக்குள் வந்த பிறகுதான் பள்ளிக்கூடங்கள் திறந்தன.

அன்று பள்ளிக்கூடம் மொத்தமும் தேம்பியழுதது. மாணவர்களுக்கு மிகவும் பிடித்த முகம்மது இக்பால் சாரும் குடும்பத்தினரும் கொலை செய்யப்பட்டிருந்தனர். பள்ளிக் கூடத்தின் ஹாக்கி சாம்பியன் சைமன் லக்டாவை யாரோ வெட்டிக்கொன்றார்கள். எட்டாம் வகுப்பில் படிக்கும் ரேணுகா சௌத்ரியை யாரோ பிடித்துக் கொண்டுபோய்விட்டார்கள். இரத்தத்தை உறையச் செய்யும் தகவல்கள்.

ஆசிரியர்களும் மாணவர்களும் சில நாட்களாக வெறும் இயந்திரங்கள்போல் நடமாடிக்கொண்டிருந்தார்களாம்.

எல்லாவற்றையும் யோசித்தபடியே சில்பா இரவைக் கழித்தாள்.

“ஜகந்நாதா, இனி எந்தக் காலத்திலும் எந்த இடத்திலும் அப்படி எதுவும் நடந்துவிடக் கூடாது.”

சில்பாவின் மனம் பிரார்த்தனையில் ஈடுபட்டது.

48

துர்க்கா பூஜை நெருங்கிக்கொண்டிருந்தது. இந்த வருட பூஜை விடுமுறையை கேரளா பயணத்துக்காக பிரவீணும் சில்பாவும் திட்டமிட்டிருந்தனர்.

திருமணத்துக்குப் பிறகு முதன் முதலாக ஊருக்குப் போகிற உற்சாகத்தில் இருந்தாள் சீமா. எல்லாருக்குமான டிக்கெட் டும் முன் பதிவு செய்யப்பட்டிருந்தது.

சில்பாவும் சீமாவும் பயண ஏற்பாடுகளில் மூழ்கினார்கள். சீமா, அம்மாவுக்கும் உடன்பிறந்தவர்களுக்கும் நெருங்கிய உறவினர்களுக்கும் கொடுப்பதற்கான அன்பளிப்புகள் வாங்கினாள். போதாக்குறைக்கு ஜகனிடமும் வாங்கி வரச் சொல்லியிருந்தாள்.

சில்பா உறவினர்களைச் சந்திப்பதை விடவும் பத்மினி ஆன்டியையும் ஸ்ரீதேவி ஆன்டியையும் சந்திப்பதில் ஆர்வமாக இருந்தாள். ஸ்ரீதேவி ஆன்டிக்கு வாடாமல்லி நிறத்தில் முந்தானையும் கரையுமுள்ள வெள்ளை சம்பல்புரி காட்டன் புடவை வாங்கினாள்.

பத்மினி ஆன்டிக்கு பச்சை முந்தானையும் சந்தன நிறமுமுள்ள சேலை வாங்கினாள். பத்மினி ஆன்டி எப்போதும் அடர்நிறமுள்ள சேலை உடுத்திதான் அவள் பார்த்திருக்கிறாள். இப்போது அப்படியான சேலை வாங்கிக் கொடுக்க முடியாது.

கேரளத்தில் பிராமண விதவைகள் மட்டும்தான் கலர் புடவை அணிய மாட்டார்களாம். இருந்தாலும், விதவையான ஆன்டிக்கு கலர் புடவையைத் தேர்வு செய்வதை அவளது மனம் ஏற்க மறுத்தது.

பயண நாள் நெருங்க நெருங்க சில்பா பத்மினி ஆன்டியின் ஸ்ரீதேவி ஆன்டியின் நினைவாகவே இருந்தாள். அவர்களைச் சந்திக்கும் காட்சியை மனதுக்குள் அசைபோடத் தொடங்கினாள்.

வேலைகளை முடித்துவிட்டு, குளித்து, தேநீர் அருந்திய சீமா ஜசுமதியுடன் சமையல் கட்டுக்குள் நுழைந்தாள். மாஜி ஒருநாள் கோல்கப்பா தயாரித்துக் கொடுத்தாள். அதன் செய்முறையைக்

சரோஜினி உண்ணித்தான் | 261

கற்றுக்கொள்ள வேண்டுமென்று நினைத்திருந்தாள் சீமா. அன்று, அதற்கான பொருட்களுடன் ஜகமதி தயாராக நின்றிருந்தாள்.

ஒரு தட்டையான பாத்திரத்தில் கோதுமை மாவையும் கோதுமை ரவையையும் மைதாவையும் சம அளவில் எடுத்துக்கொண்டாள் சீமா. அதில் ஒரு சிட்டிகை சோடா உப்பும் தேவையான உப்பும் சேர்த்து தண்ணீர் விட்டுக் குழைக்க ஆரம்பித்தாள்.

"எவ்வளவு நல்லா குழைக்கிறோமோ அவ்வளவுக்கு பாப்படி ருசியா இருக்கும்" என்றபடி பெரிய வெங்காயத்தை சிறிதாக நறுக்க ஆரம்பித்தாள் ஜகமதி.

"நானுமுண்டு."

சில்பாவும் அதில் சேர்ந்துகொண்டாள். அவள் வேக வைத்த உருளைக்கிழங்குத் தோலை நகத்தால் கிள்ளி உரித்தாள்.

அப்போது ஃபோன் பெல் அடித்தது. பிரவீண் ஃபோனை எடுத்துப் பேசுவதை அவள் கவனித்தாள்.

"உடனே வந்துடுறோம் சித்தப்பா."

சில்பா கையிலிருந்த வேலையை வைத்துவிட்டு வேகமாகச் சென்றாள். கணவனின் முகத்தைப் பார்த்த அவள் என்னமோ ஒரு பிரச்சினை என்பதை யூகித்தாள்.

"சித்தப்பா என்ன சொன்னார்?"

"அது வந்து... அண்ணா கீழ விழுந்துட்டானாம்."

"கீழ விழுந்துட்டாளா? எங்கே?"

"சந்தையிலேருந்து சாதனங்கள் வாங்கிண்டு ஆட்டோவில வர்றச்சே ஒரு டெம்போ வேன் மோதிட்டதாம்."

"பிறகு?"

"வலது கால்ல முறிவு இருக்குமோன்னு சந்தேகம். மெடிக்கல் காலேஜுக்குக் கொண்டு போறாங்க."

"ஆட்டோக்காரன்?"

“அவனுக்குப் பெருசா ஒண்ணும் அடிபடலையாம். பெரிய ஆஸ்பத்திரில சேர்த்திருக்காங்க.”

“நாம உடனே புறப்படுவோம். லேட்டாக்க வேண்டாம்.”

“நைட்ல வண்டி ஓட்டிண்டு வரவேண்டாம்னு சித்தப்பா சொல்றார். எட்டு மணிக்குப் பிறகு சம்பல்பூருக்கு ஒரு பஸ்சிருக்கு. நான் அதில போறேன். நாளைக்கு ஜகன் வர்றான். ஸ்கூல் லீவுதானே. நீங்க கிராமத்துக்குப் போயிடுங்கோ. அம்மா பக்கத்திலேயும் ஆள் வேணுமில்லையோ?”

பிரவீண் அப்போதே புறப்பட்டான். கேரளா பயணத்துக்கான ஏற்பாடுகளுடன் மறுநாள் காலையில் ஜகன் வந்து சேர்ந்தான். பெரியண்ணாவின் விஷயம் குறித்து அறிந்த அவன் அப்படியே தளர்ந்துபோய்விட்டான். சாயங்காலம் எல்லாருமாக கிராமத்துக்குப் புறப்பட்டார்கள்.

அவர்கள் போய்ச் சேரும்போது பிரபாவதி சத்பதியின் பக்கத்தில் லீலாவதி அமர்ந்திருந்தாள். மிருத்யூஞ்சயன் சத்பதி, ஹரிசரணுடன் ஆஸ்பத்திரிக்குச் சென்ற பிறகு அவள் அங்கேதான் இருக்கிறாள்.

ஜகனைக் கண்டதும் அம்மா அழ ஆரம்பித்தாள். அம்மாவைத் தேற்றுவதற்காக ஜகன் எதையெல்லாமோ சொல்லிப் பார்த்தான்.

“அம்மா, லோபாவும் அங்கேதான் இருக்கா. டாக்டர்களும் நர்சுகளும் பெரியண்ணாவை நன்னா கவனிச்சுக்குவா. அண்ணா ஒரு வாரத்தில வந்துடுவான். அழாதீங்கோ.”

மாமியைத் தேற்றுவதற்கு சில்பாவும் முயற்சி செய்தாள். லின்னியும் அழுதுகொண்டிருந்தாள். அவளது அருகில் உட்கார்ந்திருந்த அஞ்சனா எதுவோ சொல்லிக்கொண்டிருந்தாள். சில்பா அங்கே சென்றாள்.

“அம்மா, அக்கா அழறா.”

“லின்னி நீ இப்படி அழுதிட்டிருந்தா பாட்டி இன்னும் வருத்தப்படுவாங்க. அப்பா சீக்கிரமாக் குணமாகி வந்துடுவா.”

லின்னிக்கு அவள் ஆறுதல் சொன்னாள்.

ஜகன் ஆஸ்பத்திரிக்குப் போகும்போது லோபா எதிர்பார்த்து நின்றிருந்தாள்.

“லோபா அப்பா எங்கே?”

“ஐசியுல. சித்தப்பா வாங்கோ.”

ஜகனை அவள் ஐசியு வராந்தாவுக்கு அழைத்துச் சென்றாள். அங்கே பிரவீணும் டாக்டர் அதுல்குமார் மிஸ்ராவும் நின்றிருந்தார்கள். லோபா அடைந்துகிடந்த வாசலை மெதுவாகத் தட்டினாள். ஒரு நர்ஸ் வந்து கதவை மெல்லத் திறந்து முகம் காட்டினாள். லோபா எதுவோ சொன்னாள். கதவு மூடிக்கொண்டது.

“வாங்கோ.”

லோபா, ஜகனை பின்பக்க ஜன்னல் அருகில் அழைத்துச் சென்றாள். கூடவே பிரவீணும் சென்றான்.

ஜன்னல் கர்ட்டன் விலகியது. கண்ணாடியினூடே அவர்கள் நோயாளியைப் பார்த்தார்கள். ஆக்ஸிஜன் மாஸ்கும் டியூப்களும் பிணைத்துப் படுக்க வைத்திருக்கும் பெரியண்ணாவை பார்த்த ஜகன் அழுதுவிட்டான்.

சில நிமிடங்களில் பச்சை நிற கர்ட்டன் விழுந்து பார்வையை மறைத்தது.

பிரவீண், ஜகனின் கையைப் பிடித்து வராந்தாவுக்குக் கூட்டிச் சென்றான்.

“மன்னி எங்கே?” லோபாவிடம் கேட்டான் ஜகன்.

“என் ரூமில இருக்கா.”

“சித்தப்பா?”

“வெளியில ரூம் போட்டிருக்கு. ரெண்டு நாளா எதுவும் சாப்பிடாம அங்கயே உட்காந்துண்டிருக்கா” என்று பிரவீண் சொன்னதும் “எல்லாரும் இங்க இப்படி கூடியிருக்க வேண்டிய தேவையில்லை. சித்தப்பாவை வீட்டுக்கு அனுப்பி வச்சுடலாம். வயசான மனுஷன்” என்றான் அதுல்குமார்.

"ஆமா... அதுதான் சரி" என்றான் பிரவீண்.

"தாத்தா, ஆபரேஷன் முடிஞ்ச பிறகு போறேன் என்கிறார்." லோபா சொன்னாள்.

"ஆபரேஷனா?"

ஜகன் திடுக்கிட்டான்.

"இடது கால் முட்டி மாற்ற வேண்டியதிருக்கும். பயப்படுறதுக்கு ஒண்ணுமில்லை. சர்ஜன்கிட்ட பேசிட்டேன். என்னோட புரொஃபசர்தான். டாக்டர் ஹரீந்த்ர சந்த்ரபால். பெரிய நிபுணர்."

அதுல்குமார் ஆறுதல்போல் சொன்னான்.

டெல்லியிலிருந்து மத்தியானம் மோகித் வந்தான்.

"பிரியாவும் வர்றதா இருந்தாள். அவளுக்கு இப்ப பெட் ரெஸ்ட். நான்தான் வேண்டாம்னுட்டேன்."

"பெட் ரெஸ்டா? ஏன், என்னாச்சு?"

பிரவீண் பதற்றத்துடன் கேட்டான்.

"ஒண்ணும் ஆகலை. பிரெக்னென்டா இருக்கா."

"ஓ... குட் நியூஸ்."

சாயங்காலம் பூபேனும் நரேனும் வந்தார்கள். வெளியே ரூம் போட்டு தங்கியிருந்தவர்கள் அவ்வப்போது வராந்தாவில் வந்து காவலிருந்தார்கள். காந்திமதிக்கு ஆறுதல் சொல்ல முயற்சி செய்தார்கள்.

ஜசுமதியின் பேத்தியும் அங்கேதான் நர்சிங் படித்துக்கொண்டிருந்தாள். ஓய்வு கிடைக்கும்போதெல்லாம் அவள் காந்திமதிக்கு உதவியாக இருந்தாள்.

ஆபரேஷன் நடந்தது.

நோயாளிக்கு சுய உணர்வு திரும்புவதுவரைக்கும் அங்கேயே நின்றிருந்த மோகித் மாமாவிடம் வந்து சொன்னான்:

"நான் வீடுவரைக்கும் போயிட்டு வந்துடறேன். பிறகு கிராமத்துக்குப் போகலாம்."

மிருத்யூஞ்சயன் சத்பதி ஒப்புக்கொண்டார்.

ஆபரேஷன் நடந்த இரண்டாவது நாள் ஹரிசரணை ரூமுக்குக் கொண்டுவந்தார்கள். கணவன் அருகில் வந்த பிறகுதான் காந்திமதி ஆறுதல் அடைந்தாள்.

அப்பாவையும் அம்மாவையும் பார்த்துவிட்டு மோகித் திரும்பி வந்தான்.

“ஜகனும் பூபேனும் சித்தப்பாகூட போங்க. இங்க நானும் நரேனும் இருந்துக்குறோம்” என்றான் பிரவீண்.

“வேண்டாம், சின்னண்ணா போய் மன்னியை அழைச்சுண்டு வந்து காட்டிடு.” என்றான் ஜகன்.

“சரி, அப்படிப் பண்ணுவோம்.”

“ஹரி, வீட்டு விஷயங்களை நினைச்சு கவலைப்படாதே. அதையெல்லாம் நான் கவனிச்சுக்குறேன்.”

மகனின் தலையைத் தடவியபடி ஆறுதல் சொன்னார் சித்தப்பா.

ஹரிசரணின் கண்கள் நிரம்பி வழிந்தன. காந்திமதி அதைத் துடைத்துவிட்டாள்.

இந்த மனிதரைத்தான் குடும்பப் பற்று இல்லாதவரென்று இவ்வளவு காலமும் ஒதுக்கி வைத்திருந்தோம். காந்திமதி நினைத்துக்கொண்டாள்.

“நான் போயிட்டுச் சீக்கிரமாக வந்துடறேன் மன்னி.”

பிரவீண் அனுமதி கேட்டான்.

காந்திமதி தலையாட்டினாள்.

“நான் நாளைக்குக் கிளம்புறேன்” என்றான் மோகித்.

எல்லாரும் போவதைப் பார்த்துக்கொண்டு நின்றிருந்தாள் காந்திமதி.

49

மோகித் பெரும் எதிர்பார்ப்புடன் தனது வீட்டுக்குச் சென்றான். அப்பாவையும் அம்மாவையும் தன்னுடன் அழைத்துச் செல்லவேண்டும். அவர்கள் வந்தால் பிரியாவுக்கு ஆறுதலாகவும், தனக்கு அப்பாவும் அம்மாவும் தங்களுடன் இருக்கிறார்கள் என்ற தைரியமும் இருக்கும்.

ஆனால், டாக்டர் மோகித் மகாராணாவின் அம்மா அதற்குத் தயாராக இல்லை.

"உன் பொண்டாட்டி கால்களைத் தடவிக்கொடுக்குறதுக்கு நான் ஆளில்லைப்பா. நீ வேணும்னா அவ அம்மாவை அழைச்சுட்டு போ."

மகன் எவ்வளவோ கெஞ்சிக் கூத்தாடியும் அவள் ஒப்புக்கொள்வதாக இல்லை.

"நான்தான் அப்பவே சொன்னனே, குடும்பத்தக் கவனிச்சுக்கிற பொண்ணாப் பாருன்னு? நீ டாக்டர் பொண்டாட்டியேதான் வேணும்னு நின்னே. இனி, நீங்க ரெண்டு பேரும் சேர்ந்து அனுபவியுங்க." அவள் கை விரித்தாள்.

சுப்ரியாவின் அம்மா டெல்லிக்கு வருவாளா என்பது டாக்டர் மோகித்துக்கு சந்தேகம்தான். சம்பிரதாயங்களைக் கடைப்பிடிக்கும் ஒரு பிராமணப்பெண், மருமகனின் வீட்டில் வந்து தங்கியிருக்க எப்படி சம்மதிப்பாள்? இருந்தாலும் சொல்லிப் பார்ப்பதாக முடிவு செய்தான் மோகித்.

மாமனாரிடம் விஷயத்தைச் சொன்னான். அவர் மனைவி யிடம் சொல்லிப் புரிய வைக்க முயன்றார். இறுதியில், மன்னி யிடம் சொன்னார்.

"லீலாவதி இது உன் சொந்த மக பிரச்சினை. இந்நேரத்தில அம்மாவோட கவனிப்பு அவளுக்கு ரொம்பவும் அவசியம் தெரியுமோ?"

"இருந்தாலும் அக்கா..."

"நீ எதை மனசுல வச்சுண்டுப் பேசறேன்னு நேக்குப் புரியறது. அது உன் மருமகனோட குடும்ப வீடொண்ணுமில்லையே? வாடகை வீடுதானே?"

இதைக் கேட்ட சில்பாவுக்கு ஆச்சரியம். அம்மா தன்னுடன் இருக்கும்போது என்னவெல்லாம் பேசிய மாமிக்கு இப்போது எப்படி இவ்வளவு மாற்றம்?

எல்லா மனிதர்களிடமும் நல்ல குணங்கள் உள்ளன. சூழ்நிலை அமையும்போது அது வெளிப்படுகிறது. தன்னால் அன்று அதைப் புரிந்துகொள்ள இயலவில்லை.

லீலாவதி மருமகனுடன் செல்வதற்கு ஒப்புக்கொண்டாள்.

"மோகித் இப்ப பிரியாவோட அம்மாவை அழைச்சுண்டு போங்கோ. ஹரி வந்த பிறகு நானும் வர்றேன்."

மிருத்யூஞ்சயன் சத்பதி மருமகனிடம் சொன்னார்.

அன்றிரவு லீலாவதிக்குத் தூக்கம் வரவில்லை. கொஞ்ச நாட்கள்தான் என்றாலும் அதுவரைக்கும் ஆத்துக்காரர் தனியாக இருக்க வேண்டுமென்ற எண்ணம் அவளை அலட்டியது. போகாமலிருக்கவும் முடியாது. ஒரு பக்கம் கர்ப்பிணியான மகள்; இன்னொரு பக்கம் கணவன்.

திருமணமான மகளுடன் அம்மா தங்கியிருப்பது பாவமென்ற நம்பிக்கை வெறும் மூடநம்பிக்கை என்று அவளுக்குத் தோன்ற ஆரம்பித்தது.

லீலாவதி தனது அம்மாவை நினைத்துப் பார்த்தாள்.

மூன்று பெண் மக்கள். மூன்று பேரையும் தகுந்த வரன்கள் கையில் ஒப்படைத்து கன்யாதானம் செய்த புண்ணியத்துடன் அப்பா வைகுண்டம் ஏகினார். ஒடியா பிராமணக் குடும்பத்தில் ஒரு விதவையின் நிலை என்னவென்பதை அம்மா அப்போதுதான் புரிந்துகொண்டாள்.

அப்பாவின் சகோதரரின் மகன் தனது குடும்பத்துடன் வந்து வீட்டில் குடியேறினான். ஆண் மக்களில்லாத விதவை, வீட்டு மூலையில், சிறு அறைக்குள் ஒதுங்கிக்கொள்ள வேண்டியதாயிற்று. காலாவதியான வீட்டு உபகரணம்போல்.

அன்றுவரை தனக்கு சொந்தமென்று நினைத்திருந்த வீடும் சொத்துக்களும் கை மாறின. இந்த மாற்றம் அம்மாவைப் பாதிப்பதை உணர்ந்த பெண் மக்கள் தங்களுடன் வந்துவிடும்படி அம்மாவை வற்புறுத்தினார்கள்.

"மருமகன் வீட்டில் உண்டால் மறுலோகத்திலும் மோட்சமில்லை."

கடைசியில், தீர்த்த யாத்திரை என்று சொல்லி வீட்டை விட்டுப் புறப்பட்ட அம்மா, எங்கே சென்றாள் என்று யாருக்கும் தெரியாது. லீலாவதியும் மிருத்யூஞ்சயன் சத்பதியும் காசி, பிருந்தாவனமென்று பலமுறை அம்மாவைத் தேடிச் சென்றிருக்கிறார்கள். ஒரு துப்பும் கிடைக்கவில்லை. தேடுதல்கள் படிப்படியாக முடிவுக்கு வந்தன.

பல வருடங்கள் கழிந்த நிலையில் ஊரிலுள்ள ஒருவன் அம்மாவை காசி விஸ்வநாதர் கோயிலில் பிச்சைக்காரர்களுடன் பார்த்ததாகச் சொன்னான். மீண்டும் அவள் அம்மாவைத் தேடி காசிக்குப் போனாள். பலரிடமும் விசாரித்தாள். கையிலிருந்த அம்மாவின் புகைப்படத்தைக் காட்டி விசாரித்தும் கண்டுபிடிக்க முடியவில்லை.

சுமங்கலியாக இருக்கும்போதுள்ள அம்மாவின் புகைப் படத்தைக் காட்டி, விதவைக் கோலத்தில் பிச்சைக்காரர்களுடன் திரியும் அம்மாவை எப்படிக் கண்டுபிடிக்க முடியும்?

இருந்தபோதும் ஒருத்தி சொன்னாள். இதே சாயலுள்ள ஒரு பெண் தீர்த்தத் துறையில் இறந்துகிடந்தாள் என்றும் சடலத்தை கங்கா நதியில் யாரோ இழுத்தெறிந்தார்கள் என்றும்.

லீலாவதி கண்ணீருடன் கங்கையில் மூழ்கி, அம்மாவை நினைத்து பலியர்ப்பணம் செய்துவிட்டுத் திரும்பினாள். பாவம் அம்மா. கதி மோட்சம் பெறாத அந்த ஆன்மா இப்போதும் கங்கைக் கரையிலேயே அலைந்து திரியுமாக இருக்கலாம்.

லீலாவதி அழுதேவிட்டாள்.

"என்ன பிரியாவோட அம்மா இன்னும் தூங்கலையா?"

மிருத்யூஞ்சயன் சத்பதி எழுந்து அமர்ந்தார்.

"அம்மாவைப் பற்றிய ஞாபகம் வந்துடுத்து."

"அதையெல்லாம் பாடமாக எடுத்துக்கணும். வரலாற்றுப் பிழை திரும்பவும் நிகழ அனுமதிக்கக்கூடாது. மருமகன் ஆத்துல சாப்பிடுறது பாவம்னா அதையும் நாம சேர்ந்தே அனுபவிப்போம். இப்ப நீ படுத்துத் தூங்கப் பார்."

மிருத்யூஞ்சயன் படுத்துக்கொண்டார்.

ஜகந்நாதனை நினைத்தவாறே லீலாவதியும் கண்ணயர்ந்தாள்.

அதிகாலையில் கண்ணீருடன் விடைபெற வந்த தங்கை யிடம் அக்கா சொன்னாள்:

"மீத்துவை நினைச்சு நீ வருத்தப்படாதே. அவனுக்கு நாங்கள்லாம் இருக்கோம். அவன் எனக்கு கொழுந்தனார் மட்டுமல்ல, நான் வளர்த்தின பிள்ளையும்கூட! நீ சந்தோஷமாப் போயிண்டு வா."

தங்கையின் கண்களிலிருந்து இற்று விழுந்த நீர்த்துளிகள் அக்காவின் பாதங்களில் படிந்தன. அந்தப் பாதங்களைத் தொட்டு வணங்கிய லீலாவதி விடைபெற்றாள்.

அன்று, பூபேனை வீட்டுக்காவலுக்கு வைத்துவிட்டு அனைவருமாக பிரவீண் குமாரின் காரில் புர்லாவுக்குப் புறப்பட்டனர்.

அவர்கள் போய்ச் சேரும்போது ஹரிசரணின் முகத்தில் ஆக்ஸிஜன் மாஸ்க் இல்லை. சலைன் டியூபும் எடுக்கப்பட்டிருந்தது. பிரவீணுக்கு ஆறுதலாக இருந்தது. இரண்டு நாட்களுக்கு முன்பு பார்த்த நிலையில் அண்ணாவைப் பார்க்க வேண்டிய சூழ் நிலை அம்மாவுக்கு ஏற்படவில்லை.

படுக்கை அருகில் காந்திமதியும் தீபாவும் இருந்தார்கள்.

"ஜகனும் நரேனும் எங்கே?" பிரவீண் கேட்டான்.

"ஹோட்டல் ரூமுக்குப் போயிருக்கா. கொஞ்சம் ரெஸ்ட் எடுக்கட்டுமேன்னு நான்தான் போகச் சொன்னேன். அக்காவுக்கு ஓபி இருக்கு" என்றாள் தீபா.

அப்போது யூனிஃபார்மில் உள்ளே வந்த ஒரு இளம்பெண் பிரபாவதி சத்பதியின் கால்களைத் தொட்டு வணங்கினாள். பிரபாவதி திடுக்கிட்டாள்.

“இது யாருன்னு தெரியறதா? சுமதி. நம்ம ஜசுமதியோட பேத்தி.”

காந்திமதி அறிமுகம் செய்து வைத்தாள்.

“கேள்விப்பட்டிருக்கேன். இதுவரை பாத்ததில்லை. நன்னாருக்கயா குழந்தே?”

“ஆமாங்க மாஜி.”

அப்போது ஜகனும் நரேனும் வந்தார்கள். கொஞ்ச நேரத்தில் ஓபி முடிந்து லோபா வும் வந்தாள்.

ஆஸ்பத்திரி அறை, குடும்ப சங்கம அரங்காக மாறியது. மகனின் படுக்கையருகில் உட்கார்ந்திருந்த அம்மாவின் கை, அவனது தலைமுடியை வருடிக்கொண்டிருந்தது.

“நன்னா வலிக்குதாப்பா?”

“இல்லம்மா.”

“லோபா அப்பாவை எப்ப கூட்டிண்டு போறது?”

“அது வந்து பாட்டீ... அப்பா நன்னா குணமாகி, நடக்க ஆரம்பிச்ச பிறகு போனா போதாதா?” லோபா திருப்பிக் கேட்டாள்.

“போதும்மா. இவன் இல்லாத வீடு வீடுபோலவே தோணலை. அதான் கேட்டேன்.”

இரவில் ஹோட்டலில் டிஃபன் சாப்பிடும்போது சில்பா, சீமாவிடமும் ஜகனிடமும் சொன்னாள்:

“எதுவாக இருந்தாலும் சீமாவோட ஊருக்குப் போறதுக்குத் தயாரான நிலையில நீங்க போயிட்டு வாங்கோ. பூஜை விடுமுறை விட்டு நாட்களாயிடுத்து. ஈஸியா டிக்கெட் கிடைக்கும்.”

“பெரியண்ணா இந்த நிலையில கிடக்கும்போதா?” ஜகன் கேட்டான்.

“அதான் நாங்க இருக்கமே? வந்த ஆபத்து விலகி அண்ணா இப்ப நன்னாயிட்டானே?” என்றான் பிரவீண்.

“இப்பப் போய் நாங்க உல்லாசப் பயணம் போறது சரியா?” சீமாதான் கேட்டாள்.

"இது உல்லாசப் பயணமில்லையே? உன்னோட அம்மாவையும் அப்பாவையும் பாக்கப் போறீங்க?"

"இன்னும் என்னை சத்பதி குடும்பத்துப் பொண்ணா ஏத்துக்கலை?" சீமாவின் வருத்தம் கலந்த கேள்விக்கு பிரவீணாலும் சில்பாவாலும் பதில் சொல்ல இயலவில்லை.

50

காலம்தான் எவ்வளவு வேகமாக உருண்டோடுகிறது? உலகமே மாறிப்போய்விட்டது. சத்பதி குடும்பத்திலும் நிறைய மாற்றங்கள்.

அங்கே பல திருமணங்கள் நடந்தேறிவிட்டன. பற்பல புதிய தலைமுறைகள் உருவாயின. பெயர் சூட்டல்களும் சோறூட்டல்களும் நிகழ்ந்தன. ஜகனும் சீமாவும் அமெரிக்காவில். அவர்களது இரண்டு மகன்களும் அங்கேதான் படிக்கிறார்கள். வெளியே ஆங்கிலம் பேசும் அவர்கள் அப்பா, அம்மாவிடம் ஒடிய, மலையாளக் கலப்பு மொழி பேசுகிறார்கள்.

தீபா தன்னுடன் பணியாற்றும் ஒரு பேராசிரியரைத் திருமணம் செய்துகொண்டாள். அவர் பிராமணர் அல்ல. காயஸ்தன். சத்பதி குடும்பத்தில் இதற்கு எந்த எதிர்ப்பும் உருவாகவில்லை. காலமாற்றங்களுடன் இணைந்து பயணிக்க பிரபாவதி சத்பதியும் கற்றுக்கொண்டுவிட்டாள்.

பூபேன் ஒரு கன்னடப் பெண்ணைத் திருமணம் செய்து அவர்கள் பெங்களூரில் வசிக்கிறார்கள். ஒரு மகள் இருக்கிறாள்.

நரேன் கட்டக்கில் ஒரு வியாபாரியின் மகளைத் திருமணம் செய்து கொண்டான். அழகின், பணத்தின் கர்வம் ஒருநாள்கூட கிராமத்தில் தங்கியிருக்க அவளை அனுமதிக்க வில்லை. பெரியவர்களை மதிப்பதில்லை என்பதுடன் இழிவாகப் பேசுவதற்கும் தயங்க மாட்டாள்.

லின்னி நடனம் கற்றுக்கொள்வதில் மிகுந்த ஆர்வம் காட்டினாள். சம்சுக்தாபணிக்ரஹி போல் ஒடிசி நாட்டிய தாரகையாக வேண்டும். அதுதான் அவளது இலட்சியம். சில்பாவின் ஒத்துழைப்புடன் அவள் சாந்திநிகேதனில் தங்கி

யிருந்தாள். லின்னியின் கணவன் ஓவியனும் பாடகனுமான அமலேந்த்பாசு.

சத்பதி குடும்பத்தில் கிராமத்தில் எஞ்சியவர்கள் ஹரிசரணும், காந்திமதியும், பிரபாவதியும் மட்டும்தான். விவசாயம் குறைந்தது. முன்போல் வேலைக்காரர்களுமில்லை. வயதான நிலையிலும் சிந்தாமணிதான் வந்து முற்றம் கூட்டவும் அறைகளை சுத்தம் செய்யவும் செய்வாள். இரவில், பிரபாவதி சத்பதிக்குத் துணையாகப் படுத்துக்கொள்வாள்.

பிரபாவதி சத்பதிக்கு வயது தொண்ணூறு முடிகிறது. ஏறி யிறங்கி நடப்பதில் சிரமம் இருந்தது. அதிக நேரமும் படுக்கை யில்தான். தங்களுடன் வந்து விடும்படி சில்பா பலமுறை வற்புறுத்திப் பார்த்துவிட்டாள். ராவுர்கேலா போன்று ஆஸ்பத்திரி வசதிகள் கிராமத்தில் இல்லை. போதாக்குறைக்கு ஜசுமதியும் இருக்கிறாள். அவளுக்கும் வயதாகிவிட்டது. ஜசுமதிக்கு உதவியாக காலையிலும் சாயங்காலமும் வந்து போகிற ஒரு வெளி வேலைக்காரியை சில்பா ஏற்பாடு செய்திருந்தாள். ஒரு தாயின் கரிசனத்துடன் ஜசுமதியே எல்லாவற்றையும் கவனித்துக்கொண்டாள்.

பிரவீணும் பலமுறை அம்மாவை அழைத்துப் பார்த்து விட்டான்.

“இல்லை பப்பு. இனி நான் எங்கயும் வர்றதா இல்லை. என்னோட அஸ்தியை இந்த ஆத்துலேருந்துதான் கொண்டு போகணும்.”

இது எந்த ஒரு ஒடியா பெண்ணும் ஆசைப்படக்கூடியதுதான் என்பதால் பிரவீண் மறுத்து எதுவும் சொல்வதில்லை.

அவன் அவ்வப்போது வந்து அம்மாவைப் பார்த்துச் செல்வான்.

மிருத்யூஞ்சயன் சத்பதியும் மனைவியும் டெல்லியில்தான். சுப்ரியாவின் மகன் எம்.பி.பி.எஸ். படிக்கிறான்.

அஞ்சனா வக்கீல் பரீட்சையில் பாஸானாள். சான்றிதழ் கிடைத்த அன்றைய தினமே அம்மா அப்பாவுடன் அவள் பாட்டியைப் பார்க்க வந்தாள். பாட்டி அப்போது காலை உணவு சாப்பிட்டுவிட்டு கண்ணயர்ந்திருந்தாள்.

“பாட்டீ.”

அஞ்சனா பாட்டியைத் தொட்டு எழுப்பினாள்.

பாட்டி கண்களைத் திறந்தாள். கவுனும், கோட்டும், தொப்பியும் அணிந்து நிற்கும் அஞ்சனாவை முதல் பார்வையில் அவளால் அடையாளம் கண்டுகொள்ள இயலவில்லை.

“பாட்டீ. நான் அஞ்சு.”

“அஞ்சு என் குழந்தே...”

கட்டிலில் இருந்து எழுந்து பேத்தியைப் பிடித்துப் பக்கத்தில் உட்கார வைத்த பாட்டி அவளைக் கட்டிப் பிடித்து அழத் தொடங்கினாள்.

“அம்மா...” சில்பா அழைத்தாள்.

“என் குழந்தை...” பாட்டியால் தொடர முடியவில்லை.

“அம்மா நம்ம பப்புவோட மக வக்கீலுக்குப் படிச்சுண்டு வந்திருக்கா. பாட்டிகிட்ட ஆசி வாங்கறதுக்கு” என்றாள் காந்திமதி.

“என் குழந்தைகளுக்கு என்னோட ஆசி எப்பவும் உண்டு. இருந்தாலும்..”

பாட்டியின் அழுகைக்கான காரணம் புரியாமல் விழித்த அஞ்சனாவைப் பார்த்து சில்பா சொன்னாள்:

“பாட்டி, சந்தோசத்துல அழறாங்க. நீ போய் பெரியப்பாகிட்ட ஆசி வாங்கிட்டு வா.”

அஞ்சனா எழுந்து சென்றது காந்திமதிக்கும் சில்பாவுக்கும் ஆறுதலாக இருந்தது.

“அம்மா கடந்துபோன விஷயங்களை எதுக்குக் குழந்தைகளும் தெரிஞ்சுக்கணும்? நீங்க எந்தத் தப்பும் பண்ணலைன்னு எங்களுக்குத் தெரியும். குடும்பத்தைப் பாதுகாக்குறதுக்காக கொஞ்சம் கடுமையாக நடந்திருக்கலாம். அதனாலதானே குடும்பம் இந்த நிலைமைக்கு வந்திருக்கு?”

சில்பா மாமியை ஆறுதல் படுத்தினாள்.

"என் குழந்தைகள் எல்லாரையும் ஒரு தடவைப் பார்த்த பிறகு கண் மூடுற பாக்யம் நேக்குக் கிடைக்குமா?" பிரபாவதி சத்பதியின் குரல் தடுமாறியது.

"அம்மா எப்ப பாத்தாலும் இதையே சொல்றாங்க."

காந்திமதி குரலைத் தாழ்த்தி சில்பாவிடம் சொன்னாள்.

"அதுக்கொரு வழி பண்ணிடலாம்."

சில்பா எதையோ மனதில் வைத்து சொன்னாள்.

அனைவரும் சேர்ந்து அன்று மாலையே ஒரு முடிவு செய்தார்கள். அம்மாவின் தொண்ணூறாவது பிறந்த நாளைக் கொண்டாடுவது. எல்லாரும் ஒன்று சேர்வதற்கான ஒரு வாய்ப்பு. அம்மாவின் ஆசையை நிறைவேற்றி விடலாம். ஜனவரி பதினைந்தாம் தேதி அம்மாவின் பிறந்த நாள். இன்னும் இரண்டு மாதங்கள் உள்ளன. எல்லாருக்கும் லீவு போடவும் தயாராகவும் தேவையான கால அவகாசம் இருக்கிறது.

தை மாதம் இரண்டாவது வாரம் பிரபாவதி சத்பதியின் தொண்ணூறாவது வயதைக்கொண்டாடுவதற்கான ஏற்பாடுகள் நடைபெற்றன. மிருத்யூஞ்சயன் சத்பதியும் லீலாவதியும் முதலில் வந்து சேர்ந்தனர். முதுமையின் சிரமங்களை மறந்து அண்ணியின் பிறந்தநாள் விழாவுக்கான பொறுப்புகளை மிருத்யூஞ்சயன் சத்பதியே ஏற்றுக்கொண்டார்.

பந்தலுக்கும் விருந்துக்குமான ஏற்பாடுகளைச் செய்தார். வேண்டியவர்களுக்கு அழைப்பு விடுத்தார். *பாலா வித்வான் கோவிந்தபஞ்ஜை நேரில் சந்தித்து முன்பணமும் கொடுத்தார்.

பிரபாவதி சத்பதியின் பிள்ளைகளும் பேரக்குழந்தைகளும் வர ஆரம்பித்தனர்.

சத்பதி இல்ல அறைகளில் வெளிச்சம் படர்ந்தது. வீட்டின் முற்றமும் திண்ணையும் பல்வேறு மொழிகளின் சங்கம இடமாக மாறியது.

வேலையாட்களிடம் பந்தல் அலங்கரிக்கவும் மேடை அமைப்பதற்குமான அறிவுரைகளும் சொன்னபடி அமலேந்த்பாசு உற்சாகத்துடன் இருந்தான். அவனது நீண்டு வளர்ந்த

தலைமுடியும் மூட்டுவரை தொய்ந்துக் கிடக்கும் ஜிப்பாவும் பார்ப்பவர்களுக்கு வியப்பைத் தந்தது.

*மகர ஸங்கிராந்தி இரவு. சத்பதி இல்லம் தூங்கவில்லை. எல்லாரும் மறுநாளைய கொண்டாட்டத்துக்கு ஆயத்தமாகிக்கொண்டிருந்தனர்.

*உத்தராயனத்தை வரவேற்றபடி ஜனவரி பதினைந்து வந்தது. தொலைவிலிருந்து வரவேண்டிய உறவினர்கள் வரத் தொடங்கினார்கள். சுப்ரியாவும் மோகித்தும் மகன் துஷாரும் மதிய வேளையில் வந்து சேர்ந்தனர்.

தை மாதத்தின் இதமான மாலைப்பொழுது. கிராம மக்களின் வருகை ஆரம்பித்தது. புத்தாடைகள் அணிந்திருந்த பிரபாவதி சத்பதியை மருமகள்கள் அலங்கார மேடைக்கு அழைத்து வந்து அமர வைத்தார்கள். பிள்ளைகளும் மருமகள்களும் பேரக்குழந்தைகளும் சேர்ந்து நின்று புகைப்படம் எடுத்துக்கொண்டார்கள். ஒவ்வொருவராக முன்னால் வந்து அன்பளிப்புகள் வழங்கினார்கள்.

தை மாதத்தின் சாயங்கால குளிர் காற்றுடன் இருள் படரத் தொடங்கியது. பூஜையறையில் மணியோசை எழுந்தது. தூபத்தின், ஊதுவத்தியின் நறுமணம் பந்தலை நோக்கிப் படர்ந்து சென்றது. அமலேந்த்பாசு ஒலிபெருக்கியின் முன்நின்று ஜகந்நாத ஸ்துதி பாடிவிட்டு ரவீந்திர சங்கீதம் இசைத்தான். ரசிகர்கள், கரகோசை எழுப்பி பாசுவை உற்சாகமூட்டினர்.

ஒடிசி நாட்டியக் காரிகை வேடமணிந்து மேடைக்கு வந்த லின்னி, பாட்டியின் பாதங்களைத் தொட்டு வணங்கி விட்டு குரு வணக்கம் செலுத்தினாள். பின்னர், அழகிய அங்க அசைவுகளுடன் நடனம் ஆடினாள். பார்வையாளர்கள் பிரமித்து நின்றிருந்தனர். நாட்டியம் முடியும்போது மிகுந்த கரவோசை எழுந்தது.

பாலா தொடங்குவதற்கு முன், ஒலிபெருக்கியின் முன்நின்று சிறுவயதினர் பாட்டுப் பாடினார்கள். பெற்றோர்கள்

---

*பாலா – கதாகாலக்ஷேபம் போன்றது.

*மகர ஸங்கிராந்தி – மார்கழி இறுதியும் தை முதல் நாளும் சந்திக்கும் இரவு

*உத்தராயனம் – சூரியன் வடக்கு நோக்கிச் செல்லும் காலம்

உற்சாகமூட்டினார்கள். பல்வேறு மொழிகளின் சங்கம நிகழ்வாக அமைந்தது குழந்தைகளின் பாடல்.

ஆடல், பாடல் நிகழ்ச்சிகள் முடிந்ததும் பிரபாவதி சத்பதி எழுந்தாள். காந்திமதி, மாமியை அழைத்துப் போய்ப் படுக்க வைத்தாள். சிறிது பாலும் வழக்கமான மாத்திரைகளும் சாப்பிட்டுவிட்டுப் படுத்துக்கொண்டாள் பிரபாவதி சத்பதி.

பாட்டும் விருந்தும் முடியும்போது இரவு வெகுநேரம் ஆகி விட்டிருந்தது. சில்பா தூங்கச் செல்வதற்கு முன் மாமியைப் போய்ப் பார்த்து நன்றாகப் போர்த்திவிட்டாள். தை மாதத்தின் கனத்த குளிர்.

'பாவம், வாரிசுகளைப் பார்த்த மனத்திருப்தியுடன் தூங்குறா' சில்பா மனதுக்குள் நினைத்துக்கொண்டாள்.

அன்று அதிகம்பேர் தூங்குவதற்கு இடம் வேண்டும் என்பதால் காந்திமதி மாமியின் அறையில் கீழே பாய் விரித்துப் படுத்துக்கொண்டாள்.

காந்திமதி அன்று வழக்கம்போல் பொழுது விடிவதற்குள் எழுந்தாள். மாமி போர்த்திக்கொண்டு நன்றாகத் தூங்குவதைக்கண்ட அவள் சத்தமில்லாமல் வெளியே வந்தாள். குளித்து முடித்து, பூஜையறைக்குச் சென்று விளக்கேற்றினாள். வழக்கமாக மாமியின் அறையிலிருந்து கேட்கும் ஜகந்நாத ஸ்துதி இன்னும் கேட்கவில்லை. அவள் அறைக்குள் சென்று பார்த்தாள். மாமி அப்போதும் தூங்கிக்கொண்டுதானிருந்தாள். களைப்பாக இருக்கலாம், தூங்கட்டும். அவள் திரும்பிச் சென்றாள்.

சில்பா குளித்து முடித்து பூஜையறைக்குச் சென்று பகவானை சேவித்தாள். பிறகு மாமியின் அறைக்குச் சென்றாள். மாமி அப்போதும் விழிக்கவில்லை என்பது தெரிந்ததும் பக்கத்தில் சென்று மெல்ல உசுப்பினாள். மாமியிடம் எந்த அசைவுமில்லை. பதற்றத்துடன் மீண்டும் மீண்டும் அசைத்துப் பார்த்தாள்.

"அம்மா..." தன்னையறியாமல் அவள் அலறிவிட்டாள்.

பிள்ளைகளும் மருமக்களும் பேரக்குழந்தைகளும் ஓடி வந்தனர். லோபா நடுங்கும் கைகளுடன் பாட்டியின் நாடியைப் பிடித்துப் பார்த்தாள். மனைவியை விலக்கிவிட்டு டாக்டர் அதுல்குமார் மிஸ்ரா நன்றாகப் பரிசோதித்தான்.

மரணத்தை உறுதி செய்வதுபோல் அதுல்குமார், மாமா ஹரிசரணின் இரு கைகளையும் சேர்த்துப் பிடித்து அவனது முகத்தைப் பார்த்தான். பிறகு, எதுவும் பேசாமல் அறையிலிருந்து வெளியே வந்தான்.

பெரும் அழுகைக்குரல் கேட்ட கிராம மக்கள் சத்பதி இல்லத்தை நோக்கிப் பிரவாகித்தனர்.

“புண்ணியவதி. பிள்ளைகளையும் பேரக்குழந்தைகளையும் ஒண்ணா வழவழைச்சுப் பாத்துட்டுப் போயிருக்கா. யாருக்குக் கிடைக்கும் இப்படியொரு பாக்யம்?”

“உத்தராயனத்துக்காகவே உயிரைப் பிடிச்சுண்டு காத்திருந்ததுபோல.”

மன்னியின் கால்மாட்டில் வந்தமர்ந்த மிருத்யூஞ்சயன் சத்பதியின் கண்கள் நிரம்பி வழிந்தன.

குளிர்காற்றில் ஆடியுலைந்த பூஜையறை விளக்கின் தீப நாளங்கள் அஸ்தமித்தன.

இரவிலேயே பிரிந்துசென்ற சொந்த பந்தங்கள் மீண்டும் திரும்பி வந்தனர்.

பதிமூன்றாவது வயதில் மாட்டுப்பெண்ணாக வந்தேறிய சத்பதி இல்லத்திலிருந்து பிரபாவதியின் உடல் வெளியே கொண்டுவரப்பட்டது.

அப்போது, முற்றத்து நாவல்மரத்தில் காகங்களின் சோக சபை கூடியது!

* * *